D1680297

பிரபு தர்மராஜ் (28.11.1982)

கன்னியாகுமரி மாவட்டம் நாகர்கோவிலில் பிறந்தார். இளங்கலை காட்சித் தொடர்பியல் பட்டம் பெற்ற இவர் 'அரேபியாவுக்குப் போன தீக்கொளுத்தி ஆவரான்' என்ற குறுநாவல், 'ஆதிக்குடிமக்களும் ஆல்கஹாலும்', 'ழ்' மற்றும் 'ச்சூ காக்கா' ஆகிய மூன்று சிறுகதைத் தொகுப்புகளையும், 'கசவாளி காவியம்' 'ராணி இல்லம்' மற்றும் 'ஜாப் மார்சியா' ஆகிய மூன்று நாவல்களையும், 'சக்ரவர்த்தி திரையரங்கம்' என்னும் சினிமா விமர்சன புத்தகத்தையும், 'களிறும் பிடியும் பின்னே ஞானும்' என்னும் கவிதைத் தொகுப்பையும் எழுதியிருக்கிறார். ஆனால் இதுவரையிலும் இலக்கியத்துக்காக எந்தவொரு விருதுகளையும் இவர் பெறவில்லை...

கோலப்பனின் அடவுகள்

பிரபு தர்மராஜ்

எதிர்
வெளியீடு

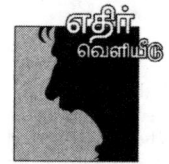

கோலப்பனின் அடவுகள்
பிரபு தர்மராஜ்

எதிர் வெளியீடு முதல் பதிப்பு: ஜூன் 2024

எதிர் வெளியீடு,
96, நியூ ஸ்கீம் ரோடு, பொள்ளாச்சி – 642 002
தொலைபேசி: 04259 226012, 99425 11302

விலை: ரூ. 299

KoLappanin AdavuKal
Prabhu Dharmaraj

Copyright © Prabhu Dharmaraj
Ethir Veliyeedu First Edition: June 2024

Published by
Ethir Veliyeedu, 96, New Scheme Road, Pollachi – 2
email: ethirveliyedu@gmail.com
www.ethirveliyeedu.com

ISBN: 978-81-19576-31-9
Cover Design: Roy Kannthali, 99434 93983
Printed at Jothy Enterprises, Chennai.

All rights reserved. No part of this book may be reprinted or reproduced or utilised in any form or by any electronic, mechanical or other means, now known or hereafter invented, including Photocopying and recording, or in any information storage or retrieval system, without permission in writing from the Publisher.

சமர்ப்பணம்

ஒரு புத்தகத்திற்குச் செய்யும் சமர்ப்பணம் என்பதே நாம் கடந்து வந்த பாதையை எகத்தாளம் செய்வது போன்றது. அல்லது பித்ரு தர்ப்பணம் செய்வதைப் போன்றதுதான். ஆதிகாலம் தொட்டே கோலப்பன்களும் பாப்பச்சன்களும் பிறப்பதும் கோணங்கித்தனங்கள் செய்வதும் பின்பு மரிப்பதும் மீண்டும் பிறப்பதுமாகத்தான் இருந்து வருகிறார்கள். இறப்பும் பிறப்பும் முறையே கோலப்பன்களுக்கும், பாப்பச்சன்களுக்கும் தற்காலிகமானவைகளாதலால் இந்தப் புத்தகத்தை இவ்வுலகிலுள்ள நிரந்தரமான எத்துவாளிகளுக்குச் சமர்ப்பிக்கிறேன். மேலும் மரித்துப்போன மனசாட்சியற்ற ஜனநாயகத்துக்கும், மறுபடி துளிர்க்க இலவு காத்துக் கிடக்கும் மனுநாயகத்துக்கும் இந்த புத்தகத்தை பித்ரு தர்ப்பணம் செய்கிறேன்.

பிரபு தர்மராஜ்

அணிந்துரை

ஆர்தர் கோஸ்லர் தனது *Acts of creation* நூலில் படைப்பூக்கத்தின் முதல் படியாக நகைச்சுவை உணர்வையே கூறுகிறார். படைப்பு என்பது அடிப்படையில் வழமையாக பீடத்தில் வைக்கப்பட்டிருக்கும் விஷயங்கள் மீதான ஒருவித 'மரியாதையின்மை'யினால் ஏற்படுகிறது. ஆகவேதான் சில சமயங்களில் அது சாத்தானின் அம்சமாக மதஅடிப்படைவாதிகளாலும், இன்றைய சித்தாந்த அரச அடிப்படைவாதிகளாலும் கருதப்படுகிறது.

ஆங்கிலத்தில் நகைச்சுவை 'WIT' என்ற சொல்லால் குறிப்பிடப்படுகிறது. அதுவே அறிவைக் குறிக்கவும் பயன்படுகிறது. ஒரு அறிவாளியால்தான் வாழ்வின் அபத்தங்கள் குறித்து சிரிக்க முடியும். ஒரு மேதையால்தான் சிரிக்க வைக்க முடியும். கிரேக்கர்கள் தங்கள் நாடகங்களை மூன்று வகையாகப் பிரித்தார்கள். நகைச்சுவை நாடகங்கள், துயர காவியங்கள், பகடிகள்.

காவியங்களைப் பகடி செய்கிறவை பகடி நாடகங்கள். அரிஸ்டோபெனஸின் நகைச்சுவை நாடகங்கள் புகழ்பெற்றவை. இருந்தாலும் துயர காவியங்களுக்கு ஒருபடி குறைவாகத்தான் நகைச்சுவை நாடகங்கள் கருதப்பட்டன. இறுக்கமாக இருப்பவர் தீவிரமானவர், சிரிப்பவர் மற்றும் சிரிக்க வைப்பவர் மேலோட்டமானவர் மற்றும் ஆழமற்றவர் என்ற சாதாரண மனப்பதிவு நம்மிடையே இன்னமும் இருக்கிறது இல்லையா? இந்த மனப்பதிவு பற்றி பிரெஞ்சு சிந்தனையாளர் மாண்டேன் எழுதி இருக்கிறார். நகைச்சுவையாக பேசிக்கொண்டிருந்தால் அங்கே தீவிரமாக எதுவும் பேசப்பட்டுக் கொண்டிருக்கவில்லை என்று நம்பும் ஒரு அறிஞர் பற்றி அவரது கட்டுரைகளில் எழுதியிருக்கிறார்.

மத்திய கால ஐரோப்பாவில் கால்வினிசம் போன்ற மதச் சிந்தனைகளின் செல்வாக்கு அதிகரித்தபோது வீடுகளில் யாரும் சத்தம் போட்டு சிரிக்கிறார்களா என்று கண்காணிக்கவும், தண்டிக்கவும் ஒழுக்கக் காவலர்கள் இரவும் பகலும் தெருக்களில் சுற்றித் திரிந்தனர். அவர்கள் இப்போது இணையம் மூலம் கண்காணிக்கப் படுகிறார்கள்.

ஆனால் நவீன இலக்கியத்தின் முதல் வெடிப்பு என்று சொல்லக்கூடிய செர்வாண்டிஸின் ‘டான் குவிக்சாடே’ ஒரு நகைச்சுவை அல்லது பகடி படைப்புதான். அது அன்றைய காலத்தில் பிரபலமாக இருந்த டிராகன்கள் மற்றும் ஒற்றைக் கண் நம்பியார்களிடமிருந்து அழகிய இளவரசிகளைக் காப்பாற்றும் குதிரை வீரர்கள் குறித்த ரொமான்சுகள் படித்துக் குழம்பிப் போன ஒருவரின் பைத்தியத்தில் முடிந்த சாகசப் பயணம். பிரபு தர்மராஜின் கோலப்பனிலும் அவர் உருவாக்கும் கதாபாத்திரங்களிலும் டான் குவிக்சாடேயின் தொடர்ச்சியைக் காணலாம். தமிழில் நகைச்சுவை எழுத்துக்குப் பஞ்சமில்லை. ஆனால் அதன் மீதான மரியாதைக்குப் பஞ்சம் உண்டு. சிரிக்கப் பயந்து செத்துப் போகிற இலக்கியம் தமிழ் இலக்கியம். முரண் நகைச்சுவை என்று நாம் சொல்லக்கூடிய *Irony*ஐ இலக்கிய எழுத்தாளர்கள் தொடலாம். புதுமைப்பித்தன் போல, ஜெயமோகன் போல, நாஞ்சில் நாடன் போல... ஆனால் நேரடியாக நகைச்சுவை எழுதுகிறவர்களை இடைவேளைக்கு மட்டும் வைத்துக் கொள்வார்கள். தமிழில் நகைச்சுவை மட்டும் எழுதுகிறவர்கள் பெரும்பாலும் வணிக எழுத்தாளர்களாக, மத்தியவர்க்கத்தினராக, சுருக்கமாகச் சொன்னால் பிராமணர்களாக இருந்ததும் ஒரு காரணம். உதாரணமாக தேவன், சாவி, கல்கி, பாக்கியம் ராமசாமி ஆகியோரைச் சொல்லலாம்.

(பேயோனை நாம் இவர்களிடமிருந்து விலகி இலக்கியம் நோக்கி வந்திருப்பவர் எனச் சொல்லலாம்.)

இதிலிருந்து சில உடைப்புகள் நிகழ்ந்திருக்கின்றன. சமீபத்தில் நிகழ்ந்திருக்கிற மிக முக்கியமான உடைப்பாக பிரபு தர்மராஜை நான் சொல்வேன். மேல்சொன்ன நகைச்சுவையாளர்களின் (பேயோன் உட்பட) மென்மையான நகைச்சுவையிலிருந்து பிரபு தர்மராஜின் நகைச்சுவை மாறுபட்டது. நாட்டுச் சாராயத்தின் காரமும் புளிப்பும் கொண்டது. *Rabelaisian humor* என்று சொல்லக்கூடிய முரட்டு நகைச்சுவை. குமரியின் மொழியும், குமரி மக்களின் இயல்பான பகடி உணர்வும், வாழ்வையும், சாவையும், வாழ்ந்து பார்க்கும் விருப்புறுதியையும், ஊடாடியும் விலகி நின்றும் எழுதப்பட்ட கதைகள் இவகுடையது. ஒரு நிலத்தின் காலத்தின் மிகச்சிறந்த சாட்சியாகவும், ஆவணமாகவும் இந்தக் கதைகள் உள்ளன.

போகன் சங்கர்

நாகர்கோவில்

உள்ளடக்கம்

குசும்பு நாவுகளின் குதர்க்கக் குத்துகள்	11
கோலப்பனுடே ராவுகள்	17
பறக்கும் படையில் கோலப்பன் – மின்னல் ஒரு கோடி	23
கோலம்மாள் கண்ட சர்ப்பம்	27
கோலப்பனின் கம்பு விளையாட்டு	32
கோலப்பனின் டும்கான்	35
கிளியோ கோலப்பன் பாட்ரா	39
லெந்து நாட்களின் முடிவு – துக்க ஈஸ்டர்	48
ஆடு கோலப்ப ஜீவிதம் (சங்கிஸ் நாட் அலவுட்)	53
கோலப்பனுக்கு ஓசன்னா	58
மல்டிப்பிள் கோலப்பன் டிஸ்ஆர்டர்	65
கோலப்பந் தெம்மாடி	69
படித்துறையில் கோலப்பன்	73
கோலப்ப கும்பிகள் குப்பிகளறியாப் பெருந்துயர்	79
கோலப்பனின் கீர்த்தனைகள்	83
லௌஹுக அன்னியோஷ்ணப் பரீக்ஷணங்ஙள்	86
உயிர்க்கொல்லி கோலப்பன்	89
கந்துவட்டி கோலப்பன்	92
இரண்டாம் உலகப்போரில் கோலப்பன்	96
கொரனாவும் கோலப்பனும்	100
சீமைய வித்த சிவதாணு	103
உமன்ஸ் டே செலிப்ரேஷனில் கோலப்பன்	108
கோலப்பமுருகன்	110
கம்யுனிஸ்ட் பஞ்சாட்சரம்	116
கோலப்பன் – 100 சிசி	119
கோட்சேவை தடியால் அடித்துக் கொன்ற காந்தி	125

ஜானி கோலப்பன் வாக்கர் – த டெத் ஆஃப் த டெவில்	131
கோலப்பன் – த லோன் ரேஞ்சர்	135
நாய் பாடிய ஆலாபனை	138
சிக்குவண்டி சந்திரனும் சிக்னல் கட்டான சந்திராயனும்	143
ஒரு கிரீஸ் டப்பாவின் கதை	145
ஏழரைகளின் ஏழு வார்த்தைகள்	150
குடிகாரக் கடிகாரம்	152
தமிழ்ப்பித்தர்களின் தவநிலை	164
த.நா 108-33 =? என்றொரு உன்னதப் பிரதேசம்	166
பீகரன்மார்	171
கருவாட்டுக் களவு காப்பியம்	176
நான்கு சுந்தரிகள்	181
கோலப்ப(ஜெ)ன் தத்துவக் கதை	183
ரெபிடெக்ஸால் தாக்கப்பட்ட அலெக்ஸா	184
கோலப்பனின் முள்ளும் தலையும்	190
கொலைகார கோலப்பன்கள்	194
தங்கப்பனின் வெள்ளாவி	199
அரணையப்ப கோ(லப்ப)ஸ்வாமி	204

குசும்பு நாவுகளின் குதர்க்கக் குத்துகள்

"ஞான் பாப்பச்சன்! கோலப்பனின் மருமகன்! சில நேரங்களில் கோலப்பனின் மறுஜென்மமும் நானாகவே இருப்பதால் கோலப்பனின் கிளி (ஆன்மா) என்னுடைய கைகளில் இருந்தது.

மொழிகளைப் பேசுவதற்கு முன்னர் சைகையில் கதைத்துக் கொண்டும், ஊளையிட்டுக் கொண்டும், சப்தமாக வசைபாடிக்கொண்டும் திரிந்த மனித இனமானது வர்ணரீதியாக வகுக்கப் படுவதற்கு முன்பு உடலில் ஆடை இல்லாமல், நெஞ்சில் நூலும் இல்லாமல் காட்டு முட்டாப் பயல்களாகவும், சப்பட்டைப் பயல்களாகவுமே இருந்தனர். அதற்குப் பிற்பாடு கஷ்டப்பாடுபட்டு சிக்கிமுக்கிக் கல்லை ஒன்றோடொன்று உராவி, தீயைக் கண்டுபிடித்து, தீயைக் கண்டு பயந்து, அதற்குக் 'கடவுள்' என்று பெயரிட்டு மாற்றி மாற்றி ஒருவரையொருவர் அடித்துக் கொண்டார்கள்.

அன்றிலிருந்து இன்றுவரை ஒளியும், ஒலியுமே கடவுள்களாகவும், கதறல்களாகவும் விளங்கி வருகின்றன என்றால் அது மிகையாகாது. அப்புறம் ஊடகங்கள் வந்தன, வம்புகள் வந்தன, காஷ்மீரில் நடக்கும் சச்சரவுகள் கன்னியாகுமரிக்காரனின் காதுகளில் ஒலித்தன. மண்டையைப் பிய்த்துக் கொண்டார்கள். இன்று உலக நியாயங்களின் நிஜபிம்பமாய்த் (*&&%^$#&^$%) திகழும் காட்சி ஊடகங்களுக்கு முன்னோடியாக ஒலி ஊடகங்கள் இருந்தன.

அப்போதிருந்து இப்போது வரைக்கும் வாழ்ந்து வரும் ஒரே இனக்குழுவினர் யாரென்று பார்த்தால் 'ஊரைகள்' எனப்படும் வாய்வழி சங்கூதிகள் மட்டுமே. இந்த 'ஊரைகள்' எனப்படுவோர் யாரென்று பார்த்தால் மகாபாரதத்தில் சகுனியும், ராமாயணத்தில் நாரதனும், விவிலியத்தில் யூதாசும்தான் எடுத்துக்காட்டுகளாகத் திகழ்வார்கள்.

இம்மூவரின் கோள்மூட்டுதலின்பால் வரலாற்றில் அநேக நன்மை தீமைகள் நிகழ்ந்ததாக நம்பப் படுகிறது.

உண்மைகளின் உறைகற்கள் அவர்கள்தாம். எல்லா சாதிகளிலும், மதங்களிலும் இவர்களின் பங்கு அளப்பரியது. அம்மாதிரியான ஒரு அமாவாசைதான் நானும்... பின்பொருநாள் நான் காட்சித் தொடர்பியல் படிப்பேனென்று தெரிந்தோ என்னவோ கடவுள் என்னை ஒரு ஊடகமாக, அதாவது செவிவழி கோள்மூட்டியாகப் படைத்திருந்தார். ஒளிக்கு முந்தையதானது ஒலி என்பதைக் கருத்தில் கொண்டால் நான் ஒரு சிறிய அளவிலான 'சகுனி' என்பது உங்களுக்குப் புரியும்.

பால்ய காலத்திலேயே வீட்டுக்குள் சிண்டு முடித்து விடுவது என்னுடைய பிரதான பொழுதுபோக்கு. பெற்றோர்களிடத்தில் சண்டை மூட்டுவது, சகோதரத்துக்குள் செய்வினை வைப்பது போன்றவை எனது முக்கியக் குறிக்கோளாக இருந்த பட்சத்தில் நான் மகிழ்ச்சியில் ஆகாயத்தில் மிதந்தேன்.

ஒருமுறை நான் அந்த அறையில் வீற்றிருந்ததைக் குறித்து அறியாத என்னுடைய பாட்டி என் அம்மாவைக் குறித்து பக்கத்து வீட்டுக் கிழவியிடம் சொன்ன வார்த்தைகள் இவைதான்,

"மொவள காலே....ஜி வரைக்கும் அனுப்பி படிக்க வச்சேன்! என்னத்துக்கோ? கொஞ்சங்கூட கோளாறில்லையே! வெவரம்'னா கிலோ என்ன வெல'ன்னு கேக்கக் கூடிய அளவுக்குதான் இருக்கா! ஒரு கூறுவாறு கெடையாது! செவத்த கொப்பனுக்க கொணத்த அறியாண்டாமா?"

"ஆல்ரைட்! கண்டெண்ட் ரெடி!" என்று எண்ணிக்கொண்டு பாட்டி தந்த கொளுக்கட்டைகளைத் தின்றுவிட்டு எழுந்தேன். பாட்டி சொன்னதுதான் உண்மையென்றாலும் கூட இதை எப்படி இவள் சொல்லலாம்? இரு கெழவி! ஒனக்கு இன்னிக்கி பாடயக் கெட்டுகனா இல்லியான்னு பாரு!' என மனதுக்குள் கருவினேன்.

நேராக அம்மாவிடம் போய் நின்றுகொண்டு பாட்டி கூறிய மேற்'கோள்'களை ஒரு அச்சரம் பிசகாமல் எடுத்துரைத்ததில் தாய்க்கும், மகளுக்கும் மிகப்பெரிய பெகளம் நிகழ்ந்தது. "ஒற்றனைக் கொன்றால் ஒற்று கிட்டாது" என்ற சர்வதேச சண்டை விதிப்படி அம்மா என்னைக் காட்டிக் கொடுக்கவில்லை.

ஆனாலும் கிழவிக்கு ஒரு சந்தேகம், ‘பத்து வயசுப் பாப்பச்சன் கோளு சொல்லிருக்க மாட்டான்! இந்தப் பக்கத்து வீட்டு சுந்தரவல்லி முண்டதான் சொல்லிக் குடுத்துருப்பா! அடியே ஊர லெவுண்டி!’ என்று பக்கத்து வீட்டு கிழவியிடம் சண்டைக்குப் போனாள். ஒரே நாளில் இரண்டு போர்களுக்கு வித்திட்டதில் எனக்கு அளவில்லாத ஆனந்தம்.

அதன்பின்பாக பாட்டியும், அம்மாவும் ஒருவருக்கொருவர் பேசிக் கொள்ளவில்லை, தாத்தாவும், பாட்டியும் ஒருவருக்கொருவர் முகத்தை வெட்டிக் கொண்டு அலைந்தார்கள். பெரியம்மா அம்மாவுடன் பேசிக் கொள்வதைத் தவிர்த்தாள். அத்தனையும் என்னுடைய வாய்ங்கர்யம்.

‘மாற்றத்தை முதலில் நம் வீட்டிலிருந்துதான் துவங்க வேண்டும்’ என்ற கொள்கையினடிப்படையில் நான் எனது எல்லையை விரித்துக் கொண்டேன். வீட்டிலுள்ள அனைவரின் வாய்களையும் ஜப்தி செய்துவிட்டு தெருவுக்குள் குடிபுகுந்தேன்.

தொடர் கண்காணிப்பில் திண்ணையில் இருந்து ஊர்வம்புகள் மற்றும் வெட்டிக் கதைகளை அலம்பியவர்கள் அனைவரும் சம்மந்தப்பட்டவர்களிடம் சிக்கிச் சீரழிந்தார்கள். சிலநேரங்களில் ஜன்னலுக்கு பக்கத்தில் அமர்ந்து வேவு பார்த்தேன். கள்ளக் காதல் ஜோடிகள் கொஞ்சம் பேர் அகப்பட்டார்கள். எனக்கு வியப்பு தாளமுடியவில்லை.

‘ராணி காமிக்ஸில் தோன்றும் ஜேம்ஸ்பாண்டுதான் எத்தனை மதிப்பிற்குரியவர்?’ அவருடைய வேலையும் என்னுடைய வேலையும் கிட்டத்தட்ட ஒன்றுதான் என்பதில் எனக்கு பெருமை பிடிபடவில்லை. ‘அதுவரையில் ஒருவரும் என்னைக் கண்டுபிடித்து விடவில்லை’ என்பது இன்னும் பெருமையாகிப் போனது.

இப்படியாக என்னை நிரூபிக்க வேண்டிய நாள் ஒன்று வந்தது. கோலப்பன் மாமனின் மனைவி செல்லம்மாள் ஒருநாள் கிணத்தடியில் வளையோசை சலசலக்க வளையல்காரனிடம் சிலுசிலுத்ததை கோலப்பனிடம் நான் இவ்வாறு ஒப்பித்தேன்.

“மாமா! மத்தியானம் நான் கிணத்தடிக்குப் போனேனா! அப்போ மாமியப் பாத்தேன்! அவுக அந்த வளையலு கொண்டு வருவாருல்லா அந்த கணேசண்ணே? அவுருகிட்ட மாமி கொணட்டிக் கொணட்டிப் பேசிட்டிருந்தா! அப்பறமா இந்த ஸ்டிக்கர் பொட்ட கெணத்து செவுருல மறந்து விட்டுட்டுப்

போயிட்டாவ! இத மாமிகிட்ட குடுத்துருங்க மாமா!" என்றவாறே அந்த ஸ்டிக்கர் பொட்டை அவரிடம் கொடுத்தேன். கோலப்பனின் முகத்தில் கோபத்தின் ரேகைகள் விழுந்தன.

'மத்தியான வேளை! கிணத்துமூடு! வளையல்காரன்! ஸ்டிக்கர் பொட்டு! பிசியான உரையாடல்! காம்பினேசனே சரியில்லையே?' என்று அவர் எண்ணியிருக்கக் கூடும். அத்தையின் மண்டையில் மாவுக்கட்டு இருந்தது.

"என்னா பேச்சு பேசுவ? இனி பேசு பாப்பம்!" என்றவாறே மனதுக்குள் கொந்தளித்தேன். செல்லம்மா என்னிடம் வந்து, "அந்த பொட்டு யாருக்கடே?" என்று கேட்டதற்கு நான், "அந்த ஸ்டிக்கர் பொட்டு என்னுடையதுதான்" என்றேன்.

அவள் என்னைக் கொல்ல வந்து விட்டாள். நான் விடவில்லை, "என்னய தொட்டூன்னா நாளைக்கி மாமாகிட்ட போயி, மாமா! மாமி அந்த பால்காரங்கிட்ட கெடந்து கொணாட்டிட்டு கெடந்தா! நா எங்கண்ணால கண்டேன்'னு சொல்லிருவெம் பாத்துக்கா!" என்றவுடன் அவள் என்னை அடிக்கும் முடிவை கைவிட்டாள்.

போதாக்குறைக்கு மாமா அடுத்தநாள் அந்த வளையல்காரனைக் கூப்பிட்டு *Mother of light* (தாய் + ஒளி) என்று விளித்து சட்டையைப் பிடித்து ரெண்டு அப்பு அப்பவே, வளையல்காரன் கொடுத்த பிராதுவின் பெயரால் கோலப்பன் மாமா லாக்கப்புக்குள் கைதி வேடம் தரித்தார். இந்த மூவருமே எனக்கு ஒரு வகையில் உபத்திரவம் கொடுத்தவர்கள்தாம். அதனாலேயே அவர்களுக்குத் தண்டனை கொடுத்திருந்தேன்.

குற்றம் 1: நான் பள்ளிக்கூடத்துக்குப் போகாமல் ஒளித்து தண்டவாளங்களில் திரிந்ததை என் வீட்டில் சொல்லிக் கொடுத்து என்முதுகில் அப்பாவின் கைரேகைகளைப் பதியச் செய்தவன் கோலப்பன் மாமன்தான்.

குற்றம் 2: எங்கள் தென்னந்தோப்பில் இருந்த கட்டையான தென்னைமரத்தில் யாருக்கும் தெரியாமல் ஏறி அடிக்கடி இளநீர் திருகுவது எனது வழக்கம். அப்படியொருநாள் நான் மரத்தின் உச்சியில் இருந்தபோது செல்லம்மா அத்தை போட்ட கூச்சலில் மரத்தின் பிடியைக் கைவிட்டு வயல் சேற்றில் விழுந்தேன். என்னுடைய தடம் வயலில் பதியக் காரணமாக இருந்த அவள் அதோடு நில்லாமல் என்னுடைய இளநீர்க் களவு குறித்து பாட்டியிடம் சொல்லி ஒரு சீரழிவுக்குக் காரணமாக இருந்தாள்.

குற்றம் 3: பள்ளித் தோழிக்குப் பரிசளிப்பதற்காக நான் வளையல் கொள்முதல் செய்ததை அந்த வளையல்கார ஓந்தான் என் அம்மாவிடம் வந்து விளம்பிவிட்டான்,

"எக்கா! மொவன் பத்து ருவாய்க்கி வளையல் வாங்குனானே யாருக்கு? இந்த வயசுலயே வளைப்பு காரியங்கள்! பாத்துகிடுங்க!"

என்று கூறி மாலையில் நான் வீடு திரும்பும் போது என்னுடைய படத்துக்கு மாலை போடக் கூடிய அளவுக்கான காரியத்தைச் சத்தமில்லாமல் செய்து விட்டுப் போயிருக்கிறது பயபுள்ளை. வீட்டில் அம்மா கேட்டாள்,

"வளையல் யாருக்கு வாங்குன?"

"எனக்குதான்... யாங் கேக்கேள்?"

"ஓனக்கா? அப்புடியே கொஞ்சம் பூவும் வாங்கி தலைல வச்சிக்கிட்டு போக வேண்டியதுதானே?"

"பூக்கட தூரம்லா?"

"செவிக்குருத்த பேக்குறதுக்கு முன்னால சொல்லிரு! வளையலு யாருக்கு வாங்கிக்குடுத்த?"

"அது அக்காளுக்குல்லா வாங்குனேன்!"

"ஓ அப்புடியா? எங்க கொண்டா பாப்போம்!"

"அத பள்ளிக் கொடத்துல எவனோ களவாங்கிட்டான்!"

"பொய் சொன்னன்னா மூஞ்ச புடிச்சி தரைல ஓரசிருவேம் பாத்துக்கா! வளையல் வாங்குகதுக்கு உங்கிட்ட யாதுடே பைசா?"

"அப்பா தந்தாரு!"

அவ்வளவுதான்.... அப்பாவின் அத்தியாயம் தொலைந்தது.

"இந்த மனுஷன் வரட்டும்... சின்னப் புள்ளைகளுக்கு பைசா குடுத்து நாசமாக்காதேயும்'னு ஓராயிரம் தடவ சொல்லியாச்சி! இன்னிக்கி இருக்கு எட்டாங்கொடை!"

எனக்குத் தெரியும்... அப்பா அம்மாவிடமிருந்து எல்லாவற்றையும் பெற்றுக் கொண்டு கடைசியாக என்னிடம்தான் வந்து நிற்பார். அதனால் நான் சீக்கிரம் தூங்கி விட்டேன். அம்மாவிடம் ஆராசனை கேட்டு வாங்கிவிட்டு என்னை எழுப்பினார். நான் எந்திரிக்கவில்லை.

‘தூங்குபவரை எழுப்பலாம்! ஆனால் தூங்குவது போல நடிப்பவரை?’

அதன் பின்னாக நான் குசும்பு சொல்வதில்லை. மாறாக பத்திரிக்கைத் துறையில் பணி கிடைத்துவிட்டது.

ஒலிகளை நீங்கள் சாமானியமாக நினைத்துவிடலாம். ஆனால் அவைகள் பொல்லாதவைகள். ‘ஜீவனும் மரணமும் ஒருவனுடைய நாவின் பிரதியுத்திரத்தில் உள்ளது!” என்று விவிலியம் சொல்கிறது.

‘புகைப்படத்தில் இருக்கும் பண்டங்களை நீங்கள் உண்ண முடியாது’ என்றாலும்கூட, “தீயென்றால் வாய்சுடுமா?” என்று கேட்போரிடம் ஒன்றை மட்டும் சொல்லிக் கொள்கிறேன், “பேசாத வார்த்தைக்கு நீ எஜமான்! பேசிய வார்த்தை உனக்கு எஜமான்!” என்று சொல்லி புளகாங்கிதம் அடைகிறீர்கள் அல்லவா? ஜெய்ஸ்ரீராம் சொல்லாத ஒரு சிறுவனை எதற்காக அந்தக் கேடுகெட்ட சங்கிச் சப்பாத்திகள் அடித்துக் கொன்றார்கள்? பேசிவிடாத அந்த ஒற்றை வார்த்தை அந்தச் சிறுவனின் ஜீவனையும் மரணத்தையும் தீர்மானித்து விட்டதே? கடவுள்கள் சேர்ந்து அந்த உயிரை அநியாயமாகப் பறித்துக் கொண்டு விட்டார்களே?”

உலகிலுள்ள எல்லாத் தொட்டிப் பயல்களையும் படைத்துக் காத்து வருவதாக நீங்கள் நெம்பும் கடவுளால் தன்னைக் காப்பாற்றிக் கொள்ளத் தெரியாதா முட்டாப் பயல்களே? தன்னைக் காப்பாற்றிக் கொள்ள முடியாத ஒருவனுக்கு நீங்கள் கடவுள் என்று உன்னதப் பெயரிட்டால் உங்களைப் போன்ற காட்டுமுட்டாப் பயல்களை எங்காவது காண முடியுமா?

இதையே நான் சொன்னால் ஃப்ராடு என்று சொல்வான்கள்! இதனால்தான் இப்போதெல்லாம் வாயைச் சுற்றி மயிர்முள்வேலி (பிரெஞ்சு தாடி) அமைத்து வைத்திருக்கிறேன். வார்த்தைகள் தப்பித் தவறிக்கூட வெளியில் வந்து விழுந்து விடக் கூடாதல்லவா?

மண்டைக்கு மதவெறி பிடித்த மாக்களே! உங்களைக் கடவுள்கள் காப்பாற்றட்டும்!

கோலப்பனுடே ராவுகள்

நேதாஜி சுபாஷ் சந்திரபோஸ் மீது மிகுந்த அபிமானம் கொண்டவர் கோலப்பன் மாமா. நான் ஒன்பதாம் வகுப்பு படித்துக் கொண்டிருந்த சமயத்தில் ஒருநாள் மாமா என்னை விளித்துக் கேட்டார்,

“மருமோன! கார்த்திக தேட்டர்ல நேதாஜின்னு ஒரு படம் போட்டுருக்கானாம்! சரித்திரப் படமாம்! சாயந்தரம் பர்ஸ்டோ(*First Show*) போவோம் வாறியா?”

நான், “இண்டர்வெல்ல ஐஸ்கிரீமு மூணண்ணம் வாங்கித் தருவியா மாமா?”

“அது வாயா இல்லன்னா வடச்சட்டியா? ஒரு மனுசனுக்கு ஒரு ஐசு பத்தாது! இல்லியாடே?”

“நா வரல! நீ ஒத்தக்கி போ மயிறாண்டி!” என்று நான் சொல்லவும், “கோவிக்காதடே! மாமா வாங்கித் தாரேம்’னு சொல்லுகம்லா!” என்று சரண் புகுந்தார்.

அந்தப் பட்த்தில் நேதாஜி சுபாஷ் சந்திர போசாக நடிகர் சரத்குமார் நடித்திருப்பதாகச் சொல்லிக் கொண்டவர் என்னை வண்டியில் அமர வைத்து வழிநெடுகக் கதை சொல்லிக் கொண்டே வந்தார்.

“நம்ம நேதாஜி இருக்காருல்லா பெரிய வீரனாக்கும்! ஆனானப் பட்ட ஹிட்லருக்க தோள்பட்டைலயே கையக் குடுத்து இழுத்தவருன்னா சாமானிய காரியமா? சும்மயா மாமன் ஒரு ஆளுக்க படத்த ஃப்ரேம் போட்டு நடுவூட்டுல மாட்டுவேன்?”

“வீரன்’னா எப்புடி மாமோய்?”

“அப்புடிக் கேளு! வெள்ளக்காரங்கண்ணுலயே வெரல உட்டு ஆட்டுன மனுசனாக்கும்!”

“அவுரு கண் டாக்டரா மாமா?”

கோலப்பன் சடாரென வண்டியை நிறுத்தி, தலையைத் திருப்பி என்னை ஒரு பார்வை பார்த்தார். நான் பக்கத்தில் நடந்து போய்க் கொண்டிருந்த அழகான பெண்ணொருத்தியைப் பார்த்துக் கொண்டிருந்தேன்.

“ஏல! நா என்ன சொல்லுகேன்? நீ என்னடே கேக்க? நேதாஜி தனியா ஒரு படையே வச்சி வெள்ளக்காரனுவகிட்ட பெகளம் வச்ச ஆளாக்கும்! பூரா வெள்ளக்கார பெயலுவளும் அவுரக் கண்டு பயந்து போயில்லாக் கெடந்தானுவ!”

அந்தப் பெண் என்னைக் கடந்து சென்று கொண்டிருந்தாள்.

மாமாவுக்கு சலிப்பு. “இந்த வயிசுலயே இப்புடி திரியி? பாக்கப் பார்வையிலயே அந்தக் குட்டி பத்துப் புள்ள பெத்துருவா போலுக்கே? வீட்டுல எனக்கும் ஒரு மொவ இருக்கா? பாத்துப் பதனமா காப்பாத்திக்கிடணும்!”

“ம்க்கும்! ஒம்ம மொவள பாத்துட்டாலும்... சக்கப் பழங்கெணக்கா!”

“என்னது? சக்கப் பழமா? இருல... ஒனக்கு அவளக் கெட்டி வச்சி ஒன்னய பழி வாங்குகேன்!”

“ஓமா அந்த கொலவாடல கெட்டிட்டுத்தான் மறுவேலை! வண்டிய எடும்! லெட்டர் சீன்ல இருந்து பாத்தத்தான் படம் புடிகெடைக்கும்!”

கோலப்பன் வண்டியைக் கிளப்பினார். தியேட்டரில் கடுமையான கூட்டம். கவுண்டரில் மண்ணள்ளி வீசினால் மண் கீழே விழாது! அவ்வளவு நெருக்கடி! ‘இன்னைக்கி படம் பாத்தது மாதிரிதான்...!’ என்று மனம் சோர்ந்து போனது.

மாமா என்னிடம் வந்து, “தேட்டரு மேனேஜரு நம்ம ஃப்ரெண்டுதாங் கேட்டியாலே! நீ இங்கன நின்னுக்கா! நாம்போயி மேனேஜரப் பாத்து டிக்கட்டு எடுத்துட்டு வந்துருகேன்!” என்றவாறே நேராக நடந்து போனார். நானும் அவரது பின்னால் போனதை அவர் கவனித்திருக்கவில்லை. உள்ளே போய் ஏதோ பேசினார். உள்ளிருந்து சத்தம் கேட்டது,

“மேல ஆப்பரேட்டர் ரூம்புல போயி டிக்கெட்டு கேளுமாவோய்! டிக்கெட்டு என்ன இங்கயா விக்கி? டிக்கெட்டு வேணும்னா கவுண்டருல போயி கேளும்!”

மாமா வியர்வையைத் துடைத்தபடி வெளியே வந்து நான் அங்கே நிற்பதைக் கண்டு அதிர்ச்சியில், "ஏல இங்கல்லாம் நீ யாம்டே வந்த? ஒன்னய அங்கல்லா நிக்கச் சொன்னேன்?"

அவரது முகம் காப்பிக் கப்பில் விழுந்த வெட்டுக்கிளி மாதிரி இருந்தது.

நான் மெதுவாக அவரிடம், "டிக்கெட்டு கெடச்சா மாம்ஸு?"

"அதுவந்து... அது... ஆங்... மேனேஜரு தூங்கிக்கிட்டுக் கெடக்காராம்! புதுப்படம்லா ரிலீசு? ராத்திரிப் பூரா இந்தப் பயலுவ கட் அவுட்டு வச்சிருப்பானுவல்லா! காவலுக்கு ராமுச்சூடும் பூதங் காத்துருப்பாரு..? அதாஞ் சடவுல கெடந்து ஒறங்குவாரா இருக்கும்!"

"தூங்குகது இருக்கட்டும்! டிக்கெட்டு வாங்கப்போறம்னு சிலுப்பிக்கிட்டு போனீருலா? டிக்கெட்ட எங்கயோ?"

"அது... அது வந்து! இது புது மேனஜராக்கும்! நம்மள பரிஜயம் கெடையாதுல்லா! அதாம் என்னைய அவுருக்கு லேவ தெரில போலுக்கு!"

"உள்ளுக்கயிருந்து கவுண்டருல போயி டிக்கெட் கேளும் ஓய்'னு சவுண்டு கேட்டு?"

"ஆமா கவுண்டர்லதானே டிக்கெட்டு கிட்டும்?"

"அப்ப கவுண்டருக்குப் போவாம இங்க என்ன மயித்துக்கு வந்தீரு?"

"மேனேஜர் பிரெண்டுல்லா? ஒரு எட்டு பாத்துட்டு போவோம்'னு வந்தேன்!"

"அப்புறம் என்ன மயித்துக்கு மேனஜரு தூங்குகாருன்னு சொன்னீரு?"

"இல்ல தூங்கிட்டே பதில் சொன்னாரு!"

"வேற என்ன சொன்னாரோ?"

"கவுண்டர்ல போய் டிக்கெட் கேளுங்க கோலப்பன் சார்! நா ஆளு சொல்லி உடுதேன்'னு சொன்னாரு!"

"ஆள எங்க?"

"இனிதாம் வருவாம் போலுக்கு?"

"ஆனா எனக்கு அப்புடி கேக்கலியே?"

“ஏல கோம்பப் பயல! வெளிய நின்னு ஒட்டு கேட்டுருக்க இல்லியாடே?”

“ஒட்டு கேக்கத வுடவும் தப்பு பொய் சொல்லுகது! தெரியுமா ஓய் ஒமக்கு?”

கோலப்பன் மாமா பதில் பேசவில்லை. கவுண்டருக்குள் கடுமையான நெருக்கடி. சற்றும் யோசிக்காத கோலப்பன் மாமா சடாரென ஒரு அவசர நிலையைப் பிரகடனப் படுத்தினார். கொஞ்சமும் யோசிக்காமல் அந்தக் கம்பிகளின் மேல் ஏறி வரிசையில் நின்று கொண்டிருந்த ஆட்களின் தலைக்கு மேலாக நடந்தார்.

‘என்னடா இது? மாமன் திடீர்’னு கொரளி வித்தையெல்லாங் காட்டுகானே!’ என்ற வியப்பில் நான் அங்கே நின்று கொண்டிருந்த ஆட்களின் கால்களுக்குள் புகுந்து ஊர்ந்து செல்ல ஆரம்பித்தேன். அப்போதுதான் அது நடந்தது.

கூட்டத்தில் ஒருவரது கீழ் தாடையில் கால் வைத்து மாமன் நடந்ததில் அந்த ஆசாமி அரண்டு போய்க் கத்தி, தன்னுடைய இடுப்பிலிருந்த பிச்சுவாக் கத்தியை எடுத்து, மாமனைக் குறி பார்த்து வீசவே கத்தியானது குறி தவறி, தரையில் தவழ்ந்து வந்து கொண்டிருந்த என் கையில் கிடைத்தது. நானும் மாமனைக் காப்பாற்றும் நோக்கில் அந்தக் கத்தியை எடுத்து அதை வீசியவனின் கையில் சொருகினேன். அவசரத்தில் அவனது கையில் கத்தியைக் கொடுக்க முடியாததால் அந்தத் திடீர் ஏற்பாடு.

அவன் வலியில் கதறி சத்தம் போட்டான். நானும் மாமாவும் மின்னல் வேகத்தில் உடனடியாகக் குதித்து கவுண்டரைவிட்டு வெளியில் வந்து டீக்கடையில் ரெண்டு டீ சொல்லி விட்டு அமர்ந்து கொண்டோம். குத்து வாங்கியவன் ரத்த வெள்ளத்தில் வெளியில் வந்து தன்னைக் குத்தியவர்களைத் தேடினான். நாங்கள் அவனருகில்தான் அமர்ந்திருந்தோம்.

கவுண்டருக்குள் கோலப்பன் ஆகாய மார்க்கமாகச் சென்றதாலும், நான் பூமிக்குள் தரையோடு தரையாக ஊர்ந்து சென்றதாலும் அவனால் எங்களை அடையாளம் கண்டு கொள்ள முடியவில்லை. ரத்தத்தைப் பார்த்தால் அலர்ஜியாகி மயங்கும் வியாதி அவனுக்கு இருந்திருக்க வேண்டும். மயங்கி விழுந்தான். நானும் மாமாவும் கொஞ்ச ஆட்களும் சேர்ந்து அவனைத் தூக்கிச் சென்று ஆட்டோவில் ஏற்றி ஆஸ்பத்திரிக்கு அனுப்பி வைத்தோம்.

மாமா சொன்னார், "வெட்டுக்குத்திய எடுத்தவனுக்கு வெட்டுக்குத்தியாலதாஞ் சாக்காலம்!"

"பைபிள் வசனத்தைத்தான் நாயி மாத்திச் சொல்லிருக்கு!" என்றவாறே மீண்டும் கஷ்டப்பட்டு கவுண்டருக்குள் நுழைந்து டிக்கெட் எடுத்துக் கொண்டு உள்ளே போய் அமர்ந்தோம். படத்தில் வெள்ளைக்காரனும் இல்லை! நேதாஜி சுபாஷ் சந்திரபோசும் இல்லை! ஆனால் படத்தின் நாயகனான சரத்குமார் திரையில் தடித்தனம் காட்டிக் கொண்டு திரிந்த வில்லன்களை அம்போவென விட்டுவிட்டு வெள்ளைக்காரி மாதிரி இருந்த கதாநாயகி லிசாரேவின் உதடுகளோடு போர் புரிந்தார். 'இது என்ன வகையான போராயிருக்கும்?' என்ற குழப்பம் எனக்கு எழுந்தது. மாமா என்னிடம் சொன்னார்,

"இது நேதாஜிக்க சின்ன வயிசு கதையா இருக்கும் போலுக்கு?"

"ஆனாலும் நல்லாத்தா மாமா இருக்கா!"

"ஆரடே சொல்லுக?"

"அந்தப் புள்ள!"

"திரையில நிக்காளே அவளா?"

"பின்ன... நா என்ன முன் சீட்டுல நீரு கால வச்சிக்கிட்டு சொரண்டிக்கிட்டு இருக்கீரே... அந்தப் புள்ளயவா சொல்லுகேன்?"

மாமா திடுக்கிட்டார், "ஏல இந்த இருட்டுக்குள்ள ஒனக்கு எப்புடிடே கண்ணு தெரியி?"

"ஒமக்கு காலு தெரியும் போது எனக்குக் கண்ணு தெரியாதா?"

"ஏலேய்.. மரியாத இல்லாம பேசுனன்னா பொரட்டிப் புடுவெம் பாத்துக்கா!"

"இப்பந்தா ஒருத்தன் கத்திக்குத்து வாங்கிட்டு ஆசுத்திரிக்கி போயிருக்கான்! ஞாவம் இருக்கா ஒமக்கு?"

மாமா என் வார்த்தைகளை உள்வாங்கிக் கொண்டார். படம் முடிந்து வரும்போது புரோட்டாவும் சால்னாவும் சாப்பிட்டு விட்டு வந்தோம். வீட்டுக்கு வந்தது வராததுமாக நான் அத்தையிடம் சொன்னேன்,

"எத்தே! செவம் படம் செரியில்ல! மாமா என்னவோ சரித்திரப் படம்'னு சொல்லிக் கூட்டிட்டு போனாவ! அங்க என்னடான்னா

பூரா புள்ளையளும் ஜட்டியும் பாடியும் போட்டுகிட்டு தரித்திரம் புடிச்ச மாதிரி லாத்துகாளுவோ! ஒண்ணும் உருப்புடாது! போதாக்கொறைக்கி மாமா காலக் கொண்டு முன்னாலருந்த புள்ளைக்க முதுகுக்கு பெயிண்டு அடிச்சிக்கிட்டு கெடந்தாரு!" என்று சொல்லிவிட்டு வீட்டுக்கு வந்து விட்டேன்.

அன்றிலிருந்து கோலப்பன் மாமா ஏன் திண்ணையில் உறங்கினார் என்பது எனக்குப் புரியவேயில்லை. புரியாத பிராயமல்லவா?

பறக்கும் படையில் கோலப்பன் – மின்னல் ஒரு கோடி

நான் பத்தாம் வகுப்பு படித்துக் கொண்டிருந்தபோது கோலப்பன்தான் என்னுடைய கணித ஆசிரியர். அந்தப் பள்ளியில் திடீர்த் திடீரென வருகை புரிபவர்களின் பட்டியலில் மாவட்டக் கல்வி அதிகாரிக்கு அடுத்தபடியாக என்பெயர் மட்டுமே இருந்தது. இதன் நிமித்தம் வகுப்பில் என்னுடைய சக மாணவர்களின் பெயர்கள் எதுவும் எனக்குத் தெரியாது.

அங்குள்ள மாணவர்களுக்குமே எப்போதாவது தெரியும் ஒரு வால்நட்சத்திரத்தைக் காண்பதுபோல அரிதாக என்னைக் கண்டு வந்ததால் என்னையும் அவர்களுக்குப் பரிச்சயம் இல்லாமல் போயிருந்தது. ஒரு சில ஆசிரியர்களுக்கும், தலை'மாய'ஆசிரியருக்கும் மட்டுமே என்னை அடையாளம் தெரியும். ஆனால் என் அப்பாவும், அம்மாவும் வாரத்திற்கொருமுறை தலைமையின் அழைப்பின் பெயரில் பள்ளிக்கு வருவார்கள்.

“ஒனக்க மொவேன் ஒருத்தன் இங்க படிக்காம்'னு ஒனக்கு ஓர்ம இருக்கா?” என்பார் தலைமையாசிரியர்.

“ஆமா சித்தப்பா!” என்பார் என்னுடைய அப்பா. அந்தத் தலைமையாசிரியர் என்னுடைய அப்பாவின் சித்தப்பா. அதனால்தான் என்னை அந்தப் பள்ளியில் சிறப்பு விருந்தினராக அத்தனை காலமாக வைத்திருந்தார்கள்.

தலைமையாசிரியர் அப்பாவிடம், “அவன இங்கனக்குள்ள கண்டு காலம் கொறைய ஆவுகே?”

அப்பா தலைமையிடம், “அவன நாங் கண்டே ரொம்ப காலமாவுகு! செவம் எங்க போகு எங்க வருகுன்னே தெரியலை!”

“பாத்து மக்கா! பத்தாங்கிளாசாக்கும்... மனசுலாச்சா? அட்டெண்டன்ஸ் இல்லைனா ஹால் டிக்கட் குடுக்க வுட மாட்டானுவோ! அதுலயும் இந்த கோலப்பன் எரப்பாளிப் பயல் இருக்காம்லா? அவனுக்கும் ஒம்மொவனுக்கும் எட்டாம் பொருத்தமாக்கும்!”

“கோலப்பனா? அந்த நாயிக்கி என்ன சோக்கேடு?”

“அட... ஒம்மொவனுக்க டெஸ்குல மத்த ‘தடியடி டுமுக்கான்’ புஸ்தகத்த எவனோ கொண்டுபோயி வச்சிருக்கான்! அது கோலப்பனுக்க கைல சிக்கிருக்கு!”

“அதுக்கு?”

“ஒம்மொவன்தான் அதக் கொண்டாந்தாம்னு கோலப்பன் என்கிட்ட வந்து பராதி சொல்லிக்கிட்டு நின்னான்! அதுக்கு நா அவங்கிட்ட, அந்தப் பயல்தான் ஒழுங்கா பள்ளிக்கொடத்துக்கே வர மாட்டானே? அவன் எப்புடி கொண்டாந்து வச்சிருப்பாம்’னு கேட்டேன்! கோலப்பன் விடாப்புடியா நின்னான்! ஆனா அந்தப் புஸ்தகத்த மாத்திரம் எனக்க கண்ணுல காட்டலை!”

“சரி நா வேணும்னா கோலப்பங்கிட்ட கேட்டுப் பாக்கேன்!”

“எது அந்த புஸ்தகத்தயா?”

“வே சித்தப்பா...!”

“செரிடே! கோவப்படாத!” என்று சொல்லி அப்பாவை வழியனுப்பி வைத்திருக்கிறார் தலைமையாசிரியர். வீட்டுக்கு வந்து அப்பா எனக்கு வெள்ளாவி வைத்தார். அடுத்தநாள் நான் பள்ளிக்குப் போக, கோலப்பன் அந்தப் புத்தகம் குறித்து என்னிடம் கேட்க, நான் கோலப்பனைத் தள்ளைக்கி விளிக்க ஒரே பெகளமாகி விட்டது. மறுநாளும் என்னுடைய அப்பா பள்ளிக்கு வரவழைக்கப் பட்டார்.

காலையில் அப்பா பள்ளிக்குப் போய் தலைமையாசிரியரின் முன்பாக அமர்ந்திருக்க, நானும் பத்துப் பதினைந்து நண்பர்களுமாக சக்கரவர்த்தி தியேட்டரில் பிரபுதேவா நடிப்பில் வெளிவந்த ‘வி.ஐ.பி’ படத்தைப் பார்க்க மினிசக்ரவர்த்தி தியேட்டரின் சீட்டில் அமர்ந்திருந்தோம்.

படம் துவங்கி ஓடிக்கொண்டிருந்தது. விண்டேஜ் விஸ்கியின் ஃபுல் பாட்டிலைப் போல இருந்த சிம்ரனும், பத்மநாபபுரத்துக்

கோட்டையின் பலாமரத்தடியில் செய்த தூண்களைப் போன்றிருந்த ரம்பாவும் எங்களை இருக்கையில் அமரவைத்து மூர்ச்சையடைச் செய்திருந்தார்கள்.

திடீரென தியேட்டருக்குள் நாலைந்துபேர் நுழைந்து எல்லார் முகத்திலும் டார்ச் அடித்துக் கொண்டே வர நாங்கள் அதிர்ச்சியடைந்தோம். அதுதான் கோலப்பனின் தலைமையிலான நான்குபேர் கொண்ட 'தீவிரத் திரைவெறியர் வேட்டைக்குழு'. பள்ளிக்கு வராமல் படம் பார்க்கச் செல்லும் அயோக்கிய மாணவர்களைத் தியேட்டருக்கே சென்று ஆசிரியர்கள் பிடிக்கும் மாநில அரசின் கீழ்வராத திட்டத்தின் கீழ்வரும் கல்வித்துறை அறியாத குழு அது.

வழக்கமாக பலான படம் ஓடும் தியேட்டர்களுக்குத்தான் இந்தக்குழு செல்லும். அங்கு மட்டும் என்ன விசேஷமென்றால் படம் முடியும் வரைக்கும் படம் பார்த்துவிட்டு முடிந்தபின் மாணவர்களை அள்ளுவது. பிட்டுப் படமும் ஓசியில் பார்த்துவிடலாம்! அரைநாள் வேலைக்கு மட்டம் போட்டதும் ஆச்சி!

கோலப்பனின் அன்றைய திட்டம் வேறு. நான் கண்டிப்பாக அங்குதான் இருப்பேன் என்பது கோலப்பனுக்குத் தெரியும். என்னைக் கையும், சினிமாவுமாகப் பிடித்து துவைத்து விட வேண்டும்.

ஆனால் விதி வேறுவிதமாக கோலப்பன் குழுவுக்கு விபூதி அடித்தது. திரையில் தெரிந்த ரம்பாவின் அழகான தொடைகளை கோலப்பன் குழுவினர் மறைத்ததால் படம் பார்த்துக் கொண்டிருந்த ரவுடிகள் கொஞ்சம் பேர் வெகுண்டெழுந்து கோலப்பனையும் குழுவிலுள்ள கோந்தன்களையும் குமுறத் துவங்கினார்கள். சட்டைகள் கிழிந்த நிலையிலும் கோலப்பனின் குழுவினர் எங்களைப் பிடிக்கத் தீவிரம் காட்டி எங்களை மீண்டும் இருட்டுக்குள் தேடினார்கள்.

நாங்கள் சீட்டுக்கு அடியில் ஒளிந்து கொண்டோம். சரியாக கோலப்பன் என் தலைக்கு மேலாக வரும்போது நான் தலையைத் தூக்கி ஓட முயற்சிக்க, என்னுடைய கபாலம் கோலப்பனின் கவட்டைகளுக்கிடையில் சரியாக மோத 'ணங்' என்ற சப்தத்தோடு கோலப்பனின் கோழி முட்டைகள் தகர்ந்து தரையில் வீழ்ந்தது. அப்போது திரையில் பிரபுதேவா சன்னமான குரலில் பாடத் துவங்கினார்.

“மின்னல் ஒருகோடி எந்தன் உயிர் தேடி வந்ததே! ஓ ஓ... ஹோ... லட்சம் பல லட்சம் பூக்கள் ஒன்றாகப் பூத்ததே!”

கோலப்பன் சத்தமாக, “எவம்ல அது பலவட்.....ற தா...ளி!” என்று ஊளையிட, நான் திரையில் ஒரு உதட்டு முத்தக் காட்சியைக் கண்டு மெய் சிலிர்த்து நின்றேன். சிம்ரன் அந்த முத்தத்தை வாங்கிக் கொண்டு கண்களில் நீர் ததும்ப பிரபுதேவாவைப் பார்த்து ‘ஐ லவ் யூ!’ என்று சொல்ல, கோலப்பன் மீண்டும் சத்தமாக, “கொம்மய... ளியள்ளா... ஒங்க ஒருத்தனையிஞ் சும்ம வுட மாட்டம்ல!” என்று ஒப்பாரி வைக்க, திரையில் பிரபுதேவா பெருங்குரலெடுத்துக் கதறத் துவங்கினார்.

“உன்ன்ன் வா.............ர்த்தை...... தே................ன் வார்த்ததே......................!”

காதல் பெருக்கெடுத்துக் கத்துவது வேறு! காடைமுட்டைகள் உடைபடும்போது எழும் கூக்குரல்கள் வேறு என்பதை யாரறிவார்?

கோலம்மாள் கண்ட சர்ப்பம்

கோலம்மாளைக் கைத்தாங்கலாகக் கொண்டு வந்து வீட்டில் கிடத்தியிருந்தார்கள். அந்த சாதனத்தின் நீளமும், தடிமனும் அவளது மனக்கண்ணை விட்டு அகலவில்லை. அப்படியொன்றை அவள் இதுவரையிலும் கண்டதில்லை. கோலம்மாளை எல்லாரும் இப்படி அழைத்தார்கள்.

"எட்டீ கோலம்! ஏ கோலம்ம...! எம்மோ கோலோ...! ஏளா கூலம்!"

மொழிகள் மீதும், அதன்பால் எழும் ஒலிகள் குறித்த உவகை கொண்டோர் ஒருபடி மேலே போய் அவளை இவ்வாறு அழைப்பார்கள்.

"ஏளா க்வாலம்!"

கோலம்மாளின் கணவக் கனவான் இவ்வாறுதான் அழைப்பதுண்டு. அந்த ஒலியின் வெளிப்பாட்டில் ஒரு எசப்பானிய மொழியின் சாயல் இருப்பதாக ஒருமுறை பாஸ்டர் மோட்சதாஸ் ஆலயத்தில் திருவாய் மலர்ந்தார். அதிலிருந்து செல்லப்பன் கோலம்மாளை அழைக்கும்போது வெறும் 'ஏளா'வோடு நிறுத்திக் கொண்டார். எசப்பானிய மொழியை எகத்தாளம் செய்வானேன்?

கோலப்பனின் தகப்பன்முறை அத்தைதான் கோலம்மாள். தன்னுடைய அக்காளின்பால் கொண்ட அன்பால் கோலப்பனின் தகப்பன் அழகுமணி தன்னுடைய மகனான கோலப்பனுக்கு 'கோலப்பன்' என்ற நாமத்தைச் சாத்தியிருந்தார். கோலம்மாள் நல்ல அழகான முகவெட்டைக் கொண்டிருந்ததால் அவளது இளமைக் காலத்தை கோழி செல்லப்பன் ஆக்கிரமணம் செய்து தன்னுடைய வாழ்க்கையையே கோலத்தின் பெயரில் எழுதிவைத்து கடிமணம் புரிந்து கொண்டார்.

இடையில் இரண்டு மூன்று அப்பன்கள் வந்து போயிருந்தாலும் கூட செல்லப்பனையே தன்னுடைய நிரந்தர அப்பனாகக் கொண்டு வாழ்ந்தாள் கோலம்மாள்.

அன்று காலையில் தெம்பாறை குளத்தில் தம்பதி சமேதராய்க் குளிக்கச் சென்ற செல்லப்பனும், கோலம்மாளும் படித்துறையில் இறங்கினார்கள். வழக்கமாக கோலம்மாள் துணி துவைக்கும்போது செல்லப்பன் குளத்தில் குளிக்கும் பிற பெண்களின் மேனிகளைக் கண்களால் நீராட்டுவது வழக்கம்.

ஊரிலுள்ள பெண்கள் தங்களுக்கு உடை தைக்க வேண்டுமானால் திட்டுவிளையிலுள்ள திரவியம் டெய்லர்கடைக்குச் செல்ல வேண்டிய அவசியமில்லை. துணியெடுத்து செல்லப்பனின் கையில் கொடுத்து விட்டால் போதுமானது. அத்தனைபேரின் அவய அளவுகளும் செல்லப்பனுக்கு அத்துப்படி. யாராவது ஒருத்தியின் உடல் அளவுகள் ஏறியிறங்கியிருந்தாலும் செல்லப்பன் எச்சரிக்கை விடுப்பதுண்டு.

எடை கூடியவர்களிடம், "எட்டீ தீவனத்த கொறச்சி முழுங்கு! சோத்துப் பான கணக்கா வீங்கி விறுவிறுத்துறாத! கழுத்து எங்க இரிக்கி! கவட்ட எங்க இரிக்கின்னு வெளாங்கயில!" என்றும், உடல் மெலிந்தவர்களிடம், "எம்மா எள்ளோல தின்னாம்! ஆளே மெலிஞ்சி சில்லாட்ட கணக்க நிக்கிய? எளவுல புடிச்சி நாட்டுக்கதுக்கு செத்தோல கறி வேண்டாமா தேகத்துல?" என்றும் சொல்லுவார்.

அன்று கோலம்மாள் துணியை அலசிக் கொண்டிருக்கும்போது அவளது கால்களில் சர்ப்பம் ஒன்று சப்தமில்லாமல் ஏறிக் கொண்டிருந்ததைக் கண்டு கோலத்துக்கு சலிப்பு வந்தது.

"இந்த மனியன் குளிக்க வந்த எடத்துலயும் சும்ம கெடக்க மாட்டங்கானே! செவனேன்னு கெடயும் ஓய்!" என்று தட்டிவிட்டாள், சர்ப்பமானது தன்னுடைய வாழைமரமேறும் முயற்சியில் முதலில் தோற்று கீழே விழுந்து மீண்டும் முயற்சித்ததில் கோலத்துக்குக் கோபம் வந்தது.

"ஓய்... பேயாம கெடக்க மாட்டியா நீ? சுத்தி ஆளுக குளிக்காண்டாமா? இங்கயும் வந்து சாதனத்த வச்சிக்கிட்டு கெடக்க மாட்டீரா?"

என்று சொல்லிக் கொண்டே வழக்கத்தை விட அதிகமாக இருந்த பாம்பின் நீளம் கோலத்தை உறுத்த குளத்தைத் திரும்பிப் பார்த்தால் செல்லப்பன் அங்கே தூரத்தில் நீந்திக் கொண்டிருந்தார்.

மேலே வரைக்கும் ஏறின ஐந்தடி நீள சாரைப்பாம்பு கோலத்தின் அழகில் சொக்கித் தெறித்தது. கோலம்மாள் மயங்கி படித்துறையிலிருந்து குளத்துக்குள் பாய்ந்தாள். தன்னுடைய மனைவி வழக்கமாக குளத்தில் இப்படியெல்லாம் குட்டிக்கரணம் அடித்துக் குளிப்பதில்லை என்பதை ஆழத்தில் இருந்த செல்லப்பன் உணர்ந்து கரைக்கு நீந்தி வந்தார். மனைவி மயக்கமடித்துக் கிடந்ததைக் கண்டு முதலில் சிரிப்பு வந்தாலும் பின்னர் துக்கமடைந்தது போல முகத்தை வைத்திருந்தார். முகத்தில் குளத்து நீரை அடித்து மயக்கம் தெளிய வைத்ததும், கோலம்மாள் சொன்ன முதல் வார்த்தை,

“யாத்தா! பாம்பூவ்வ்!”

அவளுக்கு முன்பாக படித்துறையின் கீழ்படிக்கட்டுகளில் குனிந்து நின்றிருந்த செல்லப்பனின் கால்களுக்கிடையில் கையைக் காட்டி கோலம்மாள் சொன்னதால் செல்லப்பனுக்கு குழப்பம் வந்து விட்டது.

“என்னட்டீ! புதுசா பயப்புடுக! என்னவோ பாக்காதத பாத்த மாதிரி?”

கோலம்மாள் சொன்னது உண்மைதான். அந்தப் பாம்பானது கோலம்மாளின் கோணத்தில் செல்லப்பனின் கால்களுக்கிடையில் சற்று தூரத்திலிருந்த குளத்து நீரில் மிதந்து கொண்டிருந்த ஆகாயத் தாமரையில் வீற்றிருந்தது. மீண்டும் கோலத்தின் முகத்தில் தண்ணீர் அடிக்கப் பட்டதும் கோபத்தில் கோலம்மாள் தன்னுடைய வாய்க்குள் இருந்த நீரைப் பீய்ச்சியடித்த படியே,

“ப்ர்ர்ப்....பூ.....ம்பு வோய்!”

செல்லப்பனுக்கு கோபம் வந்து விட்டது. “என்னட்டி அனாவசியம் பேசுக?”

“வே செல்லப்பம் மச்சா! தொவர்த்த கொஞ்சம் கீழ எறக்கிக் கெட்டுமாவோய்! கண்ணு பீசடிச்சிறாம! பொறத்தால பொம்பளையாளு நின்னு குளிக்காண்டாமா? அக்காவே பயப்புடுகாள்ளா?”

தண்ணீரில் நீந்திக் கொண்டிருந்த குமாரி செல்லப்பனின் பின்பாகம் குறித்த எகத்தாளத்தை ஏறெடுத்தாள். ஏனைய பெண்கள் கெக்கலிப்பாக சிரித்தார்கள். செல்லப்பன் அசரவில்லை.

"ஓசில பாத்தல்லா! பைசா எடுட்டீ!"

"ஆமா இவுரு பெரிய ஜீவாஜி கிணேசம்லா! பைசா குடுத்து பாக்கியதுக்கு! இந்தா கொளத்துல கெடக்கிய ஆம கூட பாக்க அந்தஸ்தா இருக்கும்! பெருசா கொண்டுகிட்டு நடக்கியாரு! கோலம்மக்காதான் பாத்து கண்ணு நெறஞ்சி நிக்கணும்! செவத்த!"

"ஆமாட்டி! ஒனக்கு ஆமையக் காட்டுகதுக்கு சம்மந்தக்காரவிய கொறத்தியர முக்கு வரைக்கும்லா வரிசைல நிக்கானுவ! மோறைய கண்டுட்டாலும்! நாணலு கூட நிமுறாது! கோஞ்சட்ட மூஞ்சி மண்டச்சி! அத்தானுக்க மினுக்கத்த பாக்கணும்னா குடுத்து வச்சிருக்கணும்ளா!"

செல்லப்பனும் விடாமல் எதிர் தாக்குதல் நடத்தினார். இந்த சம்பாஷணைகளைக் கேட்டுக் கொதித்த கோலம்மாள் செல்லப்பனை அதட்டினாள்.

"இங்க ஒருத்தி மரங்கணக்கா சாஞ்சி கெடக்காளே! என்னானு கேக்காம சின்னப் புள்ளையளுகிட்ட நீட்டிக்கிட்டு நிக்கீரு?"

"நீ யாம்ட்டீ கெடந்து சளம்புக? படித்தொறையில மலந்து கெடந்துகிட்டு கவுட்டைக்கெடையில கைய நீட்டி பாம்பு, பூம்புங்கியதனாலதானே இவுளுவ பரியாசம் அடிக்காளுவோ?"

"அந்தா தாம்புல கெடக்கு அஞ்சடி நீளத்துல? கண்ணத் தொறந்து பாரும்!"

மீண்டும் பெண்கள் சத்தமாக சிரித்தார்கள். "அஞ்சடி நீளமாமே?" மரகதத்துக்கு சிரிப்பு பொத்துக் கொண்டு வந்தது. குமாரி முங்கு நீச்சல் அடித்து நீரின் ஆழத்தில் போய்ச் சிரித்தாள்.

செல்லப்பனுக்கு மீண்டும் குழப்பம். தலையைத் திரும்பி அந்த ஆகாயத் தாமரையைக் கண்ணுற்றார். ஆனால் அந்தப் படுக்காளிப் பாம்பு இம்முறை தலையைத் தாழ்த்தி செடிக்குள் ஒளிந்து கொண்டது. பெண்களை மட்டுமே இனம் காணும் காதல் வகைப் பாம்பாக அது இருந்திருக்க வேண்டும். இந்தப் பாம்புகள் எப்போதுமே இப்படித்தான் , அவை மகுடிகளைக் கண்களால் காண்பதை வெறுத்த வண்ணமே நடமாடுகின்றன.

“நெஞ்சு படபடப்பாக இருக்கிறது” என்று கோலம்மாள் சொல்லவே வீட்டிற்குக் கைத்தாங்கலாகக் கொண்டு வந்து திண்ணையில் கிடத்தினார்கள். பயந்து போயிருந்த கோலம்மாளுக்காக ஜெபிக்க மாலையில் பாஸ்டர் மோட்சதாசை வரவழைத்திருந்தார்கள். பாஸ்டர் சொன்ன வார்த்தைகளானது,

“ஆதியிலிருந்தே பெண்டிரானவர்கள் அரவங்களினால் வஞ்சிக்கப் பட்டுக் கொண்டேயிருக்கிறார்கள்! ஆகவே பெண்களே! நீங்கள் சர்ப்பத்தினிமித்தம் சற்று எச்சரிக்கையாயிருங்கள்!”

குமாரி செல்லப்பனிடம் கிசுகிசுத்தாள், “வேய் மச்சா! சாமியாரு ஒம்மத்தாஞ் சொல்லுதாரு! பத்திரமா வச்சிக்காரும்!”

“கொஞ்சம் நம்ம வாழத்தோப்பு வரைக்கும் வாரியாம்மோ? மச்சானுக்க அவையானக் காட்டுகேன்! காணுகதுக்கே ரெசமாயிருக்குங் கேட்டியா?”

“ஆமா! நாங் காணாததல்லா காட்டப் போறீரு? போவீரா அந்தாக்குல? அவையானாமே?”

பாஸ்டர் செல்லப்பனையும் குமாரியையும் ஓரக்கண்ணால் பார்த்தவாறே சத்தமாகச் சொன்னார், “இறைவா! நீர் உம்முடைய மந்தையின் ஆடுகளையும், கோழிகளின் கூடுகளையும் கண்ணயராமல் பார்த்துக் கொள்வீராக! ஆம்மே......ன்!”

<u>என்சைக்கிளோபீடி</u>

தாம்பு - ஆகாயத்தாமரை

அவையான் - வயல் பெருச்சாளி

படுக்காளி - விளங்காத பயல்கள்

தொவர்த்து - துண்டு அல்லது டவ்வல்

கவுட்டைக்கெடையில - கால்களுக்கிடையில்

பரியாசம் - பரிகாசம் அல்லது கிண்டல்

கோலப்பனின் கம்பு விளையாட்டு

மின்சாரம் அதிகளவில் புழக்கத்தில் இல்லாத எழுபதுகளில் சம்சாரங்கள் அதிகமாகப் புழங்கப் பட்டதால் மக்கள்தொகையின் எண்ணிக்கை அதிகரித்ததைக் குறித்து அரசாங்கம் கவலை கொண்டது. மன்னராட்சிக் காலம் ஒழிந்து சொற்பகாலமே ஆகியிருந்த காலகட்டமானதால் ராஜியத்திலுள்ள ஆண்மார்களின் மனைவிமார்களது எண்ணிக்கை பன்மைக் கணக்கிலேயே இருந்ததும் ஒரு முக்கியமான காரியம். 'ஒரு கல்லுக்கு ஒரு கொத்து மாங்காய்' என்ற விகிதத்தில் ரேஷன்கார்டுக்கு எக்ஸ்ட்ரா ஷீட் கேட்க வேண்டிய சூழல்.

தற்சமயம் கல்லறைகளில் வசிக்கும் அந்தக் காலத்துப் பேரழகிகள் தங்களது பக்கத்துக் கல்லறைகளில் படுத்துக்கிடக்கும் பாழடைந்த கருஞ்சாமட்டைப் பயல்களின் நிமித்தம் நிதமும் பாடல் பெற்றதால் வருடத்துக்கிரண்டு பிள்ளைகளைப் பெற்று வீச வேண்டிய சூழல் ஏற்பட்டிருந்தது. 'ஊர் வாயை எங்ஙனம் உலை வைத்து மூட முடியும்?' என்ற குழப்பத்தின் இறுதியில் ஊர்க்குழாயை ரப்பர் வைத்து மூட முடிவு செய்தது அரசாங்கம். அதுதான் 'நிரோத்' என்னும் காலத்தின் அளவுகோல்.

ஆனாலும் காலனின் நீளத்துக்கு ஏற்ற நீரூற்றை அடைக்கும் உறையை காலபைரவர்களுக்கு செயல்முறை விளக்கத்தில் காட்டவேண்டிய நிர்பந்தம் அன்றும், இன்றும், என்றும் இருப்பதை நாம் ஒத்துக் கொள்ளத்தான் வேண்டும்.

'காய்ச்சல் பரிசோதனைக்குக் கொஞ்சம் சாம்பிளுக்கு மலம் வேண்டும்' என்ற மருத்துவமனையின் வேண்டுகோளுக்கிணங்க ஒரு ஹார்லிக்ஸ் பாட்டில் முழுவதிலும் நிறைத்துக் கொண்டு போய் ரத்தப் பரிசோதகரை மூர்ச்சையடைய வைத்த வரலாற்று ஒவ்வாமைகள் ஒவ்வொரு நூற்றாண்டிலும் கோடிக்கணக்கில் வாழ்ந்தார்கள், வாழ்கிறார்கள், இன்னும் வாழ்வார்கள்.

இப்போது அரசாங்கத்தின் முன்னால் இருந்த ஒரே கேள்வி என்னவென்றால், 'இந்த நிரோத் என்னும் முடிவுக்கு வரவைக்கும் முடிவில்லாப் புத்தகத்துக்கு எவ்வாறு 'அணிந்துரை' எழுத வேண்டும்?' என்பதுதான். கால்சட்டை அல்லது மேல்சட்டை என்றால் அணிந்து காட்டலாம். மக்கள் தொகை நெருக்கத்தின் மூலம் உலகத்தையே ஆட்டிப் படைக்கும் கொடுங்'கோலன்'களின் சட்டையை எவ்வாறு அணியப் பயிற்றுவிப்பது?

ஒவ்வொரு ஊருக்கும் ஒரு பயிற்சியாளர்கள் சிறப்பான முறையில் மக்கள்தொகைப் பெருக்க வாசலின் மூடுவிழா பணிக்கு பயிற்சியளிக்கப் பட்டு ஆயுத ஒழிப்புத் திட்டத்தை செயல்முறை விளக்கம் காட்ட ஆயத்தப் படுத்தப் பட்டார்கள். அவர்களது வேலை என்னவென்றால் ஒவ்வொரு வீட்டின் ஆண் அவயவங்களை விளித்து "அந்த ரப்பரினாலான மெல்லிய சாதனத்தை எவ்வாறு அணிந்து கொள்வது?" என்ற செயலை செய்முறையோடு விளக்குவதே...

ஒரு நீண்ட குச்சியில் அந்த உறையை மாட்டி 'இவ்வாறுதான் இந்த சாதனைத்தை உபயோகிக்க வேண்டும்' என்று விளக்க ஆட்பட்டார்கள். 'அந்த விளக்கங்கள் அனைத்தும் தங்களுடைய காமத்துப்பால் அத்தியாயத்துக்கு எவ்விதமான பாதிப்பையும் ஏற்படுத்தாது!' என்பதை மண்டையர்களும் ஒருவாறாகப் புரிந்து கொண்டதை முன்னிட்டு பயிற்சியாளர்கள் நிம்மதி அடைந்தார்கள். அரசும் இந்தச் செய்தி கேட்டு மகிழ்ச்சியடைந்தது.

அடுத்த இரண்டு ஆண்டுகளில் வழக்கத்தை விட 'இரவுநேர சுகமளிக்கும் கூடுகை'களின் விகிதம் அதிகரித்து பூமியில் புதிய மலர்கள் அதிகளவில் பூத்துக் குலுங்கியதில் அரசாங்கம் அதிர்ந்து குலுங்கியது. மறுபடியும் ஆட்களை ஒவ்வொரு வீட்டுக்கும் அனுப்பி 'ரேண்டம் சாம்ப்ளிங்' முறையில் 'எங்கே தப்பிதங்கள் நிகழ்ந்தன' என்று கணக்கெடுப்பு நடத்தியது. ஆய்வின் முடிவில் இந்தியாவில் கோலப்பன்கள் மட்டுமே அதிக அளவில் வாழ்வதைக் கண்ட அரசு தங்கள் குடிமக்களால் தங்களுக்கு வேப்பிலை அடிக்கப்பட்டதை அறிந்து கொண்டது.

அரசாங்கம் நடத்திய ஆய்வில் தாங்கள் வழங்கிய நிரோத் என்னும் சாதனம் ஊர்களிலுள்ள மரக்கிளைகள், வீட்டின் உத்திரங்களிலுள்ள நீண்ட கம்புகள், கோமாதாவின் கொம்புகள், உலக்கை, சப்பாத்திக் கட்டைகள், கழுதைகளின் கால்கள், விறகுக்கட்டைகள் என ஏதோவொரு வகையில் ஒரு நீண்ட வடிவிலான சாதனங்களில் மாட்டப் பட்டிருப்பதைக் கண்டு பிடித்தார்கள். தாங்கள் கொடுத்ததை

எங்கெல்லாமோ விதைத்தவர்கள், விதைக்கப் படவேண்டிய இடத்தில் விதைக்காதது குறித்த துக்கம் பீறிட்டது.

அப்போதுதான் இன்னமும் பூமியில் நியாண்டார்தால் இனம் நீடித்து வருவது குறித்த இறுதி அறிக்கை தயார் செய்யப் பட்டு காமாந்தகக் காரர்களின் கொட்டத்தை அடக்கும் வகையில் அரிசி, பருப்பு போன்ற எளிய பொருட்களை வழங்கி சிறிய அளவிலான அறுவை சிகிச்சை செய்யப்பட்டு மக்கள்தொகைக் கட்டுக்குள் கொண்டு வரப்பட்டது.

இப்போதும் அப்படித்தான்... கொள்ளை நோயால் ஊரே சகலத்தையும் அடைத்துக் கொண்டு கிடக்கும்போது மக்களை மகிழ்ச்சிக் கடலில் ஆழ்த்தும் வகையில் அரசாங்கம் கேளிக்கை நிகழ்ச்சிகளை வாரம்தோறும் தயாரித்து வழங்குகிறது. முதல் பாகத்தில் ‘கையைத் தட்டவும்’ என்று உத்தரவிட, பாரத மாக்கள் அனைவரும் கையைத் தவிர தகரடப்பா, மேளதாளம், வீட்டு கேட்டுகள், கதவுகள் முதற்கொண்டு பக்கத்துவீட்டுக் கிழவியின் பிருஷ்டம் வரையில் தட்டி மகிழ்ந்து கொண்டாடியது.

இரண்டாம் பாகமாக ‘தீப ஒளிப்பந்தம் ஏற்றி ஒன்பது மணித்தியாலத்திலிருந்து ஒன்பது நிமிடத் தியாலம் வரைக்கும் தியானித்தால் கொரோனாவை வென்று விடலாம்!’ என்ற உத்தரவைத் தொடர்ந்து கொரோனா அரக்கன் என்றொரு கற்பனைக் கதாபாத்திரப் புனைவுப் பொம்மை ஒன்றை உருவாக்கி வழிபட்டு சொக்கப்பனை கொளுத்தி, கரிச்சட்டி, அண்டா, எருமை மாடு, குடிசைகள் என்று ஒன்றையும் விடாமல் கொளுத்திக் கொண்டாடியது இந்த நியாண்டர்தால் இனம்.

சப்பாத்தி ஒருவர் கடுமையாக இருமியதின் நிமித்தம் அரசாங்க மருத்துவமனைக்கு அள்ளிக் கொண்டு போகும் வழியில் அவர் உதிர்த்த முத்துக்கள் இதோ,

“நம்பள் ஜோதி ஏத்தி நம்ஸ்கார் செஞ்சாச்சு! கொரோனா மேரா பால் பி உக்கட் நஹி சக்தா!”

“விளக்கு ஏத்தியாச்சி! கொரோனா எனக்க மயித்தக் கூடப் புடுங்காது!” என்று நீஷ பாஷையில் சொல்லிய அந்த டெட்பாடியை நேராக மார்ச்சுவரிக்கே கொண்டு சென்று விடும் பாங்கில் தூக்கிப் போனார்கள்.

இதோ இன்று கோலப்பன் பாடுகிறார், கேளீரோ மித்ரோன்!

பின் தெரே சனம்! மர்கயா கே ஹம்! ஆஃபீவ் மேரி ஜிந்தாகி!

கோலப்பனின் டும்கான்

கோலப்பன் மாமா அப்போது போலீசாக இருந்தார். 'ஸ்டேசனில்தான் போலீஸ்! வீட்டில் பல்லி! யார் வேண்டுமானாலும் நசுக்கலாம்! என்பது போன்ற வாழ்வியல் முறை அவருடையது. ஒருமுறை அவர் வடசேரி பேருந்து நிலையத்தில் கக்கூசுக்கு சென்றபோது எவனோ ஒரு களவாணிப் பயல் அவருடைய லத்திக் கம்பையும், தொப்பியையும், பெல்ட்டையும் தூக்கிக் கொண்டு ஓடிவிட யூனிஃபார்ம் கழண்டு போனது.

நான் டியுசனுக்கு போகும் வழியில் அவரைச் சந்தித்தேன். அவர் வீட்டுத் திண்ணையில் உட்கார்ந்திருந்தார். மெல்ல பேச்சு கொடுத்தேன்.

"என்ன கிளி மாமா? வேலையளுக்கு போவலியா? (கோலப்பனுக்கு கிளி என்றொரு பெயருண்டு, கிளி என்றால் அதற்கொரு கிளைக்கதை உண்டு)

கோலப்பன் சோகத்தில், "இல்லடே பாப்பச்சா! வேணும்னே எனக்க லத்திக்கம்ப களவு எடுத்துருகானுவ மக்கா! டிப்பார்ட்மெண்டுல எனக்க மேல நெறைய கண்ணு வுழுந்துட்டு! எங்க ஸ்டேசன்ல ஏட்டு பேரின்பம்'ன்னு ஒரு செவம் கெடக்கு! அவனுக்கு நெறைய மோடுமுட்டி பயல்களோட சகவாசம் உண்டு! அந்த எரப்பாளிப் பெயலுக்க வேலையாத்தான் இருக்கும்!"

வீட்டிற்குள் இருந்து செல்லம்மா அத்தையின் சத்தம், "ஆமா இவுரு பெரிய சேதுபதி ஐ.பி.எஸ்ஸு! எல்லாருங் கண்ணு வைக்கிதாவ! போவும் ஓய் அந்தால! ஒரு லத்திய பத்தரமா வைக்க கூறு கெடையாது கூய்மோனுக்கு! பேசுதாம் பேச்சி மயிரு! இவுனுவதான் இந்த ஊர பாதுகாக்கானுவளாம்...!"

மாமா லேசாகக் கண்சிமிட்டினார், "அவ கெடக்கா மக்கா சூம்புன மூஞ்சி முண்ட!

(அப்போது அவரது குரல் மலரினும் மென்மையாக இருந்தது. சப்தம் வெளியே கேட்டால் கோலப்பனின் புகைப்படம் ஊதுபத்தி சகிதம் சுவற்றில் மாட்டப்பட்டுவிடும்)

கோலப்பன் சடக்கென்று குரலை உயர்த்தி, "எளா மருமோவன் வந்துருக்காம்லா! அதான் அவங்கிட்ட பேசிகிட்டிருக்கேன்...!"

"யாரு! அந்த பாப்பச்சன் செத்த பெயலா? அது ஒரு வெளங்காத செவம்! டியுசனுக்கு போற நாயிக்கி ஒம்மகிட்ட என்ன பேச்சி மண்ணாங்கட்டி வேண்டி கெடக்கு? அவங்கூட சேந்தீருன்னா ஒமக்கு கடைசி வரைக்கும் திண்ணை தேய்ப்புதான்! அந்த நாய அடிச்சிப் பத்தி உட்டுட்டு உள்ளாற வாரும்! உள்ளி உரிக்கணும்!"

எனக்கு வியர்த்து விட்டது. 'இந்த நாயாலதான் நம்மள அந்த செல்லம்மா செறுக்கியுள்ளை தந்தைக்கி விளிக்கா? இதுக்கு அந்த டியுசன் வாத்தியானே பரவால்ல! கிளம்பிருவோம்!' என்று கிளம்பிய போது கிளிமாமா சொன்னார்,

"டீசன் முடிஞ்சி வரும்போது இங்கன வா மர்மோன! மாமேன் ஒனக்கு அண்டி லாரி களவு போன கதய சொல்லுகேன்!"

"எதுகு மறுவுடியும் தள்ளக்கி விளி கேக்கதுக்கா? போவும் ஓய் அந்தால! வீட்டுக்குள்ள ஒருத்தி கரகர'ன்னுட்டு கெடக்காள்'லா? அவகிட்ட போயி ஒமக்க குண்டி லாரி களவு போன கத மயித்த சொல்லும்... எனக்கொரு மயிருந்தேவையில்ல!"

நான் புலம்பிக் கொண்டே டியுசனுக்கு போனேன்.

அங்கு வாத்தியாரும் கொஞ்சம் கடுமையாக நடந்து கொண்டார். "டீவ்சனுக்கு வாரதே லேட்டு! இதுல பொம்பள புள்ளையளுகிட்ட பாடு வேற? இன்னும் பத்து நிமிசந்தான் இருக்கு! அதுக்குள்ள என்னத்த படிச்சி நொட்டுவானோ? வூட்டுல தொல்ல தாங்காம இந்தச் செவங்கள இங்க பத்தி வுட்டுருகது! இவுனுவோ இங்க வந்து கெடந்துட்டு நம்ம சீவன வாங்குவானுவோ? போ... அந்த முக்குல போயி கெட!"

நான் பெண் பிள்ளைகளிடம் பேச அநேகம் காரண காரியங்கள் உண்டு. அழகான கண்களோடு புளிச்சங்காய், மாங்காய், புளிப்பு மிட்டாய் வகையறா பண்டங்கள் வைத்திருப்பாள்கள். காந்தக் கண்ணழகியாள்களிடம் மென்மையாகப் பேசி அவைகளைக் கவர்வதில் எனக்கு நாட்டம் அதிகம்.

‘இப்புடி பப்ளிக்’ல பொம்பளப் புள்ளைககிட்ட வச்சி நம்மள ஏசிட்டானே ஊசி மூஞ்சன்? அதுக என்னையப் பத்தி என்ன நினைக்கும்?’’

நானும் மனதுக்குள் அவனை கடுமையாக வசை பாடி விட்டேன். எங்களைப் படிக்கச் சொல்லி விட்டு அந்த வாத்தியான் செவம் தட்டுக்குப் பீடி குடிக்கச் சென்று விடும். அப்புறம் பூராவும் நமக்குக் கதைகள் பேசவும் புளிப்பு ஐட்டங்கள் சாப்பிடவுமே நேரம் சரியாக இருக்கும்.

மாதத்தின் முதல்நாள் டியுசன் ஃபீஸ் கொடுக்கும் அன்று மட்டும்தான் வாத்தியானது முகம் சிரித்த மேனிக்கு இருக்கும். ஏனைய நாட்களில் எல்லாம் பேதிக்கட்டு வந்த மாதிரியே முகத்தை வைத்துக் கொண்டு அலையும் அவனுக்கு நாங்கள் வைத்திருந்த பெயர் ‘நரிச்ச’.

நரசிம்மராவின் ரத்தினச் சுருக்கமே நரிச்சை.

அன்று டியுசன் முடிந்து வீட்டுக்கு வந்தேன். அப்போது கோலப்பன் மாமா கிணற்றில் நீர் இறைத்துக் கொண்டிருந்த போது வாளியைக் கிணற்றில் தவற விட்டதற்காக இவ்வாறு அழைக்கப்பட்டார்.

“கோணப் பெயலுக்குப் பெரந்தயல! ஒரு வாளிய ஒழுங்கா போட்டு தண்ணி கோரத் தெரியல கோச்சாளப் பெய! ஒனக்கெல்லாம் போலீசு பணியிம் ஒரு கேடு?”

கேட்டது யாருமில்லை... கோலப்பன் மாமாவின் தெய்வத்தாய் புய்ப்பம். அப்படியே வாயில் வெற்றிலை ஒழுக என்னிடம் திரும்பிய புய்ப்பம்,

“இங்க என்ன அவுத்து போட்டா ஆடுகா? வாயப் பொளந்துகிட்டு வேடிக்க பாத்துட்டு நிக்க? போல தூர!”

கோலப்பன் மாமா அவசரமாக தன்னுடைய தாயைத் தடுத்து, “எம்மா! சும்மா இரி! அவஞ் சின்னப் பையம்லா! பாப்பச்சா! நீ போ மக்கா! போயி........ அந்தப் பாதாளக் கரண்டிய எடுத்துட்டு வா என்னா! வாளிய எடுக்கணும்!”

அப்போது எங்கள் வீட்டில் மட்டும்தான் பாதாளக் கரண்டி உண்டு. எனக்குக் கோபம் பொத்துக் கொண்டு வந்து விட்டது,

“இன்னா நிக்கால்லா ங்கொம்ம புய்ப்பம்! அவள தூக்கி கெணத்துல வீசும்! பாதாளக் கரண்டிய நாளைக்கி எடுத்துட்டு வந்து பாடிய எடுக்கலாம்!” என்று சொல்லிவிட்டேன் .

கிழவியும் விடவில்லை, “பாத்தியாலே வெசத்த கக்குகத! நீ என்னவோ சின்ன நொள்ளைன்னு சொன்னியே? குடிச்ச பாலு ஒரட்டுல காயல! அதுக்குள்ள வாய நீட்டுகத பாத்தியா?

நானும் கிழவியோடு சண்டையிட்டேன். “போளா அந்தால! பெரிய இவ? கெழட்டுச் செவத்த... எட்டிட்டு குறுக்குல சமுட்டிருவெம் பாத்துக்கா? ஒனக்க வாய் மயித்த எல்லாம் ஓம் மாப்ள அழகுமணிகிட்ட வச்சிக்கா! எங்கிட்ட காட்டுனன்னா வாயில வெடிய பத்த வச்சிருவேன் ஆமா!”

“போல..... தொட்டிப் பெயலே!”

“போட்டீ.... கோட்டிக் கெழவி!”

அடுத்த நாள் டியுசன் லீவு என்று அறிந்தோம், டியூசன் வாத்தியான் மாடியிலிருந்து தவறி தண்ணீர்த் தொட்டிக்குள் விழுந்து கையை முறித்துக் கொண்டதாகச் சொன்னார்கள். நாங்கள் எல்லையில்லா மகிழ்ச்சிக்கு ஆட்பட்டோம்!

ஒருசில நாட்களில் கோலப்பன் மாமா மீண்டும் பணியில் சேர்ந்தார். நாகராஜாகோவில் சந்திப்பில் ஓவர் ஸ்பீடில் வந்த ஒரு ஆளை மறிக்கப் போயிருக்கிறார். ஒரு டிவிஎஸ் ஃபிப்டியால் எத்தனை கிலோமீட்டர் வேகத்தில் போய்விட முடியும்?

வண்டியில் பிரேக் பிடிக்காமல் அந்த ஆள் கோலப்பனை தன்னுடைய வண்டியில் ஏற்றி முனிசிபாலிட்டி அலுவலக சந்திப்புச் சாலையில் இறக்கி விட்டிருக்கிறான். சுமார் பத்து மீட்டர் தூரம். கிட்டத்தட்ட கோலப்பனைச் சாலையில் படுக்க வைத்திருந்தான். மாமா அமர்ந்து பயணித்தது அந்த வண்டியின் முன்சக்கர மட்கார்டில்.... அவனால் மாமாவின் கவட்டைக்கிடையில் ஏற்றிதான் வண்டியை நிறுத்த முடிந்திருக்கிறது. மாமாவின் லத்தி காயம்பட்டதில் மீண்டும் விடுமுறை கிடைத்தது.

லத்திகளால்தான் ஆண்டாண்டு காலங்களாக இந்த ஜனநாயகம் மிகப்பெரும் ஆபத்தைச் சந்தித்துக் கொண்டேயிருக்கிறது.

“லத்தியை லாத்தினார் மாந்தர்தம் லத்தி
புத்தியைப் பேணாஅ தவர்.”

கிளியோ கோலப்பன் பாட்ரா

கோலப்பனிடமிருந்து அழைப்பு வந்திருந்தது.

"என்ன மருமே! என்னய பத்தி ஏதோ எழுதிருக்கியாமே? ஓங்கொளுந்தியா கெடந்து பரியாசம்பண்ணி கீக்கீரி வைக்கா? என்னத்தடே எழுதிருக்காம்னு கேட்டேன்! நீயே படிப்பா'ன்னு எனக்கு அனுப்பி வுட்டா! எனக்கு ஒரு எழவும் வெள்ங்க மாட்டக்கி! (மறந்துட்டா மாதிரி நடிக்காராம்) எழவு எழுதணும்னு முடிவு பண்ணியாச்சி! கொஞ்சம் யோசன செஞ்சி எழுதப்புடாதா? மாமா என்னன்ன வீர தீர காரியெமல்லாஞ் செஞ்சிருக்கேன்! அதுகள எழுதலாம்? கோட்டிக் கார பெயல்... ஏதெல்லாமோ எழுதிட்டு திரியிதியே?

"நீரு அப்புடியென்ன சாதிச்சிக் கெடந்தீரு? எழுதுகதுக்கு?"

"எடே என்ன இப்புடி கேட்டுட்டா? அந்த கொளத்துக்குள்ள வுழுந்து கொக்கு புடிச்சானே நாவலிங்கம்? அவனுக்க பொணத்த யாரு தூக்குனா? மாமந்தானே?"

"எது? ஃபயர் என்ஜின்காரேன் வரதுக்குள்ளால நீரு கொளத்துக்குள்ள சாடி, சங்கிலி பாசி காலச் சுத்தி சாவப் பாத்தீரு! கடசீல ஓம்மளயே பயர் சர்வீசுகாரனுவதானே காப்பாத்துனானுவா! இல்லையின்னா அன்னைக்கே ஊருல ரெண்டு துட்டி உழுந்துருக்கும்! போதாக் கொறைக்கி நாவலிங்கத்துக்க பொணத்த தண்ணிக்குள்ள பாத்து பயந்து காலோடயும், கையோடையும், வாயாலயும் வயித்தாலயும் போச்சி! வடசேரி பள்ளில போயி மந்திரிச்சி தாயத்த கயத்துல கெட்டி கூட்டிட்டு வந்ததெல்லா மறந்துட்டா மாமோ? இது ஒரு சாதன மயிரு இல்லியா ஓய்?"

"ம்க்கும்.... இந்த எக்காளத்துக்கு ஒண்ணுங் கொறச்சலில்ல.... நீ நண்டு காணுங் கெடக்கும்போது நாந்தா ஒன்னய

தோளுல போட்டுகிட்டு நடப்பேன்! அந்த விசுவாசங் கூட ஒனக்கு இல்லையே செவமே?"

"வேய்! யாருகிட்ட கத அளக்கீரு? ஒமக்கு கலியாணம் ஆவும்போது எனக்குப் பத்து வயிசு! எங்கிட்ட நண்டு மாதிரி என்னத்தக் கண்டீரு?"

உண்மைதான்! மாமாவுக்குக் கல்யாணம் ஆகும்போது எனக்குப் பத்து வயது. அப்போது மாமாவுக்குப் போலீஸ் வேலை கிடைத்திருக்கவில்லை. அன்பே உருவானவர் கோலப்பன் மாமா. அப்போது ஒரு கம்பெனியில் வேலை பார்த்தார். வேலை முடிந்து வரும்போது பிரிட்டானியா பிஸ்கட்டெல்லாம் வாங்கிக் கொண்டு வருவார். நானும் தின்று விட்டு நான்கு கெட்ட வார்த்தைகளை அவரை நோக்கி வீசிவிட்டு வீட்டுக்கு வந்து விடுவேன். அவ்வளவு விசுவாசம்!

மாமாவின் அம்மா புய்ப்பத்துக்கும் எனக்கும் சதாசர்வகாலமும் பௌகளம்தான். என்னைக் கண்டாலே அவளுக்குப் பற்றி கொண்டு வந்துவிடும்.

ஒருநாள் செல்லம்மா அத்தைக்கும், புய்ப்பங் கிழவிக்கும் சண்டை வந்திருந்தது. கோபத்தில் கிழவி திண்ணையில் படுத்துக் கொண்டாள். மாமா சமாதானம் செய்து பார்த்தார். கிழவி மசியவில்லை.

"போலே போக்கத்த நாய! ஒம்பொண்டாட்டி என்னைக்கி சாவியாளோ அன்னைக்கித்தான் நா இந்த வூட்டு நடய சவுட்டுவேன்!" என்று கறாராக சொல்லிவிட்டதில் மாமாவும் சங்கடத்தில் வீட்டுக்குள் போய் படுத்துக் கொண்டார்.

பாதிராத்திரியில் கிழவி குளிரில் நடுங்கிக் கூச்சலிட்டிருக்கிறாள். கோலப்பன் மாமா பாவம் பார்த்து எழுந்துபோய் இருட்டில் பீரோவிலிருந்து ஒரு சேலையை எடுத்து தனது தாயின் பூதவுடலை மூடியிருக்கிறார்.

தண்ணீர் பிடிக்க அதிகாலையில் எழுந்த செல்லம்மா அத்தை, திண்ணையில் கிடந்த கிழவி தன்னுடைய திருமணப் பட்டுச் சேலையை மூடிக் கொண்டு சொகுசாகப் படுத்திருப்பது கண்டு கோபமடைந்து கத்தியிருக்கிறாள்.

"குழில போட்டு மூட பெட்டியெடுக்கிய காலத்துல, கெழவிக்கி குண்டிய மூடியதுக்கு காஞ்சீவரம் பட்டுச்சீல கேக்கா?"

கூச்சல் கேட்டுப் பதறி விழித்தெழுந்த கிழவி தன் மீது மூடியிருந்த பட்டுச் சேலையை எடுத்து சடுதியில் ஓடைக்குள் வீசிவிட்டுச் சொன்னாள்,

"இத மூடுனதுக்குப் பதிலா என்னைய மண்ணுக்குள்ளாற மூடீருக்கலாம்! த்தூ..."

பெரிய பௌகளமாகிப் போனது. மாமாவுக்கு இரண்டு பக்கங்களிலிருந்தும் வகை தொகையில்லாமல் மாத்து கிட்டியிருந்தது. ஆனால் இரண்டு தரப்பிலிருந்தும் ஒரே கேள்விகள்தான் எழுந்தன.

"எதுக்கு பட்டுச் சீலைய எடுத்து மூடுன?"

மாமா வெப்ராளப் பட்டு சொன்னார், "அந்த கிளி அன்னைக்கே சொல்லிச்சி! நாந்தாங் கேக்கலை!"

(பிளாஷ்பேக்)

கோலப்பன் மாமாவின் சொந்த ஊர் வள்ளியூர் பக்கம். 'வயது இருபத்தைந்தாகியும் மகனுக்குத் திருமணமாகவில்லையே?' என்ற ஏக்கம் புய்ப்பம் கிழவியை வாட்டியிருக்கிறது. தரகர்கள் ஒருமித்த குரலாக ஒலித்திருந்தார்கள்.

"ஒங்கம்ம புய்ப்பத்துக்க வாய்க்கி நாயி கூட ஒனக்கு பொண்ணு கெட்டித் தராதுலே மடமூக்கா!"

கோலப்பனின் கூடவே சுற்றும் நண்பர்களுக்கெல்லாம் திருமணம் முடிந்து, நான்கைந்து குட்டிகள் ஈன்றதைக் கண்டு கோலப்பனுக்குப் பொறாமை வரவில்லை, மாறாக அவரது நண்பர்கள் துக்கத்தில் ஆழ்ந்து போனார்கள்.

"நாமெல்லாங் கலியாணங் கழிச்சிட்டுக் கெடந்து கம்பா களிஞ்சி தத்தளிக்கும்போ இவெம் மட்டும் சந்தோசமா திரியானே ங்கொப்பாமுண்ட? இவனையும் ஒரு குழிக்காத்த நாட்டுனாத்தான் நமக்கு நிம்மதி!" என்ற உள்நோக்கில் இவ்வாறு ஊத்து வாசித்தார்கள்.

"சை! நம்ம சோக்காளிக்கி இன்னும் ஒரு பொந்து பொடவு கெடைக்க மாட்டேங்கே? கடசீல கவட்டைக்கெடையில புத்து மொளச்சிருமா?"

இது போதாதென்று ஊராரும் கோலப்பனின் துக்கத்தை அதிகப்படுத்திய வண்ணமிருந்திருக்கிறார்கள்.

“என்னடே கோலப்பா! கடசீ வரைக்கும் பெண்ணுவள கருவேல மரத்துல ஏறி கொளத்துப் படித்தொறையில பாத்தாத்தானுண்டு! இல்லியாப்போ? கையில ரேக இருக்கா? அழிஞ்சிட்டா? எழவு ஜாதகமும் பாக்க முடியாது போலுக்கே?” என்று கேட்கவே,

‘இதற்கு மேலும் கருவேல முள் குத்துவதைப் பொறுக்க முடியாது ஏசுவே!’ என்று கோபத்தில் மாமா எடுத்த முடிவு அசாத்தியமானதாக அமைந்து போயிருக்கிறது.

“கிளி ஜோசியம் பார்த்துவிடுவது!”

ஒரு கூண்டுக்குள் ஒரு பச்சைக்கிளியையும், குறைய சிகப்பு வர்ண சிட்டாக்களையும் தூக்கிக் கொண்டு வந்த ஒரு மனிதரின் முன்பாகப்போய் அமர்ந்திருக்கிறார்கள் மாமாவும் அவரது நண்பன் சில்லானும்...

மாமா ஜோசியரிடம், “ஐய்யா சோசியம் பாக்க துட்டு எத்தற பைசா?”

ஜோசியர், “பைசாவா? எந்த ஊரு கோணையம்டே நீ? ஓர்ரூவா குடுத்தாத்தான் கிளியே பொட்டிக்குள்ளர்ந்து வெளிய எறங்கும்!”

கோணையன் என்ற சொல்லைக் கேட்டு பரிதவித்த கோலப்பனைக் கையமர்த்திய சில்லான் ஜோசியரிடம் மெதுவாக,

“ஐயா! ரோசப் படாம நாஞ்ச் சொல்லுகத கேளுங்க! பயலுக்கு வயிசு இருவத்தஞ்சாச்சி! இன்னும் ஒரு எடத்துலயும் சம்மந்தம் ஒழுங்கா அமையலை! ராத்திரியானா வைக்கோல் போருலதான் ஒறக்கம்! ரொம்ப கொமஞ்சி நிக்கான்! வெத காயிமுன்ன வெதைக்கணும்! ஓங்க கிளிக்கிட்ட சொல்லி ரெண்டு மூணு சீட்ட எடுத்துப் போட்டு ஏதாவது நல்ல வார்த்தையா சொல்லி வுடுங்க புண்ணியமாப் போவும்!”

ஜோசியர் ஓரக்கண்ணில் மாமாவைப் பார்த்தபடியே, “பேரென்ன தம்பீ?”

“கோலப்பனைய்யா!”

“ம்ம்ம்! பேருல கோல வச்சிக்கிட்டு சுத்துகதுக்கு மைதானம் கெடைக்க மாட்டங்கு இல்லியா? கிகிகி!” என்று சோசியர் சிரிக்க, கிளியும் சிரித்தது. கோலப்பன் அனக்கம் காட்டவில்லை.

சில்லான் சோசியரிடம், “சீக்கிரம் ஒரு கூறு சொல்லுங்க சோசியர் தெய்வமே!” என்றான்.

அதற்கு சோசியர், "ம்ம்ம்ம்! திருமண யோகம் தட பட்ருக்கில்லையா?"

"ஆமாங்க சோசியரைய்யா!"

"நாயி எதாவது சோடியா பொணஞ்சி நிக்கும்போது கல்ல கில்ல எடுத்து வீசுனியா?

"இல்ல சாமி!" கோலப்பன் பம்மினார்.

"சாரப்பாம்பும், நல்ல பாம்பும் பொணஞ்சி நிக்கிம்போது கம்ப கிம்ப எடுத்து அடிச்சியா?"

"அய்யோ அப்டியேல்லா இல்ல சாமி! நமக்கும் பாம்புக்கும் ஆவாது சாமி!"

"பாம்புக்கு மாத்ரமில்ல! புத்துக்கும் ஒனக்குமே ஆவாது!"

"என்ன சாமி சொல்லுதீய?"

"ஆமடே! ஒனக்கும், பொம்பளயளுக்கும் ஆவாதுடே!"

என்றதைக் கேட்டு கோலப்பன் கவலையடையவே ஜோசியர் சில்லானிடம், "ஹிம்ம் ... பய எங்கயோ செறைய இழுத்துருக்காம்! கையக் காட்டு நோக்கட்டு!" என்றவாறே மாமாவின் இடது கையைக் காட்டச் சொல்லி பார்த்துவிட்டு ஜோசியர் சொன்னார்,

"ரேக ஒண்ணும் தட்டுப்படலியே! பூராம் அழிஞ்சில்லா கெடக்கு?"

மாமாவின் கண்களில் அச்சம், 'சோசியக்கார நாயி என்ன எழவ சொல்லப் போவுதோல்லியோ இறைவா! கூடவே இந்தப் பயல் வேற இருக்கானே? ஊருக்குள்ள சொல்லி பல்ல இளிப்பானுவளே எசக்கியம்மா?'

தட்சணையை வைக்கவும் கிளி கூண்டிலிருந்து வெளியே வந்தது,

"ராசாத்தி! இந்த ரேக தீஞ்ச மவராசனுக்கு ஒரு சீட்ட எடுத்து வீசம்மா!"

(கிளியின் பெயர் ராசாத்தியாம்)

சில்லான் சத்தமாக இளித்திருக்கிறான். கிளி அவனை முறைத்தபடியே சீட்டு ஒன்றை எடுத்து எறிந்துவிட்டு தனக்குரிய சம்பளத் தொகையான நெல்மணிகளையும் பெற்றுக்கொண்டு, கூண்டுக்குள் சென்று கதவைத் தாளிட்டுக் கொண்டது.

‘தான் ஒரு பெண்கிளி என்பதும், தான் விசாரித்துக் கொண்டிருக்கும் கோலப்பன் கேஸ் கொஞ்சம் சீரியஸ்’ என்பதும் அந்தக் கிளியின் மூளைக்குள் உறைத்திருந்திருக்கக் கூடும். ஆகையால்தான் இந்த எச்சரிக்கை உணர்வு என்பது கோலப்பனுக்குத் தெரியவில்லை.

சீட்டைப் பார்த்த ஜோசியர், “ஆஹா..... அப்பன் அறுபடை முருகன் வந்துருக்காம்டே!”

“ஒண்ணுக்கே துப்பில்ல! இதுல ரெண்டண்ணம்... குக்குக்குக்கு!” சில்லான் மறுபடியும் சிரித்தான்,

மாமா கடுப்பானார், “சும்மா இரியாம்லே! ஒங்கூட வந்தது எனக்க தப்பு!”

கிளி மீண்டும் வெளியே வரவழைக்கப் பட்டு ஒரு துண்டு எடுக்கப் பட்டது. சீட்டில் வந்தவர் சுவாமி ஐயப்பன்,

“அய்யோ! கலியாணமே ஆவாதா?” சில்லான் கவலையடைந்தான்.

மீண்டும் ஒரு சீட்டு, இம்முறை வந்தவர், “சுவாமி அனுமான்!”

சில்லான், “வாய்ப்பே இல்லை!”

அடுத்த சீட்டில் இயேசுநாதர்.

“கலியாணமும் ஆவாது! போதாக் கொறைக்கிமுப்பத்தி மூணு வயசுல மரணம்!” சில்லான் தீர்க்கதரிசனம் சொன்னான். மாமாவுக்கு மயக்கம் வராத குறை.

கிளி வெளியிலேயே நின்று கொண்டிருந்தது.

“இனி சீட்டெடுக்கணுமா?” என ஜோசியர் கேட்டார். மாமாவும், சில்லானும் ஒருவரையொருவர் பார்த்துக் கொண்டார்கள்.

“எடுங்க சாமி!”

சில்லான் ஒரு ரூபாய்த் துட்டை எடுத்து வைத்தான். மாமாவுக்கு ஆசுவாசமில்லை.

‘என்னய கேவலப் படுத்துகதுக்கு எவ்ளோ வேணும்னாலும் செலவழிப்பானுவோ! ங்கொப்பாமுண்டயளு!’ (மாமாவின் மனம் கதறியது)

கிளி எடுத்த அடுத்த சீட்டில் இருந்தது சுவாமி விவேகானந்தர். சில்லானுக்குக் கடும் கோபம் வந்து விட்டது,

“ஏஞ்சாமி! இந்த சீட்டுவள்ல இருக்குத ஒரு சாமியுமா உருப்படலை?”

ஜோசியர் சொன்னார், "பொண்ணு கெட்டாத்தனாலதான் அந்த பூரா சாமிமாரும் நிம்மதியா இருந்துருக்கானுவோலு? கெட்டுனவனுக்கு பூரா சீரழிவுன்னு அவாளுக்கு தெரியிம்! படச்சவனுக்குத் தெரியாதா படப்பப் பத்தி... செத்த செவங்களே?"

சீட்டெடுத்துத் தளர்ந்து போன கிளி சிறிது தண்ணீர் குடித்தது. அடுத்த சீட்டான ஆறாவது சீட்டில் பாஞ்சாலி படம் வரவும் சில்லான் ஜோசியனைக் கொன்று விடுவது என்று உத்தேசித்தான்,

"என்னத்த ஓய் படம் மயிருவள வச்சிக்கிட்டு படங்காட்டிட்டுத் திரியீரு? ஓம்ம மையித்தப் புடுங்குன கிளி பாஞ்சாலி படத்தத் தூக்கி எம்மாப்புளயப் பாத்து அஞ்சில ஒருத்தம்னா சொல்லுகு! கிளிக்க கழுத்தத் திருவிப் புடுவெம் பாத்துக்கிடும்!"

கிளிக்குக் கோபம் வந்து, லேசுபாசாகப் பேசத் தெரிந்த கிளியானது அந்த வார்த்தையை தன்னுடைய கீச்சுக்குரலில் சொன்னபடியே கூண்டுக்குள் போய் விட்டது.

"கிளிபத்திரா! கிளி பத்திரா!"

சில்லானுக்கும் மாமாவுக்கும் குழப்பம், "என்னது கிளி பத்திரமா? உம்ம கிளி என்னத்தவோய் சொல்லுகு?"

"ஓம்மாப்புள அஞ்சில ஒருத்தனான்னு கேட்டல்லாடே! இதுவாவது அஞ்சில ஒண்ணுதான்! அடுத்த சீட்டு கிளியோபாட்ரான்னு சொல்லிட்டு போவுது! கணக்கு வழக்கே கெடையாது பாத்துகிடுங்க!"

கோலப்பனுக்குக் கண்ணீர் வராத குறை. ஜோசியர் சொன்னார், "சரி! செவத்த விட்டுத் தள்ளுங்க! ஆறண்ணம் சரியா வரலைல்லா! இனாமா நா ஒரு சீட்டு தாரேன்!" என்று சொல்லி கிளியை விளிக்கவும், கிளி 'இனிமேல் தான் வெளியில் இறங்கப் போவதில்லை' என்பதாக கூண்டிலிருந்து வெளியே இறங்க மறுத்துவிட்டது.

ஜோசியரே முன்னின்று ஒரு சீட்டை எடுத்தார், மறுபடியும் அதிர்ச்சி, சீட்டில் இருந்தது முப்பந்தல் இசக்கியம்மாள்!

ஜோசியர் மகிழ்ச்சியில் சொன்னார். "முப்பந்தல் தேவியே வந்துருக்கா! கோவக்காரிதான்! ஆனா அன்பானவ! அவள மாதிரியே அழகான ஒரு பொண்ணு ஒனக்குக் கெடைப்பா! சஞ்சலப் படாம எந்திரிச்சி போங்க!" என்று இருவரையும் வழியனுப்பி வைத்த அடுத்த மாதத்தில் செல்லம்மா அத்தைக்கும்,

மாமாவுக்கும் திருமணம் நிகழ்ந்ததால் மாமா முப்பந்தல் இசக்கிக்கு ஆடுவெட்டி காணிக்கை செலுத்தினார்.

நிஜத்தில் மாமா தன்னையே காணிக்கையாக செல்லம்மா அத்தைக்கு ஒப்படைத்திருந்தார் என்று அன்றுதான் புரிந்தது.

“எனக்க கலியாணப் பட்டுச் சீலையவா எடுத்து கொம்மைய மூடுன? கொப்பன..ளி!” என்று வெளுத்ததில் சேலையை விடவும் பளிச்சென்று ஆகிப் போயிருந்தார் கோலப்பன் மாம்ஸ்.

அன்றிலிருந்து நான்கு நாட்களும் திண்ணையில்தான் கிழவிக்கு சோறு தண்ணீர், உறக்கம் எல்லாம்! வீட்டுக்குள் வரமாட்டேன்! என்று சொன்னவளுக்கு வீட்டினுள் நுழைய அனுமதி மறுக்கப் பட்டிருக்கிறது. அன்று மாலையில் கிழவி பக்கத்து வீட்டு அக்காளிடம் சொல்லிக் கொண்டிருந்தாள்,

“நா என்ன அவள வுட சளச்சவளா மக்கா? எனக்க வூட்டுக்குள்ள என்னயவே வரப்புடாதுன்னு சொல்லுகதுக்கு அவ அழகுமணிக்கில்லா கெட்டுப்புட்டு வந்துருக்கணும்?”

அழகுமணிதான் கிளிமாமாவின் அச்சன்.

“எம்மா வாய நீ வச்சிக்கிட்டு சும்ம கெடக்க மாட்டியா?” உள்ளிருந்து மாமா குரல் கொடுக்கவும்,

“போல குண்...க்கிப் பெறந்தையல! அத ஓம்பொண்டாட்டிக்கிட்டு சொல்லுல! சீங்கண்ணிக்கிப் பொறந்தவன!” என்று கிழவி சொல்லிவிட்டு பக்கத்து வீட்டு அக்காவிடம் சொன்னாள்,

“எனக்கு சூலக்கூறு உண்டு பாத்துக்கா மக்கா! உப்புக்குத்திக்க மேலவாக்குல ஒரே நோவு கேட்டயா! இல்லைன்னா எந்திரிச்சி உள்ள போயி அந்த முண்டைக்க கொண்டைய வெட்டிப் புடுவம்லா!” என்று சொல்லி வாயை மூடவில்லை, ‘டமார்” என்றொரு சத்தம் கேட்டு கிழவி சுமார் எண்பது கிலோமீட்டர் வேகத்தில் ஓட்டம் பிடித்தாள். சிறுவர்கள் வெடிவெடித்த சப்தம்தான் அது!

நான் கிழவியிடம் கேட்டேன். “புய்ப்பம் ஆச்சி! என்னா? பயந்துட்டியோ?”

“ஆமா இவங்கண்டான்! போல! தொட்டி பயல! நா அந்த நாயல்லா தொரத்திட்டு போனேன்! செவம் பக்கத்துல கெடந்து வாளுவாளுங்கு!”

“சூலக்கூறயும் வச்சிக்கிட்டு இப்புடி ஓடுகியே நீ வலுத்த கட்டதாங் கெழவி!” என்றதற்கு வெற்றிலை தட்டும் கொட்டுக்கல்லை எடுத்து எறிய வந்துவிட்டாள். நான் ஓடிவிட்டேன்.

இந்த விஷயங்களையெல்லாம் நான் மாமாவிடம் போனில் நினைவுபடுத்தி, கிழவியின் மரணம் குறித்த விஷயங்களைப் பகிர்ந்து கொள்ளவும் மாமாவுக்கு மட்டற்ற மகிழ்ச்சி.

“நம்ம கதைய கேட்டு நாலு பேரு சிரிக்காவன்னா, அத எழுதுகதுல குத்தமில்ல! நீ எழுது மருமே! ஆனா மாமாக்க பேரு கோலப்பம்னு மாத்திரம் மட்டும் போட்ராத என்ன மக்களே?”

“அது எப்புடி மாமா நா ஒம்ம பேர கோலப்பம்னு போடுவேன்?” என்று சொல்லி ஃபோனைக் கட் செய்தேன்.

கிளியே கிளியே பூங்கிளியே!

கிழிந்தே கிடந்தாய் பைங்கிளியே!

கோலப்ப மாமனின் கதை கேளாயோ செத்த கிளியே!

லெந்து நாட்களின் முடிவு - துக்க ஈஸ்டர்

எல்லா பண்டிகைகளும் வேறுவேறு விதமான மருக்களை முகத்தில் ஒட்டிக் கொண்டு வருவதால் அவையனைத்தும் ஒரே போன்ற பாவனையில் நிறைவு பெறுவதில்லை. சீரும், சிறப்புமாக நிறைவுபெறும் என்று நாம் நினைக்கும் விழாக்கள் எல்லாம் சீரழிவும், சிரிப்பாணியுமாக முடிவடைவதுண்டு.

நாற்பது நாட்கள் நாக்கில் ஜலம் படாமல் உலா வருவதொன்றும் அத்தனை எளிதான காரியமில்லை என்பது மண்ணின் மைந்தர்கள் (உற்சாக பான விரும்பிகள்) மட்டுமே அறிந்த காரியம். பாழாய்ப்போன அந்த நாற்பது நாட்கள் நிறைவடைந்த அற்புதமான நாளான ஈஸ்டர் அன்று அதிகாலையில் தன்னையறியாமல் ஆலயத்தைவிட்டு வெளியே வந்த பாஸ்டர் இவ்வாறு விளிக்கப்பட்டார்.

“வேய் பாஸ்றரு...! வேய்..... பரிசுத்தாவி..... ப்ரசங்கத்துல என்னவே சொன்னீரு? சொல்லுவோய்!”

பாஸ்டர் விழித்தார். “அடப்பாவிப் பயல்களா! தெரியாம வெளிய வந்துட்டமே ஏசுவே.... ஏசுவானுவளே என்னைய...? காலைலேயே செவங்களுக்கு எங்க இருந்துதான் இந்த எழவு பிராந்தி கெடைக்கோ!”

வழக்கமாக ஈஸ்டர் ஆராதனை அதிகாலை நான்கு மணிக்கெல்லாம் துவங்கிவிடும். கடவுளை வெகுவாக நேசிக்கும் கிறிஸ்தவர்கள் தங்கள் வீட்டின் படுக்கையில் நீண்ட துயிலில் இருப்பதும், பண்டிகைக்கால கிறிஸ்தவர்கள் கண்கள் திறந்தமேனிக்கு ஆலயத்துக்குள் ஆழ்ந்த துயிலில் இருப்பதும், பாஸ்டர் பிரசங்க மேடையில் அரைத்தூக்கத்திலும், இலுமினாட்டிகள் தங்கள் நாற்பது நாட்கள் விரதத்தை முடித்துக்கொண்டு அரைக் கண்களில்

ஆலய வளாகத்தில் அமர்ந்திருப்பதுமாக அந்தக் காலைப்பொழுது அமைந்துவிடும்..

இயேசுகிறிஸ்துதான் பாவம்... இந்தப் பதர்களின் மத்தியில் ஆலயத்துக்குள் அமர விரும்பாமல் மணிக்கூண்டின் கீழ் சத்தமில்லாமல் அமர்ந்திருப்பார். இல்லையென்றால் விரத நிறுத்தம் முடிவுக்கு வந்த நாளை ஆசரிக்கும் ஆனந்தத்தில் திரியும் உற்சாக பான விரும்பிகள் யாராவது வந்து,

“நீரு உயிர்த்தெழுந்து பரமண்டலத்துக்குப் போயாச்சின்னு பாஸ்டர்க் கூய்மொவெஞ் சொல்லுகாம்! நீரு இங்க உக்காந்துருக்கேரே இயேசுவே?” என்று கேட்டுவிடக்கூடுமல்லவா?

அன்றும் அப்படித்தான். காணிக்கை செலுத்தாமல் கோயிலுக்கு வெளியே சலம்பிக் கொண்டிருந்த இலுமினாட்டிகளைக் கண்டு பாஸ்டர் கோபமாகிவிட்டார்.

‘கூ...ர்களும், குரு...ர்களும், சப்...ணிகளும் ஆலயத்தின் வெளியே அமர்ந்திருந்தார்கள்’ என்று விவிலியத்திலிருந்து ஒரு துண்டு சீட்டை எடுத்து பிரசங்கத்தின் மத்தியில் வீச, வெளியில் அமர்ந்திருந்த பானிகளின் ரத்தம் கொதித்து, நரம்புகள் புடைத்துவிட்டன. அதன் வெளிப்பாடுதான் அன்றைய ஆராதனை முடிவில் ஆலயத்தின் வெளியே வந்த பாஸ்டரிடம் இலுமிகள் எதிர்வினை நிகழ்த்தியிருந்தார்கள்.

சடாரென பாஸ்டர் விடுபட எத்தனிக்கவே தொழிலதிபர். ஆரோக்கியராஜ் பாஸ்டரை நிறுத்தி உரையாடத் துவங்கினார். பாஸ்டரின் நிலை திரிசங்கானது.

(இவேன் வேற எடையில வந்து கெடந்துட்டு சீவன வாங்குகானே?)

“சொல்லுங்க மிஸ்டர் ஆரோக்கியம்!”

பின்னாலிருந்து சத்தம் கேட்டது. “ஓய்... புல்டோசரு மாமா!”

(ஆரோக்கியராஜ் நான்கு பொக்லைன் எந்திரங்கள் வைத்திருக்கிறார்)

பாஸ்டர் ஆனந்தப்பட்டு போனார். ‘யப்பா ... நாம தப்பியாச்சி! ஆரோக்கியத்துக்கு அரோகரா!’

ஆரோக்கியராஜ் பின்னால் திரும்பிப் பார்த்தார். அங்கே ஆறு வேதாளங்கள் தென்பட்டன. அதில் ஒன்று ரோஜாச் செடியின் தாழ்வாரத்தில் செடித் தொட்டியில் வாய் வைத்து படுத்திருந்தது.

“யார்டே அது தள்ளக்கி விளிச்சது?”

ஆரோக்கியராஜ் கோபமானார். எவனும் வாய் திறக்கவில்லை.

“காலங்காத்தாலேயே கோயிலுக்குள்ள வராம வெளிய இரிக்கிதீயளே என்ன?”

“யாவோய்? ஒம்ம வீட்டுக்கு வந்தா பாய விரிச்சி தருவீரா? அங்க வந்து இருக்கோம்.... சும்ம போவும் ஓய் கு...ணய கொண்டுகிட்டு!” என்ற குரல் கேட்டதும் ஆரோக்கியராஜ் கொப்பளித்தார்,

“ஏல! யாருல அது? வில்லங்கமா பேசுகது? கேக்கம்லா! யாருலே அது தெறி விளிச்சது? ஈசாக்குக்க மொவனாடே?”

“ஆமா... ஈரச் சாக்குக்க மொவன்... போவும் வோய் அந்தால!”

ஆரோக்கியராஜின் கண்கள் அரையிருட்டில் ஆள் பிடிபடாமல் கசங்கிப் போனது. கோபமானார். “யார்ல அது? கொம்ம....ளி..!”

பாஸ்டர் பரபரத்தார். “மிஸ்டர். ஆரோக்கியராஜ்! இது தேவனுடைய ஆலயம்!”

“நீரு சும்ம இரியும் ஓய்! ஒம்மயா தள்ளைக்கி விளிச்சானுவ? என்னியல்லா விளிச்சிருந்து...?”

“சர்ர்ர்ர்ர்ர்ர்.......ர........ட்” என்ற சப்தத்தோடு பாஸ்டர் அருகில் ஒரு அரைத்துண்டு செங்கல் வேகமாகப் பறந்து வந்து விழவே பாஸ்டரும், ஆரோக்கியராஜும் சுமார் நூற்றியைம்பது மைல் வேகத்தில் ஆலயத்தினுள் பிரவேசித்தார்கள்.

ஒருவன் சொன்னான். “நேக்கா மண்டக்கி வச்சது குறி தப்பிட்டு!”

“என்னத்தடே எறிஞ்சா?”

“செம்பூக்கள் மாப்ளாய்!”

“சட்டீர்னு சத்தம் கேட்டு...?”

“அரத்துண்டு செங்கட்டி அப்டித்தாஞ் சத்தங் கேக்கும்...”

“தள்ளே.... மண்டையில படேலியாடே?”

“இல்ல தப்பிட்டானுவோ!”

இன்னொருவன் கேட்டான்... “மாப்ளேய்! ஒரு கோட்ருக்கே இப்புடி கிர்ருங்கே.... இன்னொரு பக்கு அடிச்சா எப்டியிருக்கிம்...?”

“தூக்கித் தூர வுட்டெறிஞ்சிரும்...! அதான் ஆள்ககாளிக் வித்ட்ராயள் சிண்டரம்!”

“அது என்னடே சிண்ட’ரம்’மு? புதுசா இரிக்கி...! ரம்மா விஸ்கியா?“

“ரம்மு இல்ல தள்ளே! அது ஒரு சோக்கேடு...! நாப்பது நாளு குடிய்க்காம கெடந்தம்லா... அதாம் படபடன்னி சிக்கு ஏறுவு! இல்லன்னா கல்லு கரெக்டா புல்டோசரு புண்..யாங்கனுக்க மண்டைய்ல பட்டு செதறிருக்கும்லா?”

ஆலய வாசலில் கோவில் பிள்ளை கோலப்பன் நின்று கொண்டு கேட்டார், “யாருடே அது... நெல்லிமூட்டுல?”

அங்கிருந்து பதில் குரல் எழும்பியது, “கொம்மைக்க மாப்ள! அரத்துண்டு செங்கட்டி மிச்சம் கெடக்கு... மண்டக்கி வுடட்டா கோலப்பா?”

சுதாரித்த கோலப்பன் “நற்கருணை நாதனே!” என்ற பாடலைப் பாடி முணுமுணுத்தபடியே அங்கிருந்து நகர்ந்து போனார். அந்த ஆறு பாடிகளும் ஆலயவளாகத்திலேயே கிடந்தன. இந்தச் சீரழிவைக் கண்டு ஊரே சிரித்தது.

எல்லா சர்ச்சுகளிலும் வெள்ளைக்காரர்களின் பேத்திமார்கள் கொஞ்சம்பேர் ஜார்ஜட் புடவைகளில் மினுக்குவதுண்டு. வெறும் அறுபத்திஐந்து வயது இளம்பிராயத்து நங்கையர்களைப் போல தோற்றமளிப்பதோடு நில்லாமல் அவர்கள் பேசும் ஆங்கிலத்தைக் கேட்டு ஜி.யு.போப் தற்கொலைக்கு முயற்சிப்பாரோ? என்று தோன்றும் அளவில் இங்கிலீஷ் பேசிக் கொண்டு லாத்துவார்கள்.

“அந்த வெசல்ல உள்ள மில்க் எடுத்து இந்த செம்புல போவ்ர் பண்ணுங்க ஆண்ட்டி” என்று அலம்பும் இவர்களின் வயது எழுபதும், அவர்கள் ‘ஆண்ட்டி’ என்று குறிப்பிட்டு ஆங்கிலம் தெரியாத பெண்மணிக்கு வயது அறுபதுமாக இருப்பதும்தான் லிப்ஸ்டிக் எனப்படும் சுண்டுச் சாயம் பார்க்கும் பார்வை.

“அந்தப் பாத்திரத்திலுள்ள பாலை எடுத்து இந்த செம்புல ஊத்து” என்பதுதான் அங்கு தேவையாயிருக்கும். ஆனாலும் அவர்களுக்கு ஆங்கிலம் தெரிந்து தொலைத்திருக்கிறதே? அப்படியான ஒரு யங் லேடிஸ்ல ஒரு ஆள்தான் சாலமி ஆண்ட்டி. அந்த மண்டையர்களின் தவக்கோலம் கண்ட சாலோமி ஆண்டி மதிலின் மேல் ஏறி அவர்களின் அருகில் சென்று இவ்வாறு சொன்னார்.

“இஸ் திஸ் தேட் ப்ளடி ராஸ்கல் நோபிளுக்க மொவந்தானே? ட்ரங்கன் மோரான்! இந்த சிக்கடி நாயிக்கி பொண்ணு பாக்கச் சொல்லி அவுக அம்ம ஊரெல்லாஞ் சொல்லீட்டு திரியா! இந்த சவம் இங்க சிக்குவாக்குல சீலையில்லாம கெடக்கு!”

அப்போது அந்த பிணக்குவியலின் மத்தியில் இருந்து ஒரு குரல் கேட்டது,

“பாட்டி! செத்த தள்ளி நிக்கப்புடாதா? செவத்த இந்த இருட்டுக்காத்த என்ன எழவையெல்லாம் பாத்துத் தொலைக்கணுமோ? நாங்களாவது சீலையில்லாம கெடக்கோம்! சீலக் கெட்டியிருந்தும் நீ இப்புடி நிக்கிய? ”

“யாரலே பாட்டின்னு சொன்னா தொட்டிப் பயல? ஆண்டின்னு சொல்லணும் புரிஞ்சாடே?”

“ஆட்டீனெல்லாஞ்ச் சொல்லவொக்காது! ‘பாடி’ன்னு வேணும்னா செல்லலாய்ன்! போவியா அந்தால! வந்துட்டா ஆட்டிக்கிட்டு!”

சாலமி ஆண்டி சால்னாவானார். அந்த ஈஸ்டர் பண்டிகை அப்படியாக சிரிப்பாணியும், சீரழிவுமாக கடந்து போனது. இதற்குத்தான் கோலப்பன் அடிக்கடி சொல்வதுண்டு...

“தெனசரி குடிக்கியவனுக்கு சல்லியமில்ல... திடீர்னு வுட்டவன் மறுவுடி தொட்டாம்னாக்கா தூக்கி எறஞ்சிரும்...!”

“ஆனா இந்த ஈஸ்டர்? ஒரு கிறிஸ்தவனா நாங் கலங்கி நிக்கியென் இயேசப்பா! கொரோனா வந்ததால சிலுவப்பாடு கெடையாது! காணிக்க கெடையாது! கூட்டத்துல புள்ளையளுவகிட்ட வெறவ முடியாது! நாப்பது நாளு வெரதம் முறிச்சி சிக்கடிக்க கட கெடையாது! ஏசுவே உமக்கு இரக்கமில்லையா?” என்று கோலப்பன் மயங்கினார்.

“வேணும்னா இந்த வருஷம் ஒன்னையும், ஒனக்க கொப்பனையுங் கொம்மையையும் சிலுவைல தூக்கி வச்சி அறைஞ்சீரலாமா கோலப்பா?” என்றார் தோழர் இயேசு நாதர்.

ஆடு கோலப்ப ஜீவிதம் (சங்கிஸ் நாட் அலவ்ட்)

"சொந்தக் கூந்தல வெட்டி கள்ளச்சொக்காரங்கிட்ட குடுத்துக்கிட்டு சவுரி முடியோட சந்தைல படுத்துக் கெடந்தாளாஞ் சக்காளத்தி! வெட்டுன கூந்தல கடத்தெருவுல பரப்பிக்கிட்டு, ஓப்புடியான் வந்து அள்ளி முடிவாம்'னு காத்துக்கெடந்தானாம் சொக்காரத் தா...ளி!"

இந்த பொன்மொழிகளைத் தன் மனைவி செல்லம்மயின் வாயால் கேட்டு கொஞ்சம் சொக்கித்தான் போனார் கோலப்பன்.

'ஒருவேள இந்த மூதேவி நம்மளத்தாஞ் சொல்லுகாளோ?' என்ற சந்தேகம் உள்ளுக்குள் எழுந்தாலும் நாம் ஏன் வம்படியாகப் போய்த் தண்டவாளத்தில் தலையை சாய்க்க வேண்டும்?' என்ற கேள்வியும் உள்ளுக்குள் எழுந்ததால் கோலப்பனின் நாவுகள் உறங்கிப் போயின.

மனம் ஒரு முப்பதாண்டுகளுக்குப் பின்னோக்கிப் பறக்க கோலப்பன் பரவசமானார். ஆரல்வாய்மொழி மலையில் ஆடுகளை விட்டிருந்தார் கோலப்பன். அவைகள் மலையில் மேய்வதும், செடிகளின் மத்தியில் குதியாட்டம் போடுவதுமாக இருப்பதைக் கண்ட கோலப்பன் கண்ணயர்ந்தார். சொப்பனத்தில் இரண்டு ஆண் ஆடுகள் சண்டையிட்டுக் கொண்டன. ஒரு கருப்பு ஆடு இன்னொரு சாம்பல் ஆட்டிடம் கேட்டது,

"ம்மே! அந்த செவல இருக்காள்ளாம்மே!"

சாம்பல் ஆடு, "ஆமா மே!"

"அவ எனக்குதான் மே!"

"ஒனக்கா மே? அத நீயா ஒங்கொப்பனுக்க வூட்டுலேர்ந்து கொண்டாந்த மே?"

“வாமே முட்டிப் பார்க்கலாம் மே! யாருக்கு களிவு இருக்கோ செவலைய அவாளு வச்சிக்கிடலாம் மே!”

“ஓ யெஸ்! வால கருப்பந் தெண்டி!”

சண்டை ஆரம்பித்தது. “படாக்! தடால்! டபார்!” என கொம்புகள் நான்கும் மோதிக்கொள்ளும் சப்தம் மற்ற ஆடுகளைக் கவனிக்க வைத்தது. முன்னங்கால்கள் இரண்டையும் மேலெழுப்பி கோரசாக ஊளையிட்டுக் கொண்டு ஓடிப் போய் முட்டிய இரண்டு ஆடுகளையும் கண்டு மற்ற ஆடுகள் குரலெழுப்பின,

“உடாதீங்க மே! இன்னிக்கி ஒரு கரைய காணாம மந்தைக்கித் திரும்பப்டாது ஆமா!” என்று மற்ற ஆடுகள் கருவிக் கொண்டிருந்தன. சண்டை ஜரூராக நடந்து கொண்டிருந்தது.

அப்போது அங்கே வந்த ஓநாய் ஒன்று கோலப்பனின் குறட்டைச் சப்தத்தைக் கேட்டு பயந்துபோய், ‘ஆடுகளின் ரத்தத்தை விடவும் நமக்குக் காதுகள் முக்கியம்’ என்ற எண்ணம் தலை தூக்கவே வந்த வழியே திரும்பச் சென்றுவிட்டது. ‘இது குறட்டையா கூச்சலா?’ என்ற எண்ணம் அந்த ஓநாய்க்கு எழாமலில்லை. ஆடுகளின் சண்டையும் ஓயவில்லை. அப்போது ஒரு வயதான தாத்தா வந்து சண்டையை நிறுத்த முயன்றார்.

“பிள்ளைகளே! நான்தான் உங்கள் தேவன்! சண்டையை நிறுத்துங்கள்!”

கருப்பு ஆடு சத்தம் போட்டது, “எங்க ஓனர் கோலப்பன் கோனாருல்லா! அவுருக்க பேச்சாத்தாங் கேப்போம்! ஓம்ம கம்மியூனிட்டி வேற! போவும் ஓய் அந்தால!”

அந்தத் தாத்தா கடுப்பானார், “அது கசாப்புக் கடையில தல கீழாத் தொங்கும் போது வெளங்கும்டே ஒங்களுக்கு!”

திடுக்கிட்ட சாம்பல் ஆடு தலையில் ரத்தம் வழிய அப்போதுதான் அந்த ஆளைத் திரும்பிப் பார்த்தது. அந்த மனிதரின் கையில் கோலும், ஒரு சிறிய ஆட்டுக் குட்டியும் இருந்ததைக் கண்டு மகிழ்ந்தது. அது கோலப்பன்தான். பெரிய தாடியும், சவுக்கார் ஜானகியின் கூந்தலுமாய் நின்று கொண்டிருந்தார் கோலப்பன். சாம்பல் ஆட்டுக்கு மகிழ்ச்சி தாங்கவில்லை,

“எலே கருப்பா! அங்க பாத்தியா! ஏசு கோலப்ப கிறிஸ்து! நம்ம மொதலாளி வந்துருக்காவ!”

“என்னாது ஏசுவா? அவுரு ஆசாரில்லா?”

இப்போது ஏசு மனம் கசந்து பேச வேண்டிய சூழல். “ஆடுகளே மனந்திரும்புங்கள்! நீங்கள் வெறுமனே ஆட்டுக்குட்டிகள்தான்! உங்களுக்குள் சாதிகள் இல்லை!”

“அப்போ செம்மறியாடு, குறும்பாடு, வரையாடு, கூராளெல்லாம் என்னன்னு சொல்லுவீரு எமது மெய்யான தெய்வமே?” கருப்பன் விடவில்லை. ஏசு கோபமானார்.

“உருண்டையா புழுக்க போடுகது வரைக்கும் நீங்க எல்லாப் பன்னாடைப் பயல்களும் ஆடுகள்தான்!”

“அப்ப எங்க ஓனரு மனுசங் கெடையாதா?”

“அவனும் ஒரு செத்த ஆட்டுப்பயல்தான்! இல்லைன்னா உங்கள மேச்சிக்கிட்டு இங்கா வரைக்கும் வந்து அந்தப் பாறையில கட்டையச் சரிப்பானா? நீங்க ரெண்டு பேரும் இப்புடி ரத்தத்த மண்டையில பூசிக்கிட்டு நிக்கீயளே கொம்மாண்டப் பயல்களே! ஓங்க ரெத்தம் கடையில என்ன வெலன்னு தெரிமாடே ஓங்களுக்கு? நீங்க என்ன சாதியானாலும் உங்கள இந்த மனுசம்மாரு கிலோ கணக்குல வெல குடுத்து வாங்கிட்டுப் போயி சட்டியில வச்சி வறுத்துத் திம்பானுவோ? இதுல ஓங்களுக்கு சாதிப் பெரும வேற? சாவ நாளத்துத் திரியிதீயளே ராஸ்கல்களே!” என்று ஏசு கொதித்துப் போனார்.

“அப்போ இந்த சாதிவெறி புடிச்ச மனுசம்மாருவளுக்கு என்ன தண்டன குடுப்பீரு தகப்பனே?” என்றது சாம்பல் ஆடு சோகமாக....

“அவுனுவளுக்கு நா என்ன தண்டன குடுக்கது? அவுனுவளே கலியாணம் பண்ணிக்கிட்டு தங்களத் தாங்களே தண்டிச்சிக்கிடுவானுவ! அப்புறம் பரலோகத்துக்குப் போறம்டோவ்’னு சர்ச்சில வந்து கதறுவானுவ!”

“அதுக்கு நீரு என்ன சொல்லுவீர் மெய்யான தகப்பனே?”

“அந்தால சாவுன்னு வுட்டுருவேன்!”

சாம்பலும், கறுப்பும் ஒன்றையொன்று பார்த்துக் கொண்டன. ஏசு கேட்டார்.

“ஓங்களுக்குள்ள என்னடே பொகச்சல்?”

கருப்பாடு சொன்னது, "எங்க மந்தையில செவலை நிறத்துல ஒருத்தி இருக்கா அன்புத் தகப்பா! அழகான இளம் ஆட்டுப் பேரழகுக்குட்டி அவள்! அவளின் காதுகள் அத்தனை அழகானவை! அவளது ரோமம் அத்தனை பளபளப்பானவை!"

"போதும் உன் வர்ணனைக் கூந்தல்! மூடு! அங்கே பார்!" என்று ஏசு கைநீட்டிய திசையில் அந்த செவலைப் பேரழகி ஒரு வெள்ளை நிற குட்டி ஆட்டோடு காதல் வயப்பட்டிருந்தாள்.

சாம்பலும், கருப்பனும் கண்ணீர் விட்டார்கள்.

"தம்பிகளா! சண்ட முக்கியமில்ல! சைடிஷ்தான் முக்கியம்!" என்று சொல்லி ஏசு விடை பெற்றார்.

ஆடுகள் ஒப்பாரி வைத்தன. "மே... மெம்மமே! மெம்ம மேம்மே!"

சப்தம் கேட்டு எழுந்த கோலப்பன் அதிர்ந்தார். தன்னுடைய கோலைக் காணவில்லை. 'கனவில் வந்த ஆள் தன்னுடைய தடியைத் தூக்கிச் சென்றிருக்கலாமோ? இனிமேல் இந்த ஆடுகளை எங்ஙனம் மேய்ப்பது?' சாம்பல் ஆட்டிடம் கோலப்பன் கேட்டார்,

"எலேய் தொட்டிப் பயக்களா? ரெண்டு வேரூஞ் சேந்து ஒரு பெண்டுக்காகச் சண்ட போட்டீயளே? எனக்க கோலப் பாதுகாக்காம வுட்டுட்டீயளே?"

அந்த ஆடு கோலப்பனிடம், "மேஹே கோல்ஹே நஹி ஹே! போல அந்தால ஹே!" என்று சொன்னது.

"கோலப்பா உன்னுடைய கோலினைப் பாதுகாப்பது உன்னுடைய பணி! எங்கள் பணி கசாப்புக் கடையில் தலைகீழாய்த் தொங்குவதே! ஆகையால் மேய்ப்பனாகிய நீ செத்துவிடு!" என்பதாய் அமைந்து போன அந்த ஆட்டின் வார்த்தைகளை தேவதூதர்கள் கோலப்பனிடம் மொழி பெயர்த்தார்கள்.

"ஆடுகளின் மொழியை எங்ஙனம் மனிதர்கள் அறிவார்?"

அப்போது மழை ஒன்று பெய்து கோலப்பனின் முகத்தை நனைத்த போது கோலப்பன் திண்ணையில் கிடந்தார். செல்லம்மா அத்தை அவரது முகத்தில் சிறிது நீரை ஊற்றி,

"காலைலயே என்ன சொப்பனம் மயிரு கண்டுகிட்டு கிடக்கீரு? கசாப்புக் கடைல போயி ஒரு கிலோ ஆட்டுக்கறி எடுத்துக்கிட்டு வாரும்!" என்று விரட்டினாள்.

"கனவுக்குள் ஒரு கனவா?" என்று கலங்கிப் போனார் கோலப்பன். அதைவிடவும் கலக்கம் என்னவென்றால் அன்றைய ஆட்டுக்கறியின் விலை கிலோ ஒன்றுக்கு ஆயிரம் டாலர்கள்.

'தங்கள் வீட்டுத் திண்ணையில் இன்றிரவு விளக்கொன்றை கொளுத்தினால் அடுத்த நாள் ஆட்டுக்கறியின் விலை குறையும்!' என்று செல்லம்மாவிடம் அவர் எடுத்துரைத்த போது செல்லம்மாள் சொன்ன பதில்தான் தாங்கள் முதல் பத்தியில் படித்த பொன்மொழிகள்.

கோலப்பனுக்கு ஓசன்னா!

"ஏல மருமோன! என்னிய போலீசுக்கார கோசானுவ புடிச்சிட்டானுவோ கேட்டியா! காப்பத்துடே மக்கா!"

கோலப்பன் மாமாவின் குரலில் பதட்டம். நான் அடுத்த கேள்வியைக் கேட்பதற்குள் கோலப்பனின் ஃபோன் பிடுங்கப்பட்ட சப்தமும், கழுத்தாமட்டையில் பொங்'கென இரண்டு குத்துக்களும், அதன் பின்னான கோலப்பனின் ஓலமும் ஒருங்கே ஒலித்தது.

"போலீஸயே அவே இவம்னு பேசுகியா? கொன்னக் கூ... மோன! எவ்வள தேளக்கணம்டே ஒனக்கு?" என்றவாறே இன்ஸ்பெக்டர் லைனில் வந்தார்,

"ஹலோ! இந்தக் கோம்பத் தா...ளிக்கி நீ யாருடே?"

நான் திடுக்கிட்டு, "சார் எம்பேரு பாப்பச்சன்! அந்தாள எனக்கு ஒரு ரெண்டு மூணு நாளாத்தாம் பழக்கம்! மத்தபடி அவுருக்கும் எனக்கும் எந்த சம்மந்தமுமில்லீங்கோ! அவுரு நல்ல நாலேஜி உள்ள ஆளு சார்! கம்மியுனிஸ்டு கேட்டேளா?"

"ஓஹோ! இயக்கத்துல இருக்கானா? மாவோயிஸ்டா? ஆளையும் மோறையும் கண்டா வெளங்குகு! ஸ்டேசன்ல கொண்டு போயி கூம்ப கலக்குனா சரியாவிரும்!"

"ஏ இந்தா வாங்கிக்கிக்கா! பொங்...." மீண்டும் கோலப்பன் ஊளையிடும் சப்தம் கேட்டது. நான் ஒரு வாரத்திற்கு முன்பாக காலத்தை ரீவைண்ட் செய்தேன்.

ஆலய வளாகத்தில் அமர்ந்து சபையோர் பானசாந்தி அடையும் காரியத்தை யாரோ ஒரு விஷமி தொடர்ந்து பாஸ்டரிடம் ஒற்று கூறுவதாக வந்த தகவலையடுத்து கோலப்பன் மாமாவிடம் விசாரித்தோம். ஆள் பிடிகிட்டவில்லை. கோலப்பன் இம்மாதிரியெல்லாம்

குசும்பு வேலைகளைச் செய்வதில்லையென நாங்கள் கர்த்தருக்குள் நம்பிக்கையாயிருந்தோம்.

பாஸ்டரும் கேட்டை சாத்திப் பார்த்தார். லைட்டை அணைத்துப் பார்த்தார். கோயில் நடையில் சாயங்காலம் நீரூற்றிப் பார்த்தார். இருட்டுக்குள் அமர்ந்திருக்கும் ஆட்கள் மீது கருப்பு மை ஊற்றப் பட்டது. வளாகத்தில் பாம்பு விடப்பட்டு இனப்பெருக்கத்துக்கான ஏற்பாடுகள் அமைத்துத் தரப்பட்டன. ஆனாலும் ஆலயத்தைச் சுற்றிலும் காலி பானக்குப்பிகளின் எண்ணிக்கை மட்டும் குறைந்த பாடில்லை.

"தன்வினைத் தன் மனைவியின் மாமியாரைச் சுடும்" என்ற உண்மை உரைத்தபோது பாஸ்டர் தெளிவு பெற்றார். 'இவ்வுலகில் மதுபானிகளின் ஆக்கிராந்தத்தை மாத்திரம் யாராலும் உலைமூடி கொண்டு மூடிவிட முடியாது' என்பதை உணருவதற்கு முந்தைய நாள் இரவு பாஸ்டரது தாயாரின் மூக்கில் பாம்பு ஒன்று கூடி குலவை இட்டிருந்தது.

வலி தாங்காத கிழவி பாம்பையும் கையோடு பிடித்துக் கொண்டு அலறியடித்து எழுந்தோடி, தன்னுடைய மகனின் மனைவியைத் தாடையில் மிதித்து, அங்கே படுத்துக்கிடந்த தன் மகனின் அடிமடியில் விழுந்து எழுந்தபோது அங்கே இரண்டு பாம்புகள் அகால மரணமடைந்திருந்தன. தள்ளையும், மகனும் ஆஸ்பத்திரியில் படுத்திருந்தார்கள். செத்துப் போன பாம்பைப் புதைத்தார்கள். சிதைந்த பாம்புக்கு மருந்து இட்டு படுக்க வைத்திருந்தார்கள். மண்ணுளிப் பாம்புகள் மரிப்பதுமில்லை, சிலிர்ப்பதுமில்லை.

'இந்தக் காரியங்களின் பின்னணியில் கோயில்பிள்ளை கோலப்பன் இருக்க வாய்ப்பில்லை' என்று ஒருவர் கோலப்பனுக்கு எடுத்துமாடம் கட்டிய போது இதில் மொத்தமும் கோலப்பனே வியாபித்திருந்த சூட்சுமம் விளங்கிப் போனது. இனி கோலப்பனுக்கு மருந்து கொடுக்க வேண்டியதுதான் பாக்கி.

காலையில் ஐந்து மணிக்கு ஆலய மணியை ஒலித்து, அந்தப் பிரதேசங்களிலுள்ள பாங்கிழடுகளைத் தட்டியெழுப்பி அதிகாலைக் கூடுகைக்கு ஆயத்தம் செய்வது கோலப்பனின் பணிகளில் ஒன்றாகும். ரிட்டையர்டு விக்கெட்டுகளும்கூட 'வீட்டில் கிழவிகளின் சல்லியத்துக்கு பாஸ்டரின் ஜெபமே தேவலை!' என்னும் அளவில் அதிகாலைகளிலும் கூட ஆலயத்தில்

சஞ்சரித்தனர். கோலப்பனின் சோலி என்னவென்றால் அந்தக் கிழடுகளிடம் ஏதாவது சொல்லி பயமுறுத்தி அனுப்பி வைக்க வேண்டியது.

“என்ன பவுல் சித்தப்பா? மூணு படி ஏறுகதுக்குள்ள நாக்க நாக்க வாங்குகீரு? ஒருவேள நாக்குப் பூச்சி தோஷம் இருக்குமாயிருக்கும்! கெவனம்! ஒத்த மணி அடிக்க வேண்டி வந்துறாம? எம்பது வயசெல்லாஞ் சாவக்கூடிய வயிசு கெடையாது பாத்துக்காரும்! சித்தி வூட்டுக்குள்ள குத்துக்கல்லு மாதிரி ஓடிக்கிட்டு திரியா! நீரு என்னடான்னா போட்டா வரட்டான்னு நடக்கீரு?”

இதைக் கேட்டவுடன் சம்பந்தப்பட்ட எண்பது வயது டெட்பாடிகள் கலங்கிப் போய்விடுவதுண்டு.

“இப்போ என்னடே செய்யணும் கோலப்பா?”

“அப்டிக் கேளும்! அதிகாலைல வந்து ஜெபிக்கதுலாம் இல்ல! வேற ரெண்டு காரியங்களு உண்டும்! அத நீரு மனசிலாக்கிக்கிடணும்!”

“என்னப்போ? சொல்லு! கேட்டுக்கிடுதேன்!”

“நம்ம மருங்கூரு இருக்குள்ளா?”

“ஆமா சுசீந்தரத்துக்க கெழக்க?”

“அது கெழக்க இல்லவே! தெக்க!”

“எங்கயோ ஒண்ணு சொல்லித் தொலையாம்டே!” என்று பயமுறுத்தியவாறே அவர்கள் தங்களது மரணத்தை வெகு அருகாமையில் உணர்வதுபோல பார்த்துக் கொள்வதுதான் கோலப்பனின் சிறப்பு. அதிலும் அப்போது கோலப்பனின் கையில் வைத்திருக்கும் மணியடிக்கக் கூடிய கொட்டாம்புளியானது எமனின் கையிலுள்ள கதையைப் போன்று காட்சியளிப்பது இன்னொரு சிறப்பு.

“ராசாவூர்ல ஒரு சாமியாரு இருக்காரு பாத்துக்காரும்!”

“மருங்கூருன்னிலா சென்ன மக்களேய்?”

“மருங்கூருக்கு ரெண்டு ஸ்டாப்பு தள்ளி ராசாவூரு? எங்கயிருந்தா உமக்கென்ன? சொல்லுகத கேக்கீறா இல்லியா?”

“கேக்கம்டே மக்கா சொல்லு!”

“அந்த சாமியாருகிட்ட போயி மந்திரிச்சி ஒரு ஏலாசிய கெட்டுனீருன்னா தப்பிருவீரு! இல்லைன்னா வரக்கூடிய கிருஸ்மச கண்டாத்தானுண்டு.. இல்லையின்னா இல்லை!”

“இப்ப நா என்னடே செய்யணும் மக்கா!”

“அங்கா வெரைக்கிம் போயி ஏலாசி வாங்காண்டாமா?”

“வாங்கணும்லா!”

“அதாஞ் சொல்லுகேன்! சட்டுப்புட்டுன்னி செயல்படும்!”

என்று சொல்லி இரண்டு ஐந்நூறு ரூபாய் காகிதங்களோடு விடைபெறுவார் கோலப்பன். இரண்டொரு நாள் போக்கு காட்டிவிட்டு பத்து ரூபாய் தாயத்தில் கருப்பு கயிறு கட்டி சம்பந்தப் பட்ட ஆளிடம் கொடுத்து,

“இத வசமா கோமணத்துக்குள்ள சுருட்டிக் கெட்டிக்காரும்! வெளிய காட்டிராதீயும்! நம்ம மதத்துல இதுக்கு தண்டன உண்டும்னு சொல்லுவானுவ! சபைய வுட்டுத் தூக்கிருவானுவோ! செத்த பொறவு பொதைக்க கல்லறத் தோட்டத்துல எடங் கெடைக்காது! மேலால் வூட்டுல கஞ்சியுங் கிட்டாது பாத்துக்காரும்! பென்சன் வந்துட்டா?”

“பென்சனா? அது அடுத்த வாரம் வந்துரும் கோலப்பா!”

“ஆங்! காணிக்கக் கவரு திருப்பித் தருவீருல்லா! அதுல துட்ட வச்சி திருப்பித் தந்துரணும் வெளங்கிச்சா! இந்த மந்திர தந்திர காரியங்கள் நமக்குள்ள இருக்கணுமா வேண்டாமா?”

“கண்டிப்பா இருக்கணும்டே!”

“அதுக்குத்தாஞ் சொல்லுகேன்!” என்றவாறே உயிர்தூக்கும் பேதியை நிறுத்தி உயிர்காக்கும் பீதியைக் கிளப்பி அனுப்பி வைப்பது கோலப்பனின் வழக்கம்.

இன்று காலையில் கோலப்பனைக் கண்டேன். கொரானாவின் நிமித்தம் மூன்றாவது வாரமாகக் காணிக்கையில்லா காணிக்கைப் பெட்டியின் முன்பாக தாடையைக் கையில் ஏந்தியவாறு அமர்ந்திருந்தார்.

“என்னவே மாமா! ஞாயித்துக் கெழமையும் அதுவுமா சங்கடத்துல கெடக்கீரு?”

“என்னது... இன்னக்கி ஞாயித்துக் கெழமையா? வெலவுடே! மணியாச்சி! ஆராதனைக்கி மணியடிக்கணும்!”

“இன்னிக்கி நீரு மணியடிச்சீருன்னா போலீஸ்காரனுவ வந்து ஒமக்கு மணியடிச்சிருவானுவோ!”

“அட ஆமா பாத்தியா மக்கா?”

“இல்லியா பின்ன? அதுலயும் இன்னிக்கி குருத்தோல பண்டிக வேற?”

“அப்புடியா? சே ... மறந்துட்டம் பாத்தியா?”

“எல்லாம் சாபக்கேடு! ஒரு ஒத்தக் குறுத்தோலையக் கொண்டாந்து சிலுவ ஆஞ்சிக்கெட்டி கோயிலு நடையில வச்சிருக்கலாம்லா ஓய்? இதுனாலதான் ஒம்ம மொவங் கெடந்து குடிச்சிக்கிட்டு லாந்துகான்! மொவ பத்தாங்கிளாயி தோத்துக் கெடக்கா! பாவத்தின் சம்பளம் மரணம் கேட்டுக்காரும்!”

என்று கோலப்பனுக்கு விபூதி அடித்து களபம் சாத்தினேன். கோலப்பன் யோசித்தவாறே,

“இப்போ நா என்னத்தடே செய்ய?”

“எங்கயாவது போயி ரெண்டு குறுத்தோலைய வெட்டிக்கிட்டு வந்து கோயில் நடையில கெட்டிவுடும்!”

“நீ சொன்ன கணக்குக்கு நா இப்போ குறுத்தோல வெட்டப் போனம்னா போலீசுக்காரனுவ எனக்க குறுக்கெலும்ப எண்ணிப் புடுவானுவளே? ஊரடங்குல வெளியப் போவப்டாதுல்லா?”

“அதெல்லா ஒண்ணுமில்ல! நாஞ் சொல்லக் கூடிய தோப்புல போயி அனக்கங் காட்டாம வெட்டிட்டு வந்துரும் என்னா? நம்ம பயலுவ அங்கனத்தாங் கெடப்பானுவோ! நாம் போன் பண்ணிச் சொல்லுகேன்! நீரு போயி பறிச்சிக்கிட்டு வந்துரும்! தெய்வகுத்தம் ஆயிறப்புடாதுல்லா?” என்றவாறே கோலப்பனை அனுப்பிவிட்டு விட்டு போன் செய்து சன்னமான குரலில்,

“ஹலோ! போலீஸ் ஸ்டேசனா? சுங்காங்கட பொத்தையில சாராயங் காச்சி விக்கானுவோ! நீங்க என்னடானா அருந்ததி ஓட்டல்ல இருந்து தோசய பொட்டலங் கெட்டி வாங்கி நக்கிட்டு கெடக்குதீயளே? டி.எஸ்.பி'கிட்ட சொல்லவா?” என்று அவர்களது தன்னம்பிக்கையை அசைத்துப் பார்த்தேன்.

அங்கே கள்ளிறக்கும் பணி ஜரூராக நடைபெற்றுக் கொண்டிருக்கிறது. கோலப்பன் அங்கே போய்ச் சேரவும் போலீஸ் எல்லாரையும் சேர்த்து பொக்கவும் சரியாக இருந்திருக்கிறது. அப்புறம்தான் மாமன்முண்டம் என்னுடைய பெயரைச் சொல்லி இன்ஸ்பெக்டரிடம் ஃபோனை கொடுத்திருக்கிறது. நான் பேசி முடித்துவிட்டு கோலப்பன் மாமன் வீட்டையடைந்து செல்லம்மா அத்தையிடம்,

"எத்தே! மாமா எவங்கிட்டயோ மீட்டரு வட்டிக்கி வாங்கிக் குடிச்சிருக்காம் போலுக்கு! அந்த வட்டிக்காரத் தொட்டி மாமன ஒரு வண்டியில அள்ளிப் போட்டுகிட்டு போயிட்டிருக்காம் பாத்துக்கா! போதாக் கொறைக்கி மாமங்கிட்ட பைசா தரலைன்னா ஒம்பொண்டாட்டிக்க கொண்டைய அறுத்துருவேம்'னு வேற சொல்லிருக்கான்! ஒனக்கு இருக்கதே நாலணா பெறாத இம்புட்டுக் காணும் சவுரித் தும்பு! அதையும் வெட்டிப் புட்டாம்னா? சரிதான்!"

"என்னது யாருக்க கொண்டைய வெட்டுவம்னு சொன்ன?"

"கோலப்பனுக்க பொண்டாட்டி யாரு?"

"நாந்தா!"

"அப்ப ஒனக்க கொண்டையத்தாஞ்ச் சொல்லிருக்கான்!"

"போடுலே ஃபோன அந்த ஈனத் தா...ளிக்கி!" என்று அத்தை கொதித்தாள்.

நான் மாமனின் நம்பருக்கு டயல் செய்து அத்தையிடம் கொடுத்தேன். எதிர்முனையில் இன்ஸ்பெக்டர், "ஹலோ! நா இன்ஸ்..."

"மயிருல ஹலோ! கொப்...னோளி! எவம்பில அது எங்கொண்டைய அறுப்பம்னு சொன்னவம்? ஒரு தவப்பனுக்குப் பொறந்தவன் எம்மாப்புளைய கைய வச்சிப் பாருல?"

என்றவாறே என்னிடம் தந்தாள். எதிர்முனையில் இன்ஸ்பெக்டரின் குரல் கேட்டது. "இந்தப் பச்சக் கலர் போனு யாருக்கவே?"

மாமனின் குரல் ஈனஸ்வரத்தில் கேட்டது, "எனக்கதான் ஏட்டையா?"

"என்னாது ஏட்டையாவா?"

மீண்டும் கோலப்பன் கதறத் துவங்கியிருந்தார். அத்தை அழத் துவங்கினாள்.

"ஊரு பூரா கடன வாங்கி வச்சிகிட்டு, கண்ட நாயளும் நம்மள கொண்டைய அறுத்துருவேம்'னு சொல்லக் கூடிய அளவுக்கு நடக்கானே இந்தப் பாவி மனுசென்! வரட்டும் அவனுக்கு இருக்கு!"

மாமன் இன்னும் பதினைந்து நாட்கள் வீட்டுக்கு வரப்போவதில்லை என்பதையும், இத்தனை களிகளுக்கும் நான் காரணமில்லை, மாமனும் ஒரு காரணம் என்பதை எப்படிச் சொல்வேன் இறைவா? எனக்கு வெக்க வெக்கமா வருகே செல்லம்மத்த...?'

"ஓசன்னா பாடுவோம்! ஏசுவின் தாசரே! உன்னதத்திலே கோலப்பன் மண்டையனுக்கு ஓசன்னா!"

மல்டிப்பிள் கோலப்பன் டிஸ்ஆர்டர்

“ஊரடங்கு என்பது வூடடங்கு” என்பதைப் போலத்தான் அவர்கள் பேசிக் கொண்டார்கள். கூடவே ஒன்றையும் அவர்கள் சொன்ன போதுதான் எனக்குப் பகீரென்றது. அதுஎன்னவென்றால், ‘கோலப்பனுக்கு தலைக்கு அசுகம்!” என்பதே... ஆனாலும் சங்கடம் என்னவென்றால் இந்தக் காரியத்தை நான் அறிவதற்கு முன்பே கோலப்பன் மாமனைச் சந்தித்திருந்தேன். தெருவில் நடந்து வந்து கொண்டிருந்தவர் ஒரு நாயைப் பார்த்துக் கேட்டார்,

“எடே பெருமாளு! மாடசாமியக் கண்டியாப்போ?”

‘அந்த நாய்க்கு என்ன வருத்தமோ? அது கோலப்பனுக்கு பதில் அளிக்கவில்லை!’ நான் மாமனின் அருகில் போனேன். என்னை மருள மருளப் பார்த்தார், அந்தப் பார்வை என்னை எகத்தாளம் செய்வது போலத் தோன்றியதால் நான் லேசான கோபப் பார்வை ஒன்றை வீசியிருந்தேன். அதையும் அவர் கூந்தலெனப் பாவித்திருக்க வேண்டும். வேறெங்கோ வெறித்துக் கொண்டிருந்தார்.

நான் அவரிடம் போய், “என்னவே கெடந்து பராக்கு பாத்துக்கிட்டு நிக்கீரு?”

அவர் என்னிடம் திரும்பி, “கடந்த ஒரு வார காலமாக நான் தாகசாந்தி அடையாமல் இருக்கிறேன்!”

“யாருவே அது சாந்தி?”

கோலப்பன் என்னை முறைத்தவாறே, “ஆமா தம்பி நீ யாருடே? இவ்வளோ பொறுமையா விசாரிக்கியே? பாக்க தங்கமான புள்ளையா தெரியி?”

‘சரிதான்.... நேத்தக்கி ராத்திரி நக்குனது இன்னுந் தெளியலை? வாயப் புடுங்குவோம்!’ என்று கோலப்பனிடம் பேச்சுக் கொடுத்தேன்,

“மாமா நாந்தாம் பாப்பச்சன்!”

“எவம்புல அவம் பாப்பச்சன் கூப்பச்சம்னு! போல அந்தால!”

“வே நா ஒம்ம மருமொவம் வோய்!”

எனக்கு மிகவும் அன்னியமாய்ப் போனது. ‘இப்புடிச் சொல்லிட்டானே சூவப்பயல்!’

திடீரென தன்மையாகப் பேசத் துவங்கினார், “எப்போ! எனக்கு கொஞ்ச நாளா ஓர்ம சக்தி கூடுதலாயிட்டு பாத்துக்கா!”

“அப்புடியா?”

“ஆமாங்கென்! ஆனா இதுக்கு மின்னக்கூட்டி நா என்ன வேலைக்கிப் போனம்னு தெரியயில! லேசா ஓர்ம மினுக்குக மாதிரி இரிக்கி! ஆனா சடார்னி மறதி தட்டுவு பாத்துக்கா மக்கா!”

“அய்யோ மனுசம் பாவம்போல பேசுகானே?” எனக்கு இருதயம் மரத்துப் போனது. ஆனாலும் ஒரு கேள்வி தொக்கி நின்றது. ‘மாமென் இன்னிக்கி என்ன எழவ குடிச்சித் தொலச்சான்? இப்புடி கெடந்து சளம்புகானே?’

கோலப்பன் தொடர்ந்தார், “மொழக்கோலு, மட்டக்கட்ட, சணலு, சாந்துச் சட்டி, பிக்காசி, நெம்பாட்டி, பூசுகரண்டி, சுண்......!”

“வேய்... வேய்... பொது எடத்துல நிக்கோம் பாத்துக்காரும்!”

“சுண்ணாம்பு டப்பி, வேப்பண போயில, வெறுமத்தல, பாக்குட்டி, துப்பாணிக்கம்,..... ம்ஹூம் ஒண்ணுமே ஓர்மைல இல்லடே! ஆனா இன்னக்கி வெள்ளன ஒரு கச்சடாப்பெய என்னிய கண்டு ‘வே கண்ட்ராக்கு கண்டார....ளின்னு விளிச்சாய்ன் பாத்துக்காப்போ!”

“ஆனா அதுக்குதான் நீரு கண்ட்ராக்கு இல்லைல்லா? யாந்திரும்பிப் பாத்தீரு?”

“நாந் திரும்பிப் பாத்தம்னு ஒங்கிட்ட சென்னனாடைய் பிள்ளே?”

“எழவுடுத்தாச்சி இன்னக்கி!”

என் மனம் வெதும்பிப் போனது. அப்போது எங்கள் எதிர்ப்பில் ‘குமரங்குடி சாலபாகுந்தி’ வந்து கொண்டிருந்தார். அவரது பெயர் சந்திரன். கொஞ்சகாலம் வடக்கு திராவிடப் பிராந்தியத்தில் பூசு தொழில் பார்த்துக் கொண்டிருந்தவர். அப்போதெல்லாம் ஊருக்கு வரும்போது ‘சால பாகுந்தி’ என்ற வார்த்தையை அடிக்கடி

உபயோகித்ததின் காரணமாக அந்தப் பெயர் அவரோடு ஒட்டிக் கொண்டது. அவர் எங்கள் அருகில் வந்து கோலப்பனிடம்,

“என்ன கோலப்பண்ணே... வேல செட்டுக்கு வராம இங்கன கெடந்து கெறக்கியடிச்சியீரு... இன்னிக்கி சன்சேடு வார்ப்புலா?”

எனக்குப் புரிந்து போனது. கோலப்பன் மாமாவின் புதுவீடு கட்டுமான வேலைகள் நடந்து கொண்டிருந்தது. அங்கே போய் வேலை செய்ய வலியெடுத்து நாய் இங்கே பைத்திய வேடமிட்டு நாடகமாடிக் கொண்டு சுற்றிக் கொண்டிருக்கிறது. அங்கே செல்லம்மா அத்தை விலா எலும்பு நோகக் கட்டிடத்தை நீரால் நனைத்துக் கொண்டிருக்கும் வேளையில் இந்த காஞ்சான் கும்பியில் நீருற்ற அலைந்து கொண்டிருக்கிறது. இன்னிக்கி இவனுக்கு ஒரு பாட்டைப் பாடி விட வேண்டியதுதான்.

மாமனின் கண்கள் ஓரிடத்தில் குத்தி நின்றது, கோலப்பன் என்னிடம்,

“இந்தா போறானே? இது அந்த கொத்தன் சந்திப் பெயல்தானப்போ?

“ஆம்! சந்திரன் என்ற சாலபாகுந்திக்கு இன்னொரு பெயர் சந்தி. கேரளாவில் ஒரு வீட்டில் பூசு வேலை பார்க்கும்போது அந்த வீட்டின் உடமஸ்தக்காரி சாந்திக்கு காமத்துப் பாலியல் உபத்திரவம் கொடுத்ததால் அவளின் பர்த்தாவு ஒரு சூட்டுக் கோலை எடுத்து சந்திரனின் சந்தியில் இரண்டு துளைகளைப் போட்டு பாண்டிய நாட்டுக்கு அனுப்பி வைத்தான். ‘சந்தி’ என்றால் என்ன என்பதை ஏதேங்கிலும் ஒரு சேட்டனிடம் விளித்து கேட்கவும். சேச்சிகளிடம் கேட்டால் உங்கள் சந்திக்கு ஞான் உத்தரவாதித்யமில்லா!”

நான் கோலப்பனிடம், “ஓய் ஒமக்கு உண்மைக்குமே ஒண்ணும் நியாவமில்லியா?”

“ஆமடே! எனக்கு ஓர்ம கெட்டது உண்மதாம்ப்போ! எனக்கப் பெஞ்சாதி பேரு கூட கோமதி பாத்துக்கா?”

‘நோட்டட்’ மிஸ்டர் கோலப்பன்.

இரண்டுபேரும் நடந்து நடந்து புது வீட்டினருகில் வந்து விட்டோம். நினைத்தது போலவே அத்தை செங்கல் கட்டுக்கு நீரூற்றி நனைத்துக் கொண்டிருந்தாள். கோலப்பனைக் கண்டதும் கடுப்பில்,

"நா ஒருத்தி ஒத்தக்கி இங்கன கெடந்து சாவியேன்! நீரு நல்ல மலமாடு கணக்கா கெடந்து வட்டஞ் சுற்றுகீரு இல்லியாவோய்?"

"எட்டீ செல்லம்ம... நீயா? நா வேற ஆரோ நிக்கியாவன்னு நெனச்செம் பாத்துக்கா!"

எனக்கு கோபம் மூண்டு விட்டது, "ங்கொப்பாமுண்ட... எனக்கிட்டயே நடிச்சிக் காட்டுகியா? இன்னிக்கி ஒன்னய...?"

அத்தையின் கையில் ஒரு அரைச் செங்கல் இருந்தது. நான் அத்தையிடம்,

"எத்தே! நீ கெடந்து மாமனப் போட்டு விளிச்சி கூவாத கேட்டியா? அவுரு ஒண்ணுஞ் சும்மா கெடந்து லாந்தலை! கோமதியத்த வூட்டுல டீவி பாத்துக்கிட்டிருந்தாரு! காஸ்மீரு பார்டருல சண்ட நடக்கில்லியா? அதும் போக கோமதிக்க மாப்புள வேற பாம்பேல இருக்காருங்கியது ஒனக்கு ஓர்மயிருக்குவா செல்லம்மத்த? காஸ்மீரும் பாம்பேயும் பக்கம் பக்கம்லா! அதான் மாமா கோமதியத்தைக்கி பந்தோபஸ்துக்குப் போயிருந்தாரு! இதுக்கெல்லாமா ஒரு பெரிய மனுசன கோவிப்பா? அந்தக் கல்ல கீழப் போடு!"

என்று சொல்லிவிட்டு நான் அங்கிருந்து அகன்று போனேன். மாமன் குறிப்பில் வைத்த பிக்காசி என்ற பிக் ஆக்ஸ், நெம்பாட்டி என்ற மண்வெட்டி இத்தியாதிகள் அனைத்தும் மாமனை நோக்கி ஏவப்பட்ட கதையை சந்தி என்ற சந்திரன் என்ற சாலபாகுந்தியின் வாய்வழியாக பின்பொரு நாள் அறிந்தேன். அதன் பின்னர்தான் மாமனைக் குறித்து ஊரார் அந்த வார்த்தையை உதிர்க்கத் துவங்கியிருந்தார்கள்.

"கோலப்பனுக்கு தலைக்கி வட்டாமே? மாடு மண்டையில சவுட்டிட்டுன்னி சென்னாவா!"

நான் ஆலயத்துக்குப் போய் ஜெபித்து ஒரு பாடலை ஏறெடுத்தேன்,

"ஏசப்பா! ஏசப்பா! என்னப்பா செய்யணும் ஞாய்ன்! செல்லுங்க வாப்பா செஞ்சிறுதேய்ன்!"

கோலப்பந் தெம்மாடி

அடக்குமுறையின் வடிவம் எதுவாக இருந்தாலும் அதை எதிர்ப்பவனே நல்ல ‘குடி’மகன் என்கிறார் வள்ளுவர்.

வள்ளலார் தினம், வள்ளுவர் தினம், சுதந்திரதினம், ‘குடி’அரசு தினம் போலவே காந்தி ஜெயந்தியும் மதுமக்களை அடக்கி வைத்திருக்கிறது என்ற பேருண்மை முகத்தில் அறைய, பூட்டிக் கிடக்கும் டாஸ்மாக் கடைகளின் முன்னால் நின்று கண்ணீர் வடிக்கும் மது ஆத்துமாக்களை விடவா மகாத்துமா பெரியவர்? என்று நினைக்கும் போது நம் கண்களில் நீர் ஆறாய்ப் பெருக்கெடுத்து ஓடுவதைத் தடுக்க முடியாது.

‘காந்திஜியை நியாபகப்படுத்தி இன்று ஒருநாள் ஓய்ந்து இருப்போம்’ என்று எண்ணி அமர்ந்திருந்த கோலப்பன் மாமனை உற்சாக பான’ஜி’யின் நினைவுகள் விட்டு வைக்கவில்லை. காலையில் வழக்கமாக நடைதிறக்கும் சமயத்தில் மூடியிருக்கும் டாஸ்மாக்கைக் கடந்துபோகும் ‘கைநடுங்கிகள்’ கூட ஒருவிதக் கலக்கத்தோடே கடந்து செல்வதைக் காண முடியும். ஆனாலும் அவர்கள் மனதில் “இன்னிக்கிக் குடிக்கப்புடாது! ஒருநாளு குடிக்காட்டா சீவன் ஒண்ணும்போயிராது?” என்றொரு மிகப்பெரிய தன்னம்பிக்கைக் குடி கொள்ளும்.

அப்படித்தான் கோலப்பன் மாமாவும் நினைத்திருந்தார். அடுத்த ஒரு மணிநேரத்துக்கு அந்தப் பிரதேசத்தைச் சுற்றிதான் கோலப்பனின் சஞ்சாரம் அமைந்திருந்தது. ‘கள்ளுண்ணாமை, புலால் மறுப்பு போன்ற பல காரியங்களைக் கைக்கொண்ட மகாத்மா என்னும் ஒருமகானுக்கு நாம் செலுத்தும் அஞ்சலி இதுதான்!’ என்று எண்ணிக்கொண்டே, குவாட்டர் வாங்க வைத்திருக்கும் காசைத் தொட்டுப் பார்த்தால் அங்கும் சிரித்தவாறே காந்திஜி இருப்பதைக் கண்டபோது கோலப்பனுடைய தன்னம்பிக்கையின் வீரியம் கூடிப் போனது.

முந்தைய நாள் இரவு கொள்முதல் செய்து மதுபானச் சேமிப்பு கிட்டங்கி வைத்திருப்போர் அதிகாலையிலேயே தீர்த்தம் தெளித்து மகிழ்வோடு இருப்பார்கள். ஆனால் கோலப்பன் அதைச் செய்துவிடவில்லை. "என்ன பெரிய மயிரு? ஒருநாள் குடிக்கலைன்னா செத்தா போயிருவேன்?" என்ற கேள்விகளும், இறுமாப்பும் கோலப்பனின் பையிலிருந்து காசை எடுக்க அனுமதிக்கவில்லை.

டாஸ்மாக் கடையின் வெளியில் உறங்கிக் கொண்டிருந்த கோலப்பனை நான்கு மணிக்கு நாய் ஒன்று குரைத்து உசுப்பி விட்டது. எதிரில் இருந்த பச்சைப் பதாகையில் உள்ள எழுத்துக்கள் (*TASMAC*) கோலப்பன் மாமாவைத் தூக்கத்திலிருந்து மீட்டு துக்கத்தில் ஆழ்த்தியதில் வியப்பேதும் இருந்து விடவில்லை. வழக்கமாக இந்நேரம் ஒரு ஆஃப் பாட்டிலை சாத்தியிருப்பார்.

ஐந்து மணிக்கு கோலப்பனின் கைகள் நடுங்கின. "இந்தக் காந்தியப் பெத்தவன் எவம்டே? செவம் செற எழவால்லா இருக்கு?" என்று எண்ணியதில் கோலப்பனுக்குக் கோபம் வந்துவிட்டது.

ஆறுமணிக்கெல்லாம் அந்த வாசலைப் பார்த்த கோலப்பனின் கண்களுக்கு விவாகரத்து வாங்கிப்போன அழகான இளம் மனைவியை எதிரில் பார்ப்பது போன்ற ஏக்கத்தை வரத்திவிட்டது. "இந்த ஷட்டருக்க அந்தப் பக்கந்தானே எல்லாக் குப்பியும் இருக்கும்?" என்ற கற்பனை வந்தபோது கோலப்பனின் கண்களில் கண்ணீர்.

"இன்னி வுடப்புடாதுல...! எவனாவது பிளாக்குல குப்பி ஓட்டுவான்! விசாரிப்போம்!"

என்று நாகராஜா கோவிலின் பின்பக்கமிருந்த தோப்புக்குள் நுழைந்தால், அங்கே திருட்டு பானவணிகம் செய்து கொண்டிருந்த நான்கு குப்பி யாவாரிகளை போலீஸ்காரர்கள் அள்ளிக் கொண்டு போய்க்கொண்டிருந்தார்கள். ஒரு சாக்கு நிறைய குப்பிகள் சலசலக்க போலீஸ்காரர் ஒருவர் அதைச் சுமந்து கொண்டு போனதைக் கண்டு மாமாவுக்கு வெப்ராளமாகிப் போனது. "அட கொன்னப் பயக்களா?"

ஏழுமணிக்கெல்லாம் கோலப்பனின் உடல் நடுங்கிய போதுதான் ஒரு போன் கால் வந்தது. மறுமுனையில் உன்னியின் குரல்,

“வேய் கோலப்பஞ் சித்தப்பு! மிலிட்டிரி பாட்டுலு ஒண்ணு கெடக்கு! வாறீரா தாக்குவம்?”

இந்த வாக்கியங்களைக் கேட்ட கோலப்பனின் உதடுகள் துடித்தன! வாயிலிருந்து வார்த்தைகள் வெளிவரவில்லை. இருகைகளையும் ஒன்று சேர்த்துத் தொழுது வானை நோக்கிக் கைகூப்பினார். பாக்கெட்டிலிருந்த இருநூறு ரூபாய் நோட்டை எடுத்துக் காந்திஜியின் முகத்தில் வருடி, “தெய்வமே நீ இன்னும் சாவலை! நீதி இன்னும் நிலைத்திருக்கிறது!” என்று சொல்லி அழுதார்.

“எல உண்ணித் தெம்மாடி எங்கல நிக்க?”

“வடசேரிச் சந்தைக்கிப் பொறத்தால! சடார்னு வா சித்தப்பு! தீந்துரும்!”

கோலப்பனின் கால்கள் நிலைகொள்ளாமல் துடித்தன. படாரென ஒரு ஆட்டோவை மடக்கி அடுத்த இரண்டாவது நிமிடத்தில் உன்னியின் முன்பாகப் போய் நின்றார். முதல் பெக்கை அடித்துவிட்டு இப்படிச் சொன்னார்,

“காந்தி நல்லவருதாம் மக்கா! அவுரப் பெத்ததுகதாஞ் சரியில்ல! இன்னிக்கா பெத்துத் தொலைக்கணும்?”

உன்னி அதை ஆமோதித்து, “இந்தக் குப்பி எப்புடி வந்துன்னு நெனக்கீரு? நேத்து சாயங்காலத்துலர்ந்து களியக்காவெள பாடரு கடையில கால்கடுக்கக் காத்து நின்னு வாங்குனதாக்கும்! ஒரு சொட்டு கீழ சிந்திறப்புடாது! பாத்து குடி சித்தப்பா!”

கோலப்பனின் கண்கள் ஆனந்தத்தில் கலங்கின. இரண்டாவது பெக்கில் இப்படிச் சொன்னார்,

“காந்தி நெசத்துலயே நல்லவருதாம் மக்கா! அவுரு பெறக்கதுக்கு முந்துன நாளூ மனசாட்சியோட கடய தொறந்து வச்சிருக்கானுவள்லா?”

உன்னிக்குக் குழப்பம் ஏற்பட்டது, எனக்குப் போன் செய்தான், “எவே பாப்பு மச்சான்... ஒம்ம மாமங்காரே ஒரு சொட்டு குடுத்ததுக்கே நக்கிட்டு நட்டுகிட்டு நிக்கான்? என்னத்தவோய் மாமன பெத்து வளத்து வச்சிருக்கீரு?”

“என்னது? கோலப்பன நாம் பெத்து வளத்தனா? அந்த நாயி ஒனக்கென்ன முறை? ஒரு சித்தப்பங் கூடச் சேந்து குடிச்சீட்டு எங்கிட்ட வந்து வம்பு பண்ணுகியாலே? இந்த பக்கமெல்லா

வந்துராத! காலு ரெண்டையுந் தூக்கி நெலவடி அடிச்சிப்புடுவேன்!" என்றவாறே எனக்குக் கோபம் வந்து விட்டது. மறுமுனையில் கோலப்பனின் சப்தம் கேட்டது,

"மக்கா இந்த காந்திய...?"

"சலம்பாம குடி சித்தப்பா!"

மூன்றாவது பெக்கில் கோலப்பன் மாமா உன்னியிடம், "உண்மைக்குமே காந்தி தெய்வந்தாம் மக்கா! வம்பா கொன்னுப்புட்டானுவளே?"

உன்னி ஒன்றும் சொல்லவில்லை.

நான்காவது பெக்கில் கோலப்பன், "மக்களே உண்ணி... மண்டிக் கூய்மொவன! இந்தக் காந்திய வெட்டிக்கொன்னாம்லா? அந்தத் தா...ளி மட்டும் எங்கைல கெடச்சாம்னு வச்சிக்கா? கொன்னே புடுவம்டே அவன? எவ்வுளவு தேளக்கனம் கொம்மயக் கொல்லிக்கி?"

உண்ணி, "லேய் சித்தப்பா! வாய மூடிக்கிட்டு குடியாம்ல! ஒன்னியபோயி கம்பெனிக்கி கூப்டம்லா கோம்பக் கூய்மொவெம்! என்னிய செருப்பால அடிக்கணும்ல!"

கோலப்பனுக்குக் கடுங்கோபம் வந்து விட்டது, "எலேய்! யாரல வால போலேன்னு விளிக்கா? கொப்பனுக்க வயசு இருக்கும்ல எனக்கு? காந்தி என்னல காந்தி? நீ தரலைன்னா நாங் காச்சிக் குடிப்பம்ல!"

இருவரும் கட்டிப் பிடித்து உருண்டதில் போலீஸ் வந்து அவர்களை அள்ளிக் கொண்டு போனது. ஜீப்பில் இருந்த இன்ஸ்பெக்டரின் சட்டையில் அவருடைய பெயரை எழுதியிருந்தார்கள். அதைப் பார்த்த கோலப்பன் உன்னியிடம் சொன்னார்,

"மோன உண்ணி! காந்தி சாவல்லடே! அங்க பாத்தியா?"

உண்ணி இன்ஸ்பெக்டரின் பேட்ஜைப் பார்த்தான். அதில் இவ்வாறு இருந்தது,

"இரா. காந்திதாசன்"

சம்பவ இடங்களில் பாப்பச்சன் இல்லாவிட்டாலும்கூட கோலப்பனைச் சிறையில் தள்ள கடவுள் எப்போதும் ஆட்களைத் தயார் நிலையிலேயே வைத்திருந்தார்.

படித்துறையில் கோலப்பன்

'பலவேசம் தாத்தா' என்றொரு தாத்தா இருந்தார். பெண்கள் மீது எப்போதுமே நீங்காத மையல் கொண்டிருந்த அவர் ஒருநாள் காலையில் ஆற்றுக்குக் குளிக்கப் போனபோது அவரோடு நானும் சேர்ந்து கொண்டேன். எனக்கு நீச்சல் தெரியாது என்பது அவருக்குத் தெரியாது.

ஒரு பெரிய படித்துறையும், ஒரு பெரிய சப்பாத்தும் கொண்ட பழையாற்றின் கரையோரம் நின்று கொண்டிருந்தோம். சுமார் நூற்றுக்கு மேற்பட்டோர் நின்று குளிப்பதும், துவைப்பதுமாய் இருந்தார்கள். காலை நேரமென்பதால்தான் அவ்வளவு கூட்டம்.

படித்துறைக்கும், சப்பாத்துக்கும் இடையில் ஒரு மூன்று அடி உயரத்தில் போன்ற மதில் சுவர் ஒன்றைக் கட்டியிருந்தார்கள். ஏனென்றால் படித்துறையில் பெண்கள் மட்டுமே துவைத்துக் குளிப்பார்கள். சப்பாத்து மாடுகளைக் குளிப்பாட்ட ஏதுவாகக் கட்டப்பட்டிருந்தது. ஆண்களும் அங்கே குளிப்பார்கள்.

பெண்டிர் நீராடுவதை வாயில் நீரொழுகக் கண்டுகளிக்கும் வாய்நோக்கிகளுக்கு மறைவாக இருந்த அந்த சுவரை, பெர்லின் சுவர் அளவுக்கு கிளுகிளு பிரகஸ்பதிகள் வெறுத்து வந்தார்கள். அதில் பலவேசமும் ஒருவர் என்பது எனக்கு அப்போது தெரியாது. அந்தக் காலங்களில் தாத்தன்மார்களுக்கு இரண்டு, மூன்று பாட்டிமார்கள் இருந்தார்கள். ஒரு வீட்டில் ஒரு ஊரே குடியிருக்கும்.

அந்தக் காலகட்டத்தில் இந்திய நீதிமன்றச் சட்டங்கள் திறந்து கிடந்ததைப் போலவே சுவற்றுச் சட்டங்களும் (சன்னல்கள்) திறந்தே கிடந்ததால் தாத்தாக்கள் ரொம்பவே குதித்து விளையாடி இருக்கிறார்கள். கள்ளக்காதலையும் சட்டப்படி குற்றமில்லை என்று உச்சநீதி மன்றங்களின் வாயால் சொல்ல

வைக்க அந்தத் தாத்தன்மார்களின் பேரப்பிள்ளைகளாகியச் சங்கி வாய்பொளந்தான்களுக்கு ஐம்பது ஆண்டுகள் தேவைப் பட்டிருக்கிறது. தொட்டிப் பயல்கள்!

சரி போகட்டும்! இதோ பலவேசம் அந்த பெர்லின் சுவற்றில், படித்துறைப் பக்கம் நோக்கி நின்று கொண்டு துணி துவைத்துக் கொண்டிருந்தார். அங்கே நிறைய பெண்கள் குளித்துக் கொண்டிருந்தார்கள்.

நான் அந்த சப்பாத்தின் ஒரு ஓரத்தில் நின்று கொண்டு, கையில் சிறிய பக்கெட் ஒன்றை வைத்து மொண்டு குளித்ததைப் பார்த்து ஆறே சிரித்தது. சித்தப்பாக்களின் பிள்ளைகள் வேறு பல்லை இளித்தார்கள். நான் அவர்களைக் கண்டு கொள்ளவில்லை.நடு ஆற்றில் நின்று கொண்டிருந்த கோலப்பன் மாமா என்னிடம்,

"என்னடே! பாவனாசத்துல இருந்துகிட்டு நீச்சலடிக்கத் தெரியாம கோம்பையன் மாதிரி வந்துருக்க!" என்று சொல்லிவிட்டு பலவேசத்தைக் கைகாட்டி, "இந்தக் கோணப் பயல்கூடவா குளிக்க வந்த? அவெம் படித்தொறையிலல்லா கண்ணக் கழுவிக் காயப் போடுவான்?" என்றார்.

'ஆம்! நான் பிறந்து வளர்ந்ததெல்லாம் நெல்லை மாவட்டம் பாபநாசம்!'

கோலப்பன் மாமா பலவேசம் குறித்து சொன்னதை அவர் கேட்டும் கேட்காதது மாதிரி நின்று கொண்டு துணி துவைத்துக் கொண்டிருந்தார்.

என்னுடைய வயதையொத்த பெரியப்பாவின் மகன் ஒருவன் நடு ஆற்றில் நெஞ்சளவு நீரில் நின்று கொண்டு என்னைக் கூப்பிட்டான்.

"குதிடே மக்கா! ஆழங் கொறவுதான்!"

அப்போதுதான் கவனித்தேன். என்னுடைய உயரம்தான் அவனும் இருந்தான். நெஞ்சளவு நீர்தான் ஓடுகிறது. ஆழமில்லை. இந்தக் கேவலத்தை நீக்க வேண்டுமானால் ஆற்றில் குதிக்க வேண்டும். வேறு வழியே இல்லை! ஆற்றுக்குள் நின்று கொண்டு பயல்களும் கூச்சலிட்டார்கள்!

"சாடுலே மக்கா! சாடு! சாடி இங்க வந்துரு! வா...!

நான் குதித்து விட்டேன். அப்போதுதான் அது நடந்தது. சப்பாத்திலிருந்து ஆழத்தில் இறங்கி ஒரு பெரிய பள்ளம். அதன் பின்புதான் மேடு... அந்தப் பள்ளத்தை நீந்திக் கடந்தால்தான் அது சாத்தியம். அத்தனை ஆழம் கொண்ட அந்த ஆற்றில் என்ன தைரியத்தில், எப்படி குதித்தேன்?

பெண்களின் படித்துறையில் லயித்துக் கிடந்த பலவேசம் கிழவனின் கண்கள் என்னுடைய துயர்மிகுந்த இந்தக் காட்சியைக் கண்டிருக்கவில்லை.

ஆற்றுடைய நீர்ப்போக்கின் காரணமாகவும், மணல் திருடும் போக்கிரிகளாலும் ஆற்றின் தரைப்பகுதியானது சங்கி வகையறாப் பயல்களின் கொறகொற பேச்சைப் போல அவ்வப்போது கொடூரமாய் மாறிக் கொண்டேயிருக்கும்.

இருபது அடி ஆழம் வரை கீழே போய் மேலே வந்து பார்த்தேன். தாத்தாவின் கண்கள் பெண்கள் படித்துறையில் தவறி விழுந்து கிடந்து உருண்டது. படித்துறையில் ஒரு பெண்மணியின் முதுகுக்கு பலவேசம் தன்னுடைய கண்களால் சோப்பு போட்டுக்கொண்டிருந்தார். நான் மீண்டும் ஆழத்துக்குள் போனேன்.

மூச்சு விட முடியவில்லை, ஆனாலும் தண்ணீர் குடிக்கவில்லை. மீண்டும் மேலே எழும்பினேன். சப்பாத்திலிருந்து ஒரு இருபது அடி தூரம் வந்திருந்தேன். அப்போது நான் கோலப்பன் மாமனைக் கண்டேன். மாமா என்னை நோக்கி பதறியடித்தபடி நீந்தி வந்து கொண்டிருந்தது தெரிந்தது. மீண்டும் மூழ்கினேன். பலவேசம் தாத்தா இங்கு நடந்த எந்தக் களேபரமும் தெரியாமல் கருமமே கண்ணாயிருந்தார். இப்போது என்னால் சுவாசிக்க முடியவில்லை. அந்த ஆறு கொஞ்சம் கொஞ்சமாய் என்னை விழுங்கத் துவங்கியது. சாகப் போகிறோம்.

"ஐயோ! அம்மா என்னைத் தேடுவாளே? பாவமில்லையா அவள்? எத்தனை முறை சொல்லியிருக்கிறாள்? ஆற்றுப் பக்கம் போகாதே என்று!"

அம்ம்ம்ம்ம்மா!"

என்னுடைய கண்களிலிருந்து கண்ணீர் வழிந்து ஆற்றோடு கலந்து போனது. மூக்கினுள் நீர்புகுந்து நுரையீரலுக்குள் சென்றது. மீண்டும் நீர் மட்டத்துக்கு வருவதற்காக கைகால்களை

உதைத்தேன், என்னால் முடியவில்லை. அப்போதுதான் இரண்டு கைகள் என்னை வந்து இழுத்தன. கோலப்பன் மாமன் என்னைப் பிடித்துத் தூக்கினார்.

அவருக்கும் தண்ணீர் நிலைக்காது. சுமார் இருபது அடி ஆழம். நான் நீர் மட்டத்திலிருந்து வெளிய வந்து பார்த்தேன். பயத்தில் மாமாவின் தோள்களை அழுத்தினேன். அவர் நீருக்குள் மூழ்கினார். நான்கைந்து பேர் ஆற்றில் குதித்தார்கள். கோலப்பன் தண்ணீர் குடித்தார், நான் அவரின் தோளின் மீது உட்கார்ந்திருந்தேன்.

எங்கள் இருவரையும் தூக்கி வந்து சப்பாத்தில் கிடத்தினார்கள். அப்போதும் தாத்தா கடமை தவறாமல் துணி துவைத்துக் கொண்டே படித்துறையில் குளித்துக் கொண்டிருந்த ஒரு பெண்ணிடம்,

"என்னம்மோ நீலா! நீ உடுத்தியிருக்கது ஓம்மாப்ளைக்க சாரமா? பின்னால கிழிஞ்சிருக்கு?" எனக் கேட்டுக் கொண்டிருந்தார்.

என்னைத் தரையில் படுக்க வைத்து வயிற்றைப் பிடித்து அழுத்தினார்கள். நான் கத்தினேன்.

"வலிக்கி வுட்ருங்க! நா தண்ணி குடிக்கலை!"

கோலப்ப மாமன் அசைவற்றுக் கிடந்தார். அவரது வயிற்றை அழுத்தவும் அவர் வாயிலிருந்து கொஞ்சம் சகதியும், கொஞ்சம் ஷாம்பூ பாக்கெட்டுகளும் வந்து விழுந்தன. கோலப்பனை நீருக்குள் தலைகீழாக இழுத்து வந்ததில் இத்தனை குப்பைகளையும் மாமா விழுங்கியிருந்தார். அப்போதுதான் தாத்தா திரும்பிப் பார்த்து கோலப்பன் மாமனிடம் கேட்டார்.

"என்னடே கோலப்பா! தண்ணிக்க தாந்துட்டியா?"

கோலப்பன் கண்விழித்து தாத்தாவைப் பார்த்து கேட்ட முதல் கேள்வி, "நீலாவுக்க சந்திக்கிப் பொறத்த சாரத்துல கெடந்த ஓட்ட ஓமக்க ஓமுடிஞ்ச கண்ணுக்கு தெரிஞ்சிருக்கு... கூட கூட்டிட்டு வந்த பய தண்ணிக்குள்ள கொக்கு புடிச்சது ஓமக்கு தெரில! சாவப் போற காலத்துல கண்ணு நீலம் பாஞ்சி கெடக்கா ஓய் ஓமக்கு?"

தாத்தா திகைத்தார். "என்னடே ஆச்சி? தண்ணில எப்போ வுழுந்த?" என்று என்னிடம் கேட்க நான் பதில் சொல்லும் நிலையில் இல்லை.

கோலப்பன் மாமா கடும்கோபத்தில், "பரமேஸ்வரி முதுகுல சோப்பு போட்டால்லா? அப்பத்தான் தண்ணிக்குள்ள வுழுந்தான்! (கூட்டம் சிரித்தது) சடாரென மாமா என்னிடம் திரும்பி,

"ஆனா நீ இருக்கியே! எமனக் கெடந்தவம்ல! என்னைய எதுக்குல தண்ணில முக்குன?"

அதற்கு நான் சொன்னேன், "ஆமா நீரு மட்டும் எனக்க முடியப் புடிச்சி இழுக்கலாமா?"

தாத்தா மறுபடியும் திகைத்தார். ஆட்கள் பலவாறு பேசிக் கொண்டார்கள்.

"இந்தக் கெழவன எனக்குத் தெரியும்ட்டி! ஆளு பயங்கரமான கம்பென்! ஒரு பொம்பளைய வுட மாட்டான்! பொம்பளக் கோசான்!"

"யாரு? அந்த தாத்தாவா? பாத்தா அப்புடி தெரிலயே? ஆளு பவ்வியமாத்தானே இருக்கான்?"

"அந்தப் புட்டாந்தானே? அவன் இதுவுஞ் செய்வான்! இதுக்கு மேலயுஞ் செய்வான்! கூதற மூதி!"

"இவம்பேரு பலவேசமா? பலவட்டறையா? த்தூ!"

நான் செத்துப் பிழைத்ததை விடவும், தாத்தாவின் கண்கள், பெண்கள் படித்துறையில் நீராடிய சம்பவமே பேசு பொருளானது.

தாத்தாவின் கண்களில் வடிந்த நீர் பழையாறைப் போல பாய்ந்து, வழிந்து ஓடி கன்னியாகுமரி கடலில் கலந்தன. 'ஒருவேளை நான் செத்துப் போயிருந்தால் என் பெற்றோருக்கு என்ன பதில் சொல்லுவாரோ?' என்று எண்ணியிருக்கலாம். பின்னொரு நாளில் அவரது கண்ணீர் குறித்த உண்மையை கோலப்பன் மாமா எனக்கு சொன்னார்.

"அது ஒண்ணுமில்லடே! பலவேசம் கெழவன் அன்னைக்கி யா அழுதாந் தெரிமா? சப்பாத்துல சல்லியம் நடந்துட்டுருக்கும்போது கீழத்தெரு சீத்தாலெச்சுமி குளிச்சி, சோப்பு போட்டுட்டு, கரையேறி போயிட்டா! அந்த கண்கொள்ளாக் காட்சிய பாக்க முடியலையே'ன்னு ஒங்க தாத்தனுக்கு வேவலாதி! அதான் அந்த நாயி நீலிக் கண்ணீர் வடிச்சிருக்கு!"

இதைக்கேட்ட எனக்கு வியப்பு மேலிட்டது. கோலப்பனின் பெரியப்பாதான் பலவேசம்... இவ்ளோ டீட்டெய்ல் சொல்லுதே

கோலப்பன் பயவுள்ளை? பொம்பளையளு குளிக்கிறத இந்த ஆளு எதுக்கு பாக்கணும்? மேலும் இந்த சீதாலக்ஷ்மி குளியல் விவகாரம் மாமாவுக்கு எப்படித் தெரியும்'னு கேஸ் ஸ்டடி செய்து பார்த்தால் கோலப்பனும் ஒரு மிகப்பெரிய கள்ளக்கோழி என்னும் காரியம் பிடிகிட்டியது.

ஒரு தலைமுறையையே ஆற்றங்கரையில் குளியல் காட்சி கண்டு களிக்கும் மோகம் ஆட்டிப் படைத்து, நாகரீகம் வளர்ந்த ஆற்றங்கரையில் அலைந்து திரிய வைத்திருக்கிறது. "சோ! திஸ் கேஸ் இஸ் இன்ஃபினிட்டி!"

கோலப்பன் இஸ் எ மார்ட்டயர் மார்க்கண்டேயன் அல்லது நஞ்சுண்டன் என்பதுதான் நீதி.

கோலப்ப கும்பிகள் குப்பிகளறியாப் பெருந்துயர்

இந்த பானக்குப்பிகளுக்குத் தங்களைப் பேரன்போடு விழுங்கும் அப்பாவி பானவிரும்பிகளின் கண்ணீர் குறித்த விவரங்களை ஒருபோதும் அறிவதில்லை. ஒரு திரவநிலை அஃறிணை எங்கனம் திடநிலை உயர்திணைகளின் உணர்வுகளை அறியும்?

குப்பிகளின் அகத்தே இருக்கும் திரவ தெய்வத்துக்கு அதைத் தம் குடலுக்குள் ஏந்திக் கொள்வோரின் மனதைப் பிசைந்து விடக்கூடிய வல்லமை உண்டு என்பதை இந்தக் கொரோனா காலத்துக் கடையடைப்பு நாட்களில் காண்கிறீர்கள் அல்லவா?

மதியம் பன்னிரண்டு மணிக்கு பச்சைநிற போர்டு மாட்டிய கடைகளின் முன்நிற்கும் ஒருபானவிரும்பிக்கு அந்தக் கடையானது இன்னும் சிலகாலங்களுக்குத் திறக்கப் போவதில்லை என்பது தெரிந்து, துக்கித்து, விக்கித்து வேதனைக்குள் நுழையும் அவரது மனதை எந்தத் திரவத்தாலும் சமன்படுத்த முடியாது.

அந்த இறுதிப் பொன்னாளாம் கடைசியாகக் கடை திறந்திருந்த அன்று இரவு கடையடைக்கும் சமயத்தில் அவசரமாக ஐந்து கால் குப்பிகளைக் கொள்முதல் செய்துவிட்டு வெளியே வந்த கோலப்பன் தம் கைக்கொள்ளாத அளவுக்கு அந்தக் குப்பிகள் இருந்ததால் திணறிப் போனார். பிளாஸ்டிக் பைகள் ஒழிப்பு நடவடிக்கையால் அதை அவரது லுங்கிக்குள் வைக்க வேண்டிய சூழல்.

நானும் சும்மா கிடக்காமல் வெடுக்கென, "என்ன கோலப்பம் மாமா? முப்பத்தொண்ணாம் தேதி வரைக்கும் கட லீவாமே?" என்று கேட்கவும் சடாரென திரும்பினார் கோலப்பன்....

"சலீர்...!"

ஐந்து குப்பிகளும் அவரது கையை மீறி, பூமியில் மோதித் தங்களை மாய்த்துக் கொண்டன... அந்த மூன்று உயிரற்ற சடலக் குப்பிகளை பூமாதேவி தன் தொண்டையில் ஏந்திக் கொண்டாள். பகல் முழுவதும் புவியை ஆக்கிரமித்திருந்த இழவுச் சூரிய வெப்பம், தரையில் சிந்திய அந்த தங்க நிறத் திரவத்தைச் சடுதியில் உறிஞ்சிக் குடித்து விட்டதை உள்ளம் நொறுங்கப் பார்த்த கோலப்பன் என்னை ஏறிட்டுப் பார்த்தார். அவரது கண்களில் உப்பு பானம் வடிந்தது.

"கொஞ்சம் மெதுவாக் கூப்புடப் புடாதாடே! என்னத்த அத்து உழுகுன்னு இப்புடி கூப்பாடு போட்ட?"

நான் பேசவில்லை. குப்பிகள் உடைந்ததில் உருவெடுத்த குற்ற உணர்வு என்னை அசைத்துப் போட்டது.

"சட்டார்ர்..." என்ற சப்தத்தோடு கடையின் ஷட்டரை அடைத்தார்கள். மணி பத்து. நான் கோலப்பனின் முகத்தைப் பார்த்தேன். இன்னதென்று சொல்லவொண்ணாத் துயர் அவரது முகத்தில் அப்பியிருந்தது. ஐந்து குப்பிகள் ஒரேயடியாய் உடைதல் என்பது லேசுப்பட்ட காரியமா?

என்னிடம் கேட்டார். "இந்த கோட்டருக்க வெல நாளைக்கி எவ்ளோன்னு தெரியுமாப்போ?"

நான், "தெரியாது மாமா!"

கோலப்பன் என்னிடம் மேற்கொண்டு எதுவுமே பேசாமல் கடந்து சென்றார். ஆனால் எனக்குத் தெரியும்! அடுத்த நாள் அந்தக் குப்பிகளைக் கொள்முதல் செய்யவேண்டுமானால் டாஸ்மாக் தாசில்தார் முதற்கொண்டு டாஸ்மாக் மேலாளர், ஊழியர் என்று அனைவரது குடும்பத்துக்கும் சேலை துணிமணி எடுக்க பானவிரும்பிகள்தான் தானம் செய்யவேண்டும்!

அந்தக் கண்ணாடித் துண்டுகளைப் பார்த்தபடியே வண்டியை எடுத்துவிட்டு வந்தேன். வண்டிகள் வேகமாக வருவதும், அடைத்த கடையைப் பதட்டத்துடன் பார்த்தபடியே வண்டிகளைத் திருப்பிக் கொண்டு வேறுகடைகளை நோக்கித் தங்கள் வாகனங்களைச் செலுத்துவதுமாக இருந்தார்கள்.

மறுநாள் காலையில் டாஸ்மாக் கடைவாசலில் சிறிய அளவிலான சலசலப்பு. ஆட்கள் கூடி நின்றார்கள். கடைவாசலில் ஒருவர் நெடுஞ்சாண் கிடையாகப் படுத்திருந்தார். நாய் ஒன்று அவரது

தலைக்குத் தலையணையாக மாறிப் படுத்துக்கிடந்தது. அவரது முகம் சரியாகத் தெரியவில்லை.

காளியப்பனும், முத்துசாமியும் பேசிக்கொண்டார்கள்.

காளியப்பன், "என்னவே! இந்த சங்கரம்பெயல இன்னும் காணல! இந்நேரத்துக்கு வந்துருப்பானே! வண்டியுமில்ல! எங்க போயித் தொலஞ்சானோ! கடைய தொறக்காண்டாமா?"

அதற்கு முத்துசாமி, "அவனே ஒரு கோணப்பெயல்! அவன நம்பி இந்த அரசாங்கக் கடைய குடுத்துருக்கானுவளே! காட்டுமுள்ளான்கள்!"

"ஒரு கோம்பையன நம்பி அரசாங்கத்தையே குடுத்துருக்கானுவோ! நம்ம சங்கரன நம்பி இந்தக் கடையக் குடுத்தா தப்பொண்ணுமில்லடே!"

"எண்ணே மணி பன்னண்டாயிட்டா பாரு! கையி விறுவிறு'ங்கு! காலத்தைக்கி சேத்து ரெண்டு கோட்ரு வாங்கி வெச்சிருந்தம்ணே! ராத்திரி ஒரு ரெண்டு மணிக்கி நாக்கு நமநமன்னு தண்ணி தவிச்சி! செவம் அத எடுத்துக் குடிச்சிட்டேம் பாத்துக்கா...! இப்பங் குடிச்சியதுக்கு ஒண்ணுமில்ல! கையி ஆடுகதக் கண்டியா?"

என்றவாறே முத்துசாமி தன்னுடைய நடுங்கும் கைகளைக் காண்பிக்க கூடியிருந்த ஆட்கள் மணியைப் பார்த்தபடியே பரபரப்பாக இருந்தார்கள். மணி பன்னிரெண்டே கால் ஆகியும் கடை திறந்தபாடில்லை.

"டைம்தான் ஓட மாட்டேங்கா?" என்றவாறே வாட்சைத் திருகினான் காளியப்பன்.

"இந்த நாயளு கட நடையில படுத்துக் கெடக்குல்லா! அதாங் கட தொறக்கல! தரித்திரம் புடிச்சதுகள்! எந்திச்சி போங்கலே அங்குட்டு!" என்று சொல்லி நடையில் படுத்திருந்தவரை விரட்ட முற்பட்டார் சூசை.

சப்தம் கேட்டு விழித்த அந்த ஆசாமி தன்னைச் சுற்றி நின்ற ஆட்களைக் கண்டு கோபமானார். "என்னவே இங்க என்ன படமா காட்டுகா! சுத்தி நின்னு பாக்குதிய?"

காளியப்பன், "ஆமா யாம்னா நீரு பெரிய குஸ்புல்லா! வச்சகண்ணு வாங்காம பாக்ககியக்கு? எந்திச்சி தூர மாறுவே! கடயத் தொறக்கணும்!"

அந்த ஆசாமி சிரித்தார், "எந்தக் கடைய யாரு தொறக்கப் போறீய?"

கூட்டம் ஒருவரையொருவர் பார்த்துக் கொண்டு மலங்க மலங்க விழித்தது.

ஆசாமி மறுபடியும், "கொரோனாக்காண்டி அஞ்சி நாளு கடலீவு! வீடுகளுக்குப் போய்ச் சேருங்கவே... மனுசனுக்க தூக்கத்த பாழாக்கிட்டானுவோ!"

காளியப்பன் கடுப்பானார், "பாத்தியா இந்த சங்கரெந் தா...ளிய! நேத்து கூட பாத்தாம்! ஒரு வார்த்த சொல்லல எங்கிட்ட! அஞ்சி நாளு லீவாமே? இப்ப என்ன செய்யதுக்கு?"

முத்துசாமி, "ஓங்கிட்ட சொன்னா நீ மூணு நாளைக்கும் சேத்து வாங்கி வச்சிருவ? இன்னைக்கி பிளாக்குல நக்க முடியாதுல்லா? வேற வழியே இல்ல! பள்ளிவெள ரெயிவே ஸ்டேசன்கிட்ட குமாரு குப்பி ஒட்டுகானான்னு கேட்டுப் பாப்போம்!" என்றவாறே அங்கிருந்து நகர்ந்தார்கள்.

கடையின் வாசலில் அமர்ந்து கொண்டு சூசை அந்தக் கடையின் ஷட்டரையே ஏக்கத்தோடு பார்த்துக் கொண்டிருந்தார். அவரது கண்களில் ஷட்டர் புலப்படவில்லை... அதையும் தாண்டி கடையினுள்ளே ஊடுருவி அழகாக அடுக்கி வைக்கப்பட்டிருந்த குப்பிகள் புலப்பட்டன... சூசையின் உள்ளம் துக்கத்தில் ஊளையிட்டது.

"இந்த பாழாய்ப்போன குப்பிகளுக்கு ஈவு இரக்கமே கிடையாது. செவத்து நாய்கள்!"

அந்த ஆசாமி முணுமுணுத்தார், "செத்த தா...ளி மொவன்! நாங்கூடத்தான் நேத்து இதே எடத்துல அஞ்சி குப்பிய பொதைச்சிக்கிட்டு பதினாறு அடியந்தரம் கழிச்சிக்கிட்டு படுத்துக் கெடக்கேன்! அந்த வெங்கத் தாய்ளி மட்டும் எனக்க கைல சிக்கட்டும்! செவியப் புடிச்சி தரையில மோதுகனா இல்லியான்னு பாக்கட்டு!"

வீட்டிலிருந்த எனக்கு விக்கலெடுத்தது. கடை வாசலில் நாய் மீது தலைவைத்து ஆனந்தமாய் சயனித்த ஆசாமியின் பெயர் கோலப்பன் என்பதைச் சொல்லவும் வேண்டுமோ மதுமக்காள்?

கோலப்பனின் கீர்த்தனைகள்

"இழந்தவனுக்கே இழப்பின் வலி தெரியும்!" என்று கண்ணீரோடு திண்ணையில் அமர்ந்தார் கோலப்பன்.

"எதைக் கொண்டு வந்தாய் கோலப்பா? நீ இழப்பதற்கு?" என்று கிருஷ்ண பகவான் காதில் தோன்றி ஒலித்துவிட்டு மறைந்து காற்றோடு போனார். அது ஒரு பகல் நேரத்து அசரீரியாகக் கூட இருக்கலாம். கோலப்பன் அமைதியே வடிவாக அமர்ந்திருந்தார்.

"செவத்துக்கு செத்த பயல்! ஒரு கொடைய ஒழுங்கா கைல கொண்டாராத் தெரியலை! நாயி வெயிலோட காயுமே'ன்னு கொடய கைல குடுத்து வுட்டா எங்கயோ கொண்டோயி மேச்சிக்கிட்டு திரிஞ்சிருக்கு! முழுசா பணம் எறநூற ஏப்பம் போட்டுகிட்டு வந்துருக்கு செவம்! உடுதுணி ஓர்மையில்லாத கோசான்!"

என்று செல்லம்மை வீட்டினுள்ளிருந்து வசவுகளால் மினுங்கினாள். கோலப்பனுக்கு தொண்டை தண்ணீர் வற்றிப் போனது.

"நாஞ் சம்பாரிச்ச சக்கரந்தானட்டீ?" என்று கேட்க கோலப்பனின் நாவுகள் பொங்கினாலும், 'மத்தியான சாப்பாட்டையும் இதே நாவுகள்தான் கேட்கும்' என்ற வகையில் 'நாவடக்கம் நலம்' என்ற கொள்கையில் உறுதியானார் கோலப்பர்.

நானும் வெயிலுக்கு கோலப்பன் வீட்டு நிழலில் ஒதுங்கினேன். தூரத்தில் ஒரு பசு மேய்ந்து கொண்டிருந்தது. மாமா பசுவின் மடுவையே வெறித்துக் கொண்டிருந்தார். நான் கேட்டேன்,

"என்ன மாமா அங்கவொரு நோட்டம்?"

"அந்த பசு ஒரு பாவம் பாத்தியாடே பாப்பச்சா?"

"யாம் மாமா இப்டி சொல்லுதியோ?"

“வேனாவெயிலுக்க கெடந்து எப்புடி வேகுவு பாத்தியா?”

“அதுக்கு தோலு நல்ல அடர்த்தி உண்டும்லா?”

“ஆனாலும் வெயிலு நல்ல காத்திரமா சாத்துகுல்லா?”

“பசுவுக்க மடு சூடானா பாலு காஞ்சிதானே மாமா வரும்?”

“என்னடே கெடந்து சலம்புத?”

“இல்ல.... அப்புடியே கறந்து காப்பித் தூளயுஞ் சீனியையுங் கலந்து டம்ளர்ல ஊத்திக் குடிச்சிறலாம் பாத்தீரா மாமா? அதாஞ் சொன்னேம்!”

“நா என்னத்த சொல்லுகேன்? நீ என்னத்தடே சொல்லுதா?”

“சரி ஓம்ம மொகம் யாவோய் கிறாவிப் போயிருக்கு?”

“அப்புடியா இருக்கு?”

“பின்னே? செத்துப் போன காக்கா மாறில்லா இருக்கு ஓம்ம மூஞ்சி! அத்தகிட்ட சண்ட கிண்ட போட்டீறா?”

“ஏல செத்த முடிவாஞ் சத்தம் போடாதடே! ஊழி முங்காரி உள்ளத்தாங் கெடக்கா! காதுல கேட்டான்னா அம்புடுதான்! ஆடிக் கெழங்க புடுங்கி நட்டுருவா!”

“அதெல்லாஞ் சரி! அந்தப் பசுவுக்க மடுவுல ஓமக்கு என்ன நோட்டம்?”

“அதப் பாக்கும்போதெல்லா ஒனக்க சின்ன அத்த இருக்காள்ளா?”

“யாரச் சொல்லுதீரு மாமா?”

“அதாம்டே உள்ள ஒருத்தி கெடக்கால்லா செல்லம்ம? அவளுக்க எளையவ ராசாத்தி?”

“ஆமா! தெரிசனோப்புல கெட்டிக் குடுத்துருக்குல்லா? ராசாத்தி அத்தை? அவளுக்கென்ன?”

“அவளுக்கு ஒரு கொள்ளையுமில்லை!”

“அவளுக்கும் இந்த பசுவுக்க மடுவுக்கும் என்னவோய் சம்மந்தம்?”

“அவளும் இப்புடித்தான் இருப்பா?”

“அடக் கஜக்கோலா?”

“நீ என்னத்தடே நெனைக்கா? அவளுக்க பிராயத்துல அந்தப் பசுவுக்க நெறத்துல இருப்பான்னா பாத்துக்கா?”

“என்னவோய் மாமா... கெடந்து சம்பந்தா சம்பந்தமில்லாம சளம்புகீரு?”

“சந்தைக்கிப் போயிட்டு வாற வழியில கையில கொண்டு போன கொடைய எங்கயோ எடது கை வாக்குல வச்சிட்டு வந்துட்டேம்! ஒங்கத்த கொடைய எங்கவோய்’ன்னு போட்டுக் கொடையா மக்கா!”

“எனக்கு ஓர்ம வந்துட்டு மாமா!” என்று கத்தினேன்.

“என்னடே?” என்றார் வியப்பாக...

“அந்த பொன்னா அத்தைக்க வீட்டுல இருந்து வெளிய வந்தீருல்லா? அங்க மறந்து வச்சிட்டு வந்துட்டீரோ என்னமோ?”

மாமா வியந்தார். நான் மீண்டும் கேட்டேன், “கொடை பொன்னாத்தைக்க வூட்டுல இருக்கு சரி? அந்த பசுவுக்க மடுவுக்கும் ராஜாத்தி அத்தைக்கும் என்ன சம்மந்தம்?”

“அது.... வந்து .... மருமோன.... இந்த செல்லம்ம எழவுடுப்பாள பாக்கதுக்கு முந்தி ராசாத்திய பாத்துருந்தம்’னா இந்த மூதிக்க மொகறைய ஏத்துக் கூட பாத்துருக்க மாட்டம்டே! எல்லா எனக்க தலயெழுத்து!”

பின்பக்கமிருந்து ரத்தவாடை அடித்தது. மெதுவாகத் திரும்பிப் பார்த்தேன். செல்லம்மா அத்தை கையில் தேங்காய் தொலிக்கும் வெட்டுக்குத்தியோடு நின்று கொண்டிருந்தாள். அநேகமாக மாமா பொன்னா அத்தையின் வீட்டிலிருந்து வெளியே வந்த கதை நடக்கும் சமயத்திலேயே செல்லம்மையும் வீட்டுக்குள்ளிருந்து வெளியே வந்திருக்க வேண்டும். நாங்கள்தான் அவளைக் கவனிக்கவில்லை.

நான் தெருவில் இறங்கி ஓடிக் கொண்டிருந்தேன். கோலப்பன் மாமாவின் வாய் பலத்த சப்தத்தோடும் கண்ணீரோடும் பெருங்குரலெடுத்து பாடத் துவங்கியது.

“பொல்லாத் தீங்கு நிறைந்த இவ்வுலகில்

நீசப் பாவிகளிடமிருந்து என்னை ரட்சியும் ஏசுநாதா!”

நானும் பாடத் தவறவில்லை,

“ஆம்மென் அல்லலுயா.....யா! ஆம்மன் அலலூயா! மகத்துவ தம்பராபரா! ஆம்மன் அல்லலுயா! ஜெயம் ஜெயம் ஆனந்த ஸ்தோத்திரா!”

கோலப்பனின் வாழ்வு அல்லல்களால் ஆனது.

லௌஹீக அன்னியோஷ்ணப் பரீக்ஷணங்கள்

இந்த ஒடுக்கப்பட்ட தீண்டத்தகாத கொரோனா விடுமுறை நாட்கள் எங்கள் குடும்பத்தை அன்னியத்திலிருந்து விடுபடச்செய்து அன்னியோன்னியத்தை நோக்கி நகர்த்தியிருக்கிறது.

‘குடும்பம் என்பது ஒரு கல்குவாரி அல்லது ஃபுல் குவாரண்டைன்’ என்ற எண்ணங்களிலிருந்து விலகி, ‘குடும்பம் என்பது ஒரு குழம்பியகுட்டையல்ல!’ என்பதும் ‘குடும்பத்தார் என்போர் குட்டைகுழப்பிகளல்லர்’ என்பதும் புரிந்து போயிருக்கிறது.

மகள் அன்போடு அழைத்து, “லேய் அப்பா முடிவெட்டி வுடுவியா?” இல்ல மூஞ்ச ஒடைக்கட்டா?” என்ற கேள்வியில் நெக்குருகிப் போய் மின் செரைப்பானையும், கத்திரியையும் எடுத்துப் போய் அவளது காதுகளில் ஒரு ஓட்டையைப் போட்டு காதுகளில் ஒழுகிய செந்நீர் எனக்கு ஒரு முக்கியமான விஷயத்தைக் கற்றுத் தந்தது. ‘முடி வெட்டுதலும் காது குத்துதலும் வேறுவேறு பணிகள்’ என்ற காரியத்தை அறிந்து கொண்ட இந்நாள் பொன்னாளாம் கர்த்தாவே!

“எளா! லேசா இந்த முதுகப் புடிச்சி வுடப்டாதா?” என்ற வேண்டுகோளை ஏற்று தன்னுடைய பாதங்களால் வருடியதில் முதுகெலும்புக்கும், முகுளத்துக்கும் இடையில் ஒரு நீண்ட இடைவெளியை உணர்கிறேன். ‘முதுகு மிதிப்பது வேறு! பூ மிதிப்பது வேறு!’ என்பதை இந்த மனைவிகள் எப்போதுதான் கற்றுக் கொள்ளப் போகிறார்கள் பகவானே?

காதலிகளுக்கும், மனைவிகளுக்கும் உள்ள வேற்றுமை என்னவென்பதை வள்ளுவர் ஏற்கனவே எடுத்துரைத்திருக்கிறார்.

“மேலிருந்தும் மேலல்லார் மேலல்லர் கீழிருந்தும்
கீழல்லார் கீழல் ‘ல(வ்)வர்’”

என்னுடைய வங்கி மின்சாரக் கணக்கின் பணஅட்டை மனையாளால் பிடுங்கப் பட்டு சேமிப்புக் கணக்கில் இருக்கும் செத்துப்போன தொகையானது ஏ.டி.எம் மிஷன் என்னைத் தந்தைக்கி விளிக்கக் காரணமாகி விட்டது. பக்கத்துத் தெருவிலுள்ள பிறந்தகமான அம்மா வீட்டில் தோன்றி செலவுக்கு சக்கரமில்லை என்று கண்ணீர் சிந்தியதில்,

“நீ வழிச்சி நக்குன லெட்சங்கள் போதும்டே! இனிமேலும் நீ இலக்கியத்த தூத்து வாறாண்டாம்... செவங்கள்!” என்ற பாடலைக் கேட்டுவிட்டு வந்தேன். ‘பஞ்சகாலத்தில் பாடல்களுக்கா பஞ்சம்?’

இந்த நாட்களில் நானும், என் தோப்பனாரும் ‘வாடே போடே’ என்று பேசிக் கொள்ளுமளவுக்கு நெருங்கி விட்டதைச் சொல்லாமல் விட்டுவிட முடியாது. திடீரென அவரை அணுகி, “எப்பா மேலுக்கு இப்பொ கொள்ளாம்லா? அசுகம் ஒண்ணுமில்லயே?” என்றேன்.

“மொவேன் எத்தர் ருவாய்க்கி அடிபோடுகாம்ளா?” என்று அவர் தன்னுடைய மனைவியை நோக்கிக் கேள்வியெழுப்பினார். இது ஒரு மோசமான மனநிலையென்பதை எங்ஙனம் தெரிவிப்பேன்? குசலம் விசாரிப்பது தவறென்று விவிலியம் எங்கே குறிப்பிடுகிறது அச்சனாகிய அந்திக் கிறிஸ்துவே!

மேலும் பிறர் கேட்கும் கேள்விக்குத் தன்னுடைய மனையாட்டியிடம் பதில் தேடுபவர்களை இவ்வுலகம் ‘பெண்கோந்தன்’ அல்லது ‘பொடமொணஞ்சான்’ என்று குறிப்பிடுவதைக் கேளீரோ நாணிலமே?

“எப்பாவ்... நாங் கேட்டது...?” என்ற இழுவையான ராகம் அவருக்கொரு கலவையான மனநிலையை அளித்திருக்க வேண்டும். இரண்டாயிரம் தினாரியங்களை வழங்கி கவுரவித்தார். ரோஸ் கலர் நோட்டானது அத்தனை அழகாய்த் தோன்றிய கணத்தில், “போய் மெடிக்கல் சாப்புல சில்ற மாத்திட்டு வாடே!” என்றார்.

மாறுபட்ட இருதயத்தோடு மருந்துக் கடையில் மாற்றப்பட்ட சில்லறையிலிருந்து பத்து மஞ்சள் கலர் இருநூறு தினாரியங்களைப் பெற்றுக் கொண்டு கனத்த மனதோடு பைக்கைக் கிளப்பியபடியே கதறினேன்.

“எடா அச்சா! நின்ற காஷு எனிக்கிப் புல்லாடோ... மண்டங்கோணாப்பீ!”

வீட்டுக்கு வரும் வழியில் கோலப்பன் மாமாவைக் கண்டேன். திண்ணையில் கிடத்தியிருந்தார்கள். அவருக்குக் கொரோனா இல்லியாம்... 'கொர்ணக்காடு' என்று சொல்லிக் கொண்டார்கள். கொர்ணக்காடு என்பதற்கு சொறி, சிரங்கு, படை என்று அர்த்தம்.

குடும்பம் ஒரு 'கணகொணா'தான் என்பதில் இப்போது எனக்கு அச்சமில்லை. குடும்பம் ஒரு குருட்டுக்குதிரை. சவுட்டக் கூடாத இடங்களிலெலாம் சவுட்டிவிடும்... எண்ட ஈஷோயெ... ஆற்றிங்கால் பகவதீ... ரட்சிக்கணே!

உயிர்க்கொல்லி கோலப்பன்

கோலப்பன் மாமா கொஞ்சகாலம் ஆசிரியராகப் பணியாற்றினார். ஒருநாள் மாலையில் பள்ளிக்கூடத்துக்குப் போய்த் திரும்பிய கோலப்பன் அரேபியாவில் இருந்து விடுமுறையில் ஊருக்கு வந்திருந்த பீச்சாங்கை அழகேசனுடன் மாம்பட்டைக் கடையில் எழுந்தருளினார்.

வெளிநாட்டில் இருந்து ஒருமாத விடுமுறையில் வந்திருந்த அழகேசன், முதல் இரண்டு நாட்கள் ஜானி வாக்கர் விஸ்கியும், அடுத்த ஒரு வாரம் கோல்டன் பெல் குவாட்டரும், இருவாரங்கள் மானிட்டர் குவார்ட்டரும் அருந்தி மகிழ்வது வழக்கம். விடுமுறையின் கடைசி வாரத்தில் மாம்பட்டையில் நடைபயில்வது பொருளாதாரம் விதித்த விதி.

வந்த புதிதில் கையில் டிரிபிள் பைவ் சிகரெட்டோடு குளத்தங்கரையில் திரிந்து கொண்டும், நிமிடத்துக்கொரு முறை 'கல்லி வல்லி, மாஃபீ முஸ்கில்' என்று ஏதேதோ உளறிக்கொண்டு அலைந்த அழகேசன், கையில் அரிஸ்டக் குப்பியும், வாயில் ஐந்துபூ பீடி சகிதமுமாக காட்சியளித்ததைக் கண்ட 'சீட்டு ரத்தினத்துக்கு' சிரிப்பாணி அள்ளிக் கொண்டு வந்தது. ரத்தினம் மெதுவாக கோலப்பனிடம்,

"என்ன வாத்தியார இந்தப் பக்கம் கண்ட மாரி இருக்கு?" என்றான்.

அதற்கு கோலப்பன், "இல்ல ரெத்தனம்... வெள்ளன மலம்போவல்ல... அதான் ரெண்டு சருவத்து கிளாஸ்ல பட்டய போட்டா திரிதிரியா எளகிரும்லா? அதான் வந்தேன்!" என்று மோர்சிங் வாசித்தார்.

அதாவது காலையில் பேதி போகவில்லை, இரண்டு சர்பத் கிளாஸ் நிறைய மாம்பட்டையைக் குடித்தால் வயிற்றிலுள்ள கெடும்பு எளிதாக வெளியேறிவிடுமாம்.

அதுக்கு ரெத்தினம், "ரெண்டு வேருக்கும், ரெண்டு வாரமாவா பேதி போவாமக் கெடக்கு?" என்று தண்டவாளத்தை ஒன்று சேர்த்து நகர்ந்தான்.

உடனே கோலப்பன் அழகேசனிடம், "பாத்தியா அழகேசா? ஆளு இருக்க எரையப் பாத்து ஆவார பீவாரி அடிச்சிட்டுப் போகு?"

அதற்கு அழகேசன், "ஆமவே மாமா... இந்த நாயி கெடக்க கெட நமக்கு தெரியாதா? தண்ணிய கடிச்சித் திங்கிய எரப்பாளி நாயி அது!" என்று சலித்துக் கொண்டான்.

அந்தவாக்கில் மாம்பட்டைக் கடைக்கு வருகை புரிந்த மரம்வெட்டி சங்கரன் கோலப்பனிடம்,

"எய்யா கோலப்பா! கிருஸ்ணெனுக்க அம்ம இருளாயிக் கெழவி சாவக் கெடக்காளாமே? என்னன்னு எட்டிப் பாத்தியா?" என்று கேட்கவே, "அப்புடியா! அவளுஞ் சரிஞ்சிட்டாளா? பாவிமுடிவா!" என்று சொல்லியபடியே பரிபாடிகளை முடித்து விட்டு இருவரும் கிருஷ்ணனின் வீட்டுக்குப் போனார்கள்.

கிருஷ்ணனின் தாய் இருளாயி. அவளுக்கு வாய் கொஞ்ச நஞ்சமல்ல. அவள் பேசத் தொடங்கினால் அவ்வளவுதான்! அவளைக் கொத்த வந்த பாம்பு கூட காதுகூசி தற்கொலை செய்துகொள்ளும்! இரண்டு நாட்களுக்கு முன்னால் அதிகாலையில் ஆற்றங்கரைக்குச் சென்ற இருளாயியை மாடு முட்டியதாகச் சொன்னார்கள். 'மாட்டுக்கு என்ன கோபமோ?' கிழவி படுத்த படுக்கையானாள்.

கோலப்பன் வாத்தியானுக்கும், அழகேசனுக்கும் இருளாயி மேல் அவ்வளவு பாசமெல்லாம் கிடையாது என்றாலும் அவள் வாய்பேச முடியாமல் முடங்கிக் கிடப்பதைப் பார்த்ததில் அவ்வளவு பேரானந்தம்.

இருவரும் குடித்த மாம்பட்டையின் அளவு மிகுந்து போனதால் நிலைமை வேறுமாதிரி மாறிப் போனது. கிருஷ்ணனின் வீட்டுக்குச் சென்ற இருவரின் போதையுற்ற மனமும் சூதுவாது மறந்து, மாடு முட்டி நிலைகுலைந்து கிடந்த இருளாயி கிழவியைக் கண்டு துக்கித்து, பெருங்குரலெடுத்துக் கதறியழுதார்கள்.

"ஏ பெரீம்ம! ஒனக்கா இந்த நெலம்ம?"

போதை தலைக்கேறிய கோலப்பன் ஒருபடி மேலேபோய், சாகக்கிடந்த கிழவியைக் கட்டியணைத்து முத்தமிட்டுக் கதறியழுதார்,

“எத்தே! எங்கள அந்தரத்துல தொங்க வுட்டுட்டு போயிராதத்தே! சாவுக வயிசா ஒனக்கு? பச்ச மதலைல்லா! எம்மோ!”

பதறிப்போன கிருஷ்ணனுக்கு பானமுற்றிருந்த அவர்கள் இருவரையும் சமாதானப் படுத்துவதற்குள் தன் தாய் இருளாயியிடம் குடித்த தாய்ப்பால் வெளியே வந்து விட்டது. இருளாயி மறுநாளே மரித்தாள்.

காலையிலேயே கிருஷ்ணனின் மனைவி மீனாள் (இருளாயியின் மருமகள்) கோலப்பன் மாமனின் வீட்டுக்கு வந்து துஷ்டி சொல்லிய கையோடு, மிகுந்த மனமகிழ்ச்சியில் கோலப்பனுக்கு நன்றி சொன்னதைக் கண்ட செல்லம்மா அத்தை குழம்பிப் போனாள்.

முந்தைய நாள் இரவில் நடந்த கூத்து ஒர்மையிலில்லாத கோலப்பனும் ஒருகணம் திடுக்கிட்டார்.

“கிழவி செத்ததுக்கு நமக்கு எதுக்கு நன்றி சொல்லுகு செவத்து மூதி?”

ஊருக்குள் கோலப்பன் மாமன் கொடுத்த முத்தத்தின் காரணமாக கிழவி சிவபதம் அடைந்ததாகப் பேசிக் கொண்டார்கள். மாம்பட்டை அருந்துவோர் சார்பாக, முந்தைய தினம் வந்த மாம்பட்டை லோடு அத்தனை சிறப்பாக இல்லை என்றும், குடித்தவுடன் மயிர்க்கால்கள் வியர்த்ததாகவும் கருத்து வைக்கப்பட்டது.

கிழவியின் பூதவுடல் தகனம் செய்யப்பட்ட அன்று இரவு எவனோ ஒரு காலன் கோலப்பன் மாமன் வீட்டு சுவற்றில் கரிக் கொட்டையால் கீழ்க்கண்டவாறு எழுதி வைத்தான்,

‘மரிப்பை உருவாக்கும் மந்தகாச முத்தங்கள் இவ்விடம் இலவசமாக வழங்கப் படும்’

- இவண்

உயிர்கொல்லி அ.கோலப்பன், எம்.ஏ பூலாசஃப்பி (ஃபிலாசஃபி)

அடுத்த நாள் காலையில் கிழக்கு வெளுக்குமுன் அழகேசன் அரேபியாவுக்கு விமானமேறியிருந்தான். படித்து நிறைய பட்டங்கள் வாங்கியிருந்தாலும் கூட தன்னுடைய சிந்தனைகளாலும், செயல்களாலும் இத்தனை பட்டங்களைக் கோலப்பன் வாங்கிக் வைத்திருந்தது அவசியமற்றதாகவே தோன்றியது.

கந்துவட்டி கோலப்பன்

பூதப்பாண்டி மலையடிவாரத்தில் வெளிக்கி இருக்கப் போன கோலப்பன் ஒரு மனிதக் குரங்கிடம் சிக்கினார். கோவணத்தைக் கழட்டும் சமயத்தில்தான் எதிரில் ஒரு உருவம் நிற்பதை அவர் கவனித்தார். முதலில் அதையொரு ஈரச்சாக்கு கட்டப்பட்ட ஏத்தம்பழக்குலை என்றுதான் அவர் கருதினார். ஆனால் ஏத்தம்பழக்குலைக்கு ஏது கால்கள்?

பயந்துபோய் அப்படியே குத்த வைத்து உட்கார்ந்தவர்தான். எழவேயில்லை. வெளியில் வந்ததும் உள்ளே போய்விட்டது. 'மீண்டும் வெளிவரச் செய்ய எத்தனை பேயன்பழங்களை விழுங்க வேண்டி வருமோ இறைவா?' என்ற எண்ணம் மேலோங்கியது.

குரங்கு அருகில் வருவதை உணர்ந்த அவர் மெதுவாக ஸ்லோகங்களை உச்சாடனம் செய்வதைக் குரங்கு கவனித்தது. செத்த பிற்பாடு மோட்சத்துக்குச் செல்ல ஏதுவான மந்திர உச்சாடனங்கள் அவை. "பித்ரு மேவ ஜெயதே!"

சமீப காலமாக கோலப்பன் மாமா பிளேடு வட்டிக்கு விடுவதாக வந்த வதந்திகள் அனைத்தும் வெறும் வதந்தியாக மட்டுமில்லாமல் இருந்ததுதான் மிகப்பெரிய வதந்தி. கோலப்பன் மாமா மனதுக்குள் உருகி அழுதார்.

"கடசீல ஒரு கொரங்கு கையாலதாஞ் சாக்காலம் போலுக்கே?"

அப்போது தூரத்தில் ஒரு பாடல் ஒலிக்கும் சப்தம் கேட்டது. "வானம் இடி இடிக்க மத்தளங்கள் சத்தமிட ராசாதி ராசா தொடுத்த மாலதான் இந்த ராசாத்தி தோளில் முடிச்ச மாலதான்!"

'அடேய் கெஜக்கோல் சுந்தரேசா! வந்து என்னையக் காப்பாத்துல மக்கா!'

“ஆம் அவனேதான்...!’ கோலப்பனின் மனம் ‘தன்னைக் காப்பாற்ற ஒரு ஆள் வந்து விட்டான்!’ என்று நிம்மதி அடையும் வேளையில் சுந்தரேசன் என்ன நினைத்தானோ வந்த வழியே திரும்பச் சென்று விட்டான்.

“என்ன எழவு கொள்ளையோ அந்த நாய்க்கி? கடவுளே என்னைய காப்பாத்துப்பா!”

கோலப்பனின் மனம் கிடந்து உருகியழுதது. அந்தக் குரங்கு ஒரு மிகப்பெரிய சோம்பேறியாய் இருக்கக் கூடும் அல்லது அது கோலப்பனை விரும்பவில்லையாய் இருக்கும். கோலப்பனுக்கு அவனுடைய ஜீவனின் மதிப்பை உணர்த்தியபடியே அது காத்திருந்தது. கோலப்பனும் அந்த நாளை தன்னுடைய ஆயுளின் இறுதி நாளாகவே கருதி அமைதியாக ஜெபத்தை ஏறெடுத்தார்.

“அடுத்த வருஷம் இந்நேரம் எல்லா நாயும் எனக்க பைசாவுல கறியுஞ் சோறும் திம்பானுவ! காடாத்து, கல்லெடுப்பு, மூணாங் கெழம, பதினாறு அடியந்தரம், வருசந் தெவைப்பு’னு எத்தனையோ காரியங்கள் இருக்கே கடவுளே! இந்த செல்லம்ம முடிவா எப்புடி செலவ தாங்கப் போறாளோ?”

கோலப்பனின் இதயம் கொல்லனின் துருத்தியைப் போல தடதடத்தது. ‘இந்தக் காட்டில் எப்படி மனிதக் குரங்கு வந்தது?’ என்ற அடிப்படைக் கேள்வி கூட அந்த நேரத்தில் கோலப்பனுக்கு எழவில்லை என்பதுதான் விந்தை. திடீரென அந்தக் குரங்கானது பேசத் துவங்கியது.

‘என்ன கோலப்பா? காலோட கொல்லைக்கிப் போயிட்ட போலிருக்கே?’

கோலப்பன் மிரண்டு போனார். “யாரு பேசுனது? நீங்களா கொரங்கு சாமி?”

“நாந்தாம்டே! இன்னிக்கி நீ அனாதையா சாவப் போறேன்’னு தெரியுமா ஒனக்கு?”

கோலப்பன் கண்ணீரோடு கையெடுத்துக் கும்பிட்டு மானசீகமாகக் குரங்கிடம் உயிர்ப் பிச்சையிடுமாறு கோரினார். ‘குரங்கு எப்படிப் பேசும் என்ற குறைந்த பட்சக் கேள்வியில்லாத கோலப்பன் மாதிரியான கோணையன்கள் உயிர் வாழ்ந்தென்ன பயன்?’ என்பதை அந்தக் குரங்கு உணர்ந்து கொண்டதாகவே அந்தச் சூழல் அமைந்து போயிருந்தது.

அந்தக் குரங்கு தன்னுடைய இரண்டு புஜங்களையும் தட்டி ஒரு சைலாத்து எடுத்து வைத்தது. அடுத்த அடவில் கோலப்பனின் இரண்டு முழிகளையும் அது பிய்த்து எடுத்துவிடும் என்பதாகவே கோலப்பனை எண்ண வைத்த அந்த நொடி மிகக் கொடூரமானதாகவே இருந்ததில் ஆச்சர்யமில்லை என்பதைப் போலத்தான் அந்தக் குரங்கு நடந்து கொண்டது.

கோலப்பன் தரையில் சாய்ந்தார், "சாமி! நீ என்ன சொன்னாலும் நா செய்யேம்! என்னய வுட்டுருப்போ?"

குரங்கு மீண்டும், "ஒனக்கு ரெண்டு மக்கமாரு உண்டுல்லா!"

"ஆமய்யா!"

கோலப்பன் உகுத்த கண்ணீரால் சுற்றியிருக்கும் வாழைக் கன்றுகளுக்குச் சேதாரம் விளைந்து விடுமோ என்ற அளவிற்கு கண்ணீரின் அளவும், உப்புச் சுவையும் இருந்தது.

குரங்கு மீண்டும் கோலப்பனிடம், "ஒனக்க பொண்டாட்டி செல்லம்மைக்க வலது தொடையில ஒரு மச்சம் உண்டு! சரிதானடே!"

"ஆமய்யா! அத நாங்கண்டே கொறைய காலம் ஆயி!"

'செவத்துமுடிவாள கொளத்துல போயி குளிக்காத'ன்னு ஓராயிரந் தடவ சொன்னாலும் கேக்காம இப்ப மனுசக் கொரங்கெல்லாம் குளிசீன் கண்டுகிட்டு எனக்கிட்டயே லேவ விசாரிக்கே கடவுளே?' கோலப்பனின் மனம் இரைந்தது.

குரங்கு கோலப்பனிடம விடாமல் அடுத்த கேள்வியை வைத்தது,

"ஊருக்குள்ள அநியாய வட்டிக்கி பிரிவு உடுக இல்லியா நீ?"

"இனி வுட மாட்டம்யா! உயிரோட இருந்தா ஊத்து ஊதியாவது பொழச்சிறலாம்யா! என்னிய வுட்டுரு தெய்வமே!"

"காட்டுக்குள்ள லாந்துக எனக்கே உன்னையப் பத்தி இவ்ளோ தெரிஞ்சிருக்குன்னு ஒனக்கு புரியா கோலப்பா?"

"அதாம்யா நானுங் கெடந்து யோசிக்கேன்!"

"ஏன்னா நா செய்வினைக்கார மந்திரவாதியாக்கும்! எல்லா வடிவத்துலயும் வருவேன்!"

“எனக்கு அந்தக் காரியம் தெரியாமச் போச்சி பகவானே! என்னிய வுட்டுரு!”

“நீ இதுவரைக்கும் கடங் குடுத்த எவங்கிட்டயாவது கடன திருப்பிக் கேட்டன்னா ஓனக்க ரெண்டு கையையும் பிச்சி செங்கச் சூளைல வீசிப்புடுவேங் கேட்டியாப்போ?”

“திருப்பிக் கேக்க மாட்டம்யா!”

“சேப்புல எவ்வள சக்கரம் வச்சிருக்க?”

“ஐநூறு ரூவா இருக்கு ஆண்டவனே!”

“அதக் கொண்டா இங்க! நாளைக்கி காலையில இதே எடத்துல ரூவா அம்பதாயிரம் கொண்டாந்து வச்சிருக்கணும் சரியா?”

“அம்பது லச்சம்னாலும் கொண்டாறேன்! என்னிய உட்டுரு அய்யா!”

கிட்டத்தட்ட கோலப்பன் சாகாத குறை!

ஐநூறு ரூபாய்களை வாங்கிக் கொண்ட குரங்கு கோலப்பனை விடுவித்தது. கோலப்பனுக்கு தன்னுடைய பெரியப்பனின் மகன் குமரன்குட்டி ஒரு மேடை நாடக ஆர்வலன் என்பதும், பல்வேறு குரல்களில் பேசும் வித்தகன் என்பதும் தெரியாமல் குமரன்குட்டிக்கு ரூபாய் ஒரு லட்சத்தை வட்டிக்குக் கொடுத்தது தவறு என்பதும் என்றைக்குமே உறைக்கப் போவதில்லை என்பதை அந்தக் குரங்கு மாத்திரமே அறியும்!

கோலப்பன் அந்தவயல் வரப்புகளில் இருபத்தியேழாவது முறையாக சகதிக்குள் விழுந்து புரண்டு வீடு நோக்கிப் பறந்து கொண்டிருந்தார்.

குரங்கானது தன்னுடைய குரங்கு உடைக்கான வாடகையையும், உடையையும் திருப்பிக் கொடுக்க பூதப்பாண்டியிலிருந்து வடசேரிக்கு பேருந்து ஏறி தெற்கு நோக்கிப் போய்க் கொண்டிருந்தது.

“உடை என்பதும் ஊடகமே! ஜெய் கோலப்பா!”

இரண்டாம் உலகப்போரில் கோலப்பன்

'லெப்டினன்ட் கோ. லெப்பன் அழகுமணி' என்று ஜெர்மானிய எழுத்தில் எழுதப்பட்ட பெயர்ப் பட்டையை நெஞ்சில் தரித்து, கையில் ஒரு பசூக்காவை ஏந்தியபடியே ருமேனிய எல்லையில் நின்று கொண்டிருந்தார் கோலப்பன். அதுவொரு கடுங்குளிர் கால மாலை.

'எதிரிகள் தாக்குமுன்னர் பனிக்கரடியோ, ஓநாய்களோ தாக்கி தன்னை இரவு உணவாக உண்டு விடுமோ' என்கிற அச்சம் கொஞ்சம் கூட கோலப்பன் மாமாவின் கண்களில் இல்லாதிருந்தது. உலகப்போரின் செகண்ட் பார்ட் அத்தனை லேசுப்பட்ட காரியமில்லை என்பது குறித்த அச்சம் மாமனைத் தவிர்த்து அனைவரையும் கவ்வியிருந்தது.

ஸ்டீவன் ஸ்பீல்பெர்க்கோ, ஜேம்ஸ் கேமரூனோ செட் போட்டு எடுத்தால்கூட அத்தனை நேர்த்தியாக அந்தக் காட்சிகளை படமெடுத்து விட முடியுமா? என்கிற சந்தேகம் எனக்குள் துளிர்விட்டது. இது உண்மையான போர்க்களமல்லவா?

'இதோ கோலப்பன் குண்டடி பட்டுச்செத்துப் போவான்!' என்கிற நிலவரம்தான் அங்கே இருந்தது. ஆனாலும் கோலப்பன் அச்சம் கொள்ளவில்லை.

'உயிர் போனா தயிரே போச்சு!' என்கிற அளவில் இருந்த கோலப்பன் மாமாவின் நெஞ்சுரம் எனக்குள் இருந்த அச்சத்தை எகத்தாளம் செய்து அகற்றி விட்டது. நான் ஒரு இருட்டு பங்கருக்குள் அமர்ந்திருந்தேன்.

கடுமையான குளிர். என் கையிலிருந்தது ஒரே ஒரு சட்டாப்பை மட்டுமே... இதோ வெளியே ஒரு எதிரி நின்று கொண்டிருக்கிறான். 'இந்த தோசை சுடும் ஆயுதத்தை வைத்து இந்த எதிரிப்பயலை எப்படி எதிர்த்துப் போரிடுவது' என்ற குழப்பம். 'ஊச்சாளிக்கு உப்புக்குத்தியே ஆயுதம்!'

என்கிற ஒரு பழஞ்சொல் என்னை ஒரு பழம்பெரும் ஊச்சாளி என்பதை நினைவுகூர்ந்து ஊக்கப் படுத்தியது.

பங்கரில் இருந்து வெளியேற நினைத்த மறுகணமே எங்கிருந்தோ பறந்து வந்த ஒரு அணுகுண்டு பங்கரின் மேல் விழுந்து வெடித்தது. எதிரி ஓடிவிட்டான். முக்காலத்தையும் அறிந்த ஞானியாகிய என்னை அந்த வெடிகுண்டு நிராகரித்ததை நான் என்னுடைய ஞான திருஷ்டியால் உணர்ந்தேன்.

சரியாக ஒரு வினாடி இடைவெளியில் கோலப்பன் மாமாவின் காதுக்கருகில் ஒரு ஏவுகணை கடந்து சென்றது. அப்போதும் கோலப்பன் அசராமல் நின்றதுதான் எனக்குப் புதியவொரு தெம்பை வழங்கியது என்றால் அது மிகையில்லை. விமானங்கள் பறப்பதும், ஏவுகணைகள் பாய்வதுமாக ஒரே சலசலப்பு.

எனக்கொரு சின்ன சந்தேகம். 'இரண்டாம் உலகப்போரின் சமயத்தில் என் அப்பாவே சின்னப் பிள்ளையாக இருந்திருப்பார்? நான் எப்படி இங்கே வந்தேன்? ஆனாலும் தான்தோன்றிகளால் எதுவும் சாத்தியம்!' என்ற நிலைப்பாட்டை அந்தக் கணமே கையிலெடுத்தேன்.

கோலப்பன் மாமா தன்னுடைய கால்களைச் சொறிந்தார். ஒருவேளை 'பிளாக் மாம்பா' வகைப் பாம்பு அவரது கால்களை முத்தமிட்டிருக்கக் கூடும். 'என்னே ஒரு வீரத்தன்மை மிகுந்த மனிதன்' என்ற எண்ணம் அந்தப் பாம்புக்கு எழுந்து அது மாமனிடம் மன்னிப்புக் கோரும் விதமாக அவ்விதம் நடந்து கொண்டிருக்கலாம்.

'பாம்புகள் அற்பமானவைகளல்ல... அவை மிக நுட்பமானவை' என்ற கருத்தை நான் பங்கரில் வைத்து ஏற்றுக் கொண்டு சபதமெடுத்தேன். 'இனிமேல் பாம்புகள் என்னைக் கடித்தாலும் நான் அவைகளைக் கடிந்து கொள்வதில்லை!'

கோலப்பன் கண்களை மூடி ஜெபித்துக் கொண்டிருந்தார். அவரது ஜெபம் ரஷ்யாக்கார எத்துவாளிப் பயல்களுக்காகக் கூட இருக்கலாம்.

"இறைவா! இந்த ரஷ்யநாட்டு ராணுவ முண்டங்களை என்னிடமிருந்து காப்பாற்றும்! அவர்களது இளம்மனைவிகள் அனைவரும் விதவைகளாகும் பட்சத்தில் அவர்களை ஒட்டு

மொத்தமாக என்னால் ஏற்றுக் கொள்ள முடியாது... சுடலை மாடனின் ஜெபங்கேளும்! ஜீவனுள்ள நல்ல பெருமாளே! ஆமேன்!”

‘போர்க்களத்தில் கூட தனது எதிரிகளுக்காக ஜெபிக்கும் நல்ல மனம் கொண்ட கோலப்பனை இந்த ஆயுதங்கள் எதுவும் செய்துவிடாது!’ என்ற எனது நம்பிக்கை வீண்போகவில்லை. அந்த நேரத்தில் திடீரென மாமனின் மண்டையை ஒரு ஸ்னைப்பரின் தோட்டா துளைத்தது.

மாமன் ஒரு பெரும் கூச்சலோடு கீழே விழுந்தான். அங்கே மாமன் மட்டுமல்ல, செல்லம்மை அத்தையும், புய்ப்பம் கிழவியும் வீழ்ந்து கிடந்தார்கள். அடித்தது ஜாக்பாட். ஒரே குடும்பத்தில் மூன்று பரம்வீர் சக்ரா வழங்கப்படவிருந்தது. நான் பங்கரிலிருந்து எழுந்து ஓடினேன்.

“என்னைத் துரத்திய எதிரி துஷ்டன் எனிக்கிப் புல்லாடோ!” என்ற கூச்சலோடு எழுந்து ஓடிப்போய் கோலப்பன் மாமனைக் கண்டேன். ஜெர்மனிக்கார செல்லம்மை எனும் மிக் ரக விமானமும், ரஷிய நாட்டு புய்யப்பம் எனும் பழைய ஃபார்கோ லாரியும் மோதியதில் போர்க்களம் கட்டுக்குள் வந்திருந்தது.

மாமனின் காதுக்கருகில் பறந்து வந்து கிடந்த ஏவுகணையான அரிவாள்மணையும், மண்டையில் பட்டு மயக்கத்திலாழ்த்திய ஸ்னைப்பர் குண்டான பித்தளைச் சொம்பு நெளிந்தும் உடைந்தும் கிடந்தன.

‘பரமபிதாவே! மாமிக்கும், மருமோளுக்கும் பெகளம் உண்டேங்கிலும் இத்தற வல்லிய சல்லியம் வேணாயிருந்நு... தெம்மாடியளு!’

கோலப்பன் மயிரிழையில் உயிர் பிழைத்தான். குடித்துவிட்டு குப்புறப் படுக்கும் போதெல்லாம் தன்னைச் சுற்றிக் கூதரைத்தனங்கள் மட்டுமே நிகழ்ந்து வருகின்ற காரியத்தை என்றைக்கு இந்த கோலப்ப மண்டையன் அறிவானோ வள்ளுவரே? ஆனாலும் கோலப்பன் மாமனின் பராக்கிரமங்களை அறியாத செல்லம்மையும், புய்ப்பமும் ஒருநாள் கோலப்பனின் கையாலேயே அடிகொண்டு பரமபாதம் எய்துவார்கள் என்பது திண்ணம்.

“ஒலித்தக்கால் என்னாம் உவரி எலிப்பகை
நாகம் உயிர்ப்பக் கெடும்.”

கோலப்பன் எனும் நாகம் உறங்கும் வரைதான் செல்லம்மை எலிக்கும், புய்ப்பப் பெருச்சாளிக்கும் இடையிலான எகத்தாளங்கள் செல்லுபடியாகும். கோலப்பன் எழுந்தால் ரெண்டு பேருக்கும் எட்டாங்கொடைதான்!

நாயால் துரத்தப்பட்டு நான் ஓடிப்போய் விழுந்த தண்ணீர்த் தொட்டியை நான் ஒரு பங்கராகப் பாவித்த விதம் ஒரு அழகிய கவிதையை ஒத்ததாக இருந்திருக்கலாம். அதற்காக இன்னொருநாள் எனக்கு நன்றிகள் பல எடுத்துரைத்து இலக்கியத்துக்கான விருதுகள் குவியலாம். அத்தறக்கி வல்லிய பாக்கியசாலியாணு ஞான்!

தன் வீட்டு நாயைக் கட்டிப் போடாமல் தெருவில் லாத்த விட்ட குஞ்சச்சன் தன்னுடைய அந்திம காலத்தில் கைகால் விளங்காமல்தான் மரிப்பான்... அவனையும் சேர்த்து ரட்சியும் சேசுவே!

கொரோனாவும் கோலப்பனும்

கத்தாரிலிருந்து வந்த கோலப்பன் மாமாவின் மகன் 'கிடுகிடு டெல்லஸ்' கொரோனாவைக் கொண்டு வந்து வழங்கியதில் கோலப்பன் மாமா ஆஸ்பத்திரியில் அனுமதிக்கப் பட்டிருந்தார். விஷயம் கேள்விப்பட்டதிலிருந்து எனக்குத் துக்கம் தாளவில்லை.

'ஆனா டெல்லசு சும்மாத்தானே திரியான்? ஒருவேளை அவனது கைகள் மூலம் மாமாவுக்கு பரவியிருக்கலாம்!'

தனி வார்டில் அனுமதிக்கப் பட்டிருந்த கோலப்பனைக் காண எங்களுக்கு அனுமதி மறுக்கப் பட்டிருந்தது. நான் டெல்லசைத் தேடினேன். தகப்பனின் அசுகமறியாமல் அவன் செய்த காரியங்கள் குறித்து மிகுந்த துக்கம் உருவானது.

'தன்னுடைய மூன்று சிறுநீரகங்களில் ஒன்று பேதியோடு போய்விட்டது அல்லது வயிற்றுக்குள்ளே எங்கோ ஒளிந்து கிடக்கிறது' என்பதைத் தன்னுடைய ஞான திருஷ்டியால் உணர்ந்து கொண்டதாகக் கூறி கோலப்பன் மாமா ஒருமுறை துக்கித்த நிகழ்வை எண்ணி சிறிது நேரம் அழுதேன்.

டாக்டர் வந்தார். நான் அவரிடம் போய்க் கேட்டேன். "டாக்டர்! நான் மாண்புமிகு மாமாவைக் காணலாமா?"

'அவரைச் சந்தித்தால் நீங்கள்தான் அதன் பலாபலனை அனுபவிக்க வேண்டுமென'ச் சொல்லிவிட்டுக் கடந்து போனார். நான் மிகுந்த வேதனையடைந்தேன். மனச் சோர்வும் கழிவிறக்கமும் என்னை ஆட்டி வைத்தது. கோலப்பன் மாமன்தான் என்னுடைய சுகமும் துக்கமும் என்ற வகையில் நான் அவரது பிரிவை வெகுவாக அனுபவித்தேன்.

அந்த மருத்துவமனை வளாகத்தில் மூக்கில் டவ்வல் கட்டியவர்கள் நிறைய பேர் காணக் கிடைத்தார்கள். 'மனித மண்டையர்கள் தங்களது வாயை மூடினாலே பாதித் துன்பங்கள் குறைந்து விடும்' என்பதை இந்தக் கொரோனா சொல்லி விட்டிருக்கிறது.

ஒரு நர்ஸ் வந்து என்னிடம் கேட்டாள், "நீங்க காளியப்பனுக்க அட்டெண்டரா ?"

நான் அவளிடம், "இல்லை அன்பே!"

ஏனோ தெரியவில்லை! அவள் என்னை முறைத்துப் பார்த்து விட்டுப் போய்விட்டாள். என் மனம் மீண்டும் துன்பமடைந்தது.

'எதற்காக இந்த மனிதர்கள் தங்களது சக மனிதர்களை நேசிக்க மறுக்கிறார்கள்?'

நான் அங்கிருந்த வேப்ப மரத்தைக் கட்டிக் கொண்டு அழுதேன். இந்த மனிதர்களைப் போல மரங்கள் தொட்டித் தனங்களைச் செய்வதில்லை, மாறாக ஆக்ஸிஜனை உற்பவித்துவிட்டு ஓடிப்போய் சிலிண்டர்களில் அடைந்து கொள்கின்றன. ஒரு டபரா செட் உருள்வதைப் போன்ற ஒரு சப்தம். டெல்லசு வந்து கொண்டிருந்தான். எனக்குக் கோபம் வந்து விட்டது.

"ஏல கோட்டிக்கார நாய! ஓங்கப்பனுக்க சீரு தெரிஞ்சுமா நீ இப்புடிச் செஞ்ச?"

"என்ன மச்சா செய்யதுக்கு? வேற விதி? நம்மளப் பெத்துட்டாம்லா! அந்தக் கடமைக்கி அனுவிச்சித்தான் ஆவணும்?"

"நாம்லா உங்கிட்ட வாங்கியாரச் சொன்னேன்?"

"ஏர்போர்ட்டுல வச்சே கைலேர்ந்து கை மாறிட்டு!"

"சே! இப்புடி ஆயிட்டே?"

'கோலப்பன் மாமா எப்பவுமே இப்புடித்தான்! மரணமேயானாலும் கூட ஆளுக்கு முந்தி வரிசையில் நின்று பிளாக்கிலாவது வாங்கிச் செத்துப் போகக் கூடிய ஆள்! இதோ இன்று மருத்துவமனையின் தீவிர சிகிச்சைப் பிரிவில் சாகக் கிடக்கிறான்!

மனம் ஏற்காமல் டெல்லசிடம் மீண்டும் கேட்டேன், "ஒண்ணாவது மிச்சங் கெடக்கா மாப்ளே?"

"இல்ல மச்சா! ஒரு லிட்டர் ஜெண்டில்மேன் ஜேக்கு! நீரு கேட்டது ஆறண்ணம்! டின்னு கெடைக்கல! குப்பிதான் கெடச்சி! ஒம்ம

கோலப்பம் மாமா அந்த ஒரு லிட்டரையும் முழுங்கிட்டு! இந்த ஆறண்ணத்தயும் முழுங்குனாருலா! வாயாலயும் வயித்தாலயும் எடுத்து ரெத்த ரெத்தமாப் போச்சி! வீட்டுல கெடந்தா செத்துரப் புடாதேன்னுதான் இங்க கொண்டாந்து போட்டுருக்கு!”

“எனக்குன்னு வாங்கிட்டு வந்த ஆறு கொரோனா பியரையும் குடிச்ச ஒங்கப்பன் இருந்தா என்ன செத்தாலென்ன? நாசமுத்துப் போவான்!”

துக்கத்தில் உள்ளம் கதற மருத்துவமனையின் வளாகத்தில் நடந்து வந்தேன். வானம் இருண்டிருந்தது. எனக்காக அழுமாயிருக்கும்!

சீமைய வித்த சிவதாணு

படித்துறையில் துணி துவைத்தவர்கள், துவைப்புக்குத் துணைக்கு வந்தவர்கள், குளித்தவர்கள், குளித்தோரை வாய்பார்த்தவர்கள், மாடு குளிப்பாட்ட வந்தவர்கள், நீராட வந்த மாடுகள் தவிர்த்து குளத்தின் கரையில் இன்னொரு குழுவும் இருந்தது. அதுதான் சிவதாணு அண்ட் கோவினர்.

சிவதாணு ஒரு அசாத்தியமான டைவர், அதாவது ஆழ்குள நீந்தலாளர். அவரது குட்டிக்கரணத்தைக் காணக் கும்பலாய் ஒரு சிறுவர் பட்டாளத்தை ஏற்படுத்தி வைத்திருந்தார். சட்டையைக் கழற்றி உடல் முழுவதும் எண்ணையைப் பூசிவிட்டு இப்படிச் சொல்வார்,

"மேலுக்கு எண்ண தேய்க்கலைன்னா கொளத்துல கெடக்கிய வ்லாங்கு மீனு நம்மள தட்டிப்புடுமுடே! அதுவள அசால்ட்டா நெனச்சிறப்புடாது கேட்டியளா புள்ளோ? விலாங்குகிட்டர்ந்து தட்டு வாங்குனவங்கிட்ட கேட்டுப்பாருங்க விசியம் வெளங்கும்!"

பொடிசுகள் 'ங்பே' என்று வாயைப் பிளந்து கேட்பார்கள். சற்றுநேரத்தில் குளத்தில் குதிக்கத் தயாராகுவார் சிவதாணு.

"எடே தாணு! இன்னிக்கும் நெஞ்சடிக்க வாங்குவியா?" என்று தூரத்திலிருந்து ஏதாவது ஒரு குரல் கேட்டால் டைவிங் தாமதமாகும். இல்லையென்றால் உடனே குத்திச்சாட்டம் நிகழும்.

குளத்தின் கரையருகே சுமார் எட்டடிதான் ஆழம் என்றாலும் கூட நடுப்பகுதி சுமார் இருபது அடிகள் வரைக்கும் ஆழம் இருந்ததாக ஒருமுறை சங்கிலிப் பாசியில் சிக்கி சாகக் கிடந்து காப்பாற்றப்பட்ட கோலப்பன் அறிவித்திருந்ததால் பெண்மணிகள் தவிர்த்து ஆண்கள் யாரும் நடுப்பகுதிக்கு நீந்திப் போவதில்லை. ஏனென்றால் கால்களைத் தவிர்த்து

சங்கிலிப் பாசிகளிடம் சிக்கிக் கொள்ள பெண்களிடம் வேறு எந்த சிறப்பு அவயங்களும் இல்லை.

குளத்தின் கரை நீர்மட்டத்திலிருந்து சுமார் பதினைந்து அடிகள் உயரம் இருந்ததால் சிவதாணு குட்டிக்கரண வித்தைகளை அங்கே நிகழ்த்துவதற்கு ஏதுவாய் அந்தப் பகுதி அமைந்து போனது.

கரையிலிருந்து ஓடிவந்து ஐந்து அடிகள் உயரே எழும்பி சுறா மீன் போல வளைந்து தலைகீழாகப் பாய்வதுதான் சிவதாணுவின் சிறப்பு. ஆக மொத்தம் இருபது அடிகள் உயரத்தினை உடலில் அடிவாங்கி விடாமல் கடந்து நீருக்குள் கூராகப் பாய்வதுதான் சிவதாணுவின் கணக்கு. அந்தக் கணக்கானது எப்போதும் தவறாமல் தப்பிவிடுவதுதான் காலத்தின் கணக்கு.

குதிக்குமுன்னர் சுற்றிமுற்றி யாராவது பார்க்கிறார்களா? யாரேனும் தன்னை எகத்தாளம் செய்கிறார்களா? கன்னியர் யாராவது நோக்குகிறார்களா? நம் குத்திச்சாட்டத்தின் நோக்கம் எவ்வாறு அமையும்? என்றெல்லாம் பார்த்துவிட்டுத்தான் குளத்துக்குள் பாயத் தயாராவார். அப்போது சுற்றியிருக்கும் பயல்களிடம் இவ்வாறு எச்சரிப்பார்,

“எலேய்! எல்லாரும் கரய விட்டு தள்ளி நின்னுக்கிடணும்! மூஞ்சீல தண்ணி தெறிக்கும்! சமயத்துல அந்தத் தண்ணியில பாம்புகளும் சேர்ந்து பறந்து வரும்! கெவனிச்சிக்கிடணும்! பெறவு சிவதாணு பாம்பப் புடிச்சி மோறையில வீசிட்டாம்டோ’ன்னு கூவப்புடாது என்னா?”

“ஒன்... டூ.... தி....ரீ...... சல்ல்ல்ல்ல்ல்.........!”

அப்போதுதான் சிவதாணுவின் மதி தகர்ந்து, விதி வேலை செய்து விடும். மேலெழும்பும் சமயம் யாராவது பல்லிளிக்கும் சத்தம் காதுகளில் விழும்போது இலக்கைத் தவறவிட்டு, சிரித்த பிரகஸ்பதி யாரென கவனிக்க வேண்டிய நிர்ப்பந்தத்தில் குதிச்சாட்டம் வெறும் குள வீழ்ச்சியாக மாறி குளத்தில் வயிற்றுப்பகுதி நீரிலடிக்க வீழ்வார்.

“டபீர்!”

சரியாக நெஞ்சுப் பகுதி, முதுகு, முகுளம், அல்லது மூலம் இப்படி ஏதாவதொன்று போய் நேரடியாக குளத்தின் அடர்த்தியான நீரில் மோதும்போதும் எழும் சத்தமும், அதுதரும் அசாத்தியமான வலியையும் தாண்டி, கொஞ்ச நேரம் குளத்துக்குள் மூழ்கி

இருப்பார். கரையில் இருப்பவர்கள் சத்தமாகச் சிரித்து முடித்ததும் மேலெழும்பும் சிவதாணு கேட்கும் முதல் வாக்கியம் இதுதான்,

"எவம்புல இளிச்சது தாயோ...யளா? கால மடக்கி அடிச்சிப்புடுவம் பாத்துக்கிடணும்! நா சாடும்போது கெவனிச்சேன்...! சிரிச்சவன் எவம்'னு இப்பச் சொல்ல மாட்டன்! ஒருநாளு மூஞ்சப் புடிச்சி தரையில ஓரசும்போது தெரியும்! ஆமா!"

அப்போது யாராவது, "ஏந்தாணு.... தண்ணிக்குள்ள முங்கியிருந்து தடவி வுட்டியா? உயிர்நாடியாங்கும் பாத்துக்கா! வூட்ல போயி எண்ணையப் போட்டு நீவிவுட்டுரு என்னா!" என்று சொன்னார்களானால் சிவதாணு தனது கால் கவட்டைக்களுக்கிடையில் அடிவாங்கியிருக்கிறார் என்று புரிந்து கொள்ளலாம்.

அப்போது பக்கத்தில் யாராவது சிவதாணு காதுகளுக்குக் கேட்காமல் இப்படி முணுமுணுப்பார்கள்,

"நல்லா கொட்ட வாக்குல வாங்குனாங் கவனிச்சீரா ஓய்?"

அதன்பின்பு கொஞ்ச நாட்களுக்கு சிவதாணுவைக் குளக்கரையில் காணமுடியாது.

அப்படித்தானொருமுறை சர்ச்சில் இருந்து கொடைக்கானல் சுற்றுலாவுக்குப் போகும் போது பாஸ்டரின் சிறப்பு அழைப்பின்பேரில் சிவதாணுவும் சென்றிருந்தார். சிவதாணு நன்றாக சமைப்பதும் அந்த அழைப்புக்கான ஒரு காரணம்.

மூக்கன் செட்டியாரிடம் வாடகைக்கு வாங்கிய சமையல் பாத்திரங்கள், தரையில் விரிக்க ஜமுக்காளம், விறகுகள், அரிசிமூடை மற்றும் பலவெஞ்சன சாதனங்கள் வேனின் மேல்பகுதியில் வைத்துக் கட்டப்பட்டன. உயிரோடு முழித்துக் கொண்டிருந்த கோழிகள் கால்கள் கட்டப்பட்ட நிலையில் வேன் சீட்டின் அடிப்பகுதியில் படுத்துக் கொண்டிருக்க, மனிதக் கோழிகள் வேன் சீட்டில் அமர்ந்து உறங்க வேன் உசிலம்பட்டி தாண்டி ஒரு வயல்வெளியில் நின்றபோது விடியத் துவங்கியிருந்தது. டிரைவர் சீட்டின் பக்கத்து சீட்டில் இருந்த பாஸ்டர் கண்விழித்துக் கேட்டார்,

"இது எந்த இடம்டே மண்டயா?"

டிரைவர் மண்டையன் பதில் சொன்னான், "கொடைக்கானலுக்க கீழ நிக்கியோம் பாஸ்டர் ஐயா!"

“கொடைக்கானலுக்க கீழ’ன்னா ஊருக்குப் பேரு கெடையாதோ? எந்த ஊருன்னு சொல்லாம்டே!”

மண்டையன் திருதிருவென விழித்தான். பாஸ்டர் எல்லாரையும் எழுப்பி விடிவதற்குள் இருட்டோடு இருட்டாக காலைக்கடன்களை முடிக்குமாறு சொல்லி விட்டு அந்த நல்....ல காலை வேளைக்காக ஜெபித்தார்.

மண்டையனும், சிவதாணுவும் ஆளுக்கொரு பீடியைப் பற்ற வைத்து விட்டு வெளிக்கி இருக்கப் போகும்போது டிரைவர் மண்டையன் சொன்னான்,

“ஏ தாணண்ணே கதய கேட்டியா! நம்ம பாஸ்ட்ரு இருக்காருல்லா! முன்சீட்டுல உக்காந்து ஒரே கொறட்ட! எதுத்தால வந்த வண்டிக்கார தா...ளிய ஒருத்தனும் டிம்மு லைட்டு அடிச்சிக் குடுக்கலை! எனக்குக் கண்ணு கெடந்து கிறாவிக்கிட்டே இருந்து’ன்னு சொல்லி ஒரு டீயக் குடிப்பம்’னு எறங்கி வந்து கண்ணாடிய லேசா தொடைப்பம்னு நெனச்சி முன்னால வந்தனா! அப்பத்தான் எதுத்தால வரக்குடிய வண்டிக்க லைட்டு வெளிச்சம் பூரா பாஸ்டருக்க கசண்டி மண்டைல பட்டு ரிஃப்ளக்ட் ஆவுகத கண்டு புடிச்செம் பாத்துக்கா! அதுனாலதான் ஒரு பெயலுவளும் நமக்கு டிம் அடிச்சித் தராம போயிருக்கானுவ! ஓய் ஒம்ம மண்டைய தூக்கி உள்ள வையும்! இல்லைன்னா நம்ம எல்லாரையும் குழிக்குள்ள தூக்கி வச்சிருவானுவ’ன்னி நம்ம போயி அவுருகிட்ட சொல்லவா முடியும்?”

அப்போது பாஸ்டர் குரல் கொடுத்து, செடிப்புதர்களில் வசிக்கும் விஷ ஜந்துக்கள் குறித்து எச்சரிக்கையாய்க் குத்த வைக்குமாறு பிரசங்கித்தார். திரும்பிப் பார்த்த சிவதாணுவுக்கு எங்கிருந்தோ வந்து பாஸ்டரின் வழுக்கைத் தலையில் விழுந்து எதிரொளித்த ஒரு ஒளியைக் கண்டு சிரிப்பு தாங்கவில்லை. ஆளாளுக்கு ஒவ்வோர் இடத்தில் பதுங்கினார்கள். பிருஷ்டத்தில் உராய்ந்த செடிகள் ஒவ்வொருவருக்கும் ஒவ்வொரு விதமான சிலிர்ப்புகளை அருளியிருந்தாலும் சிறிது நேரத்தில் அவர்கள் அனைவரும் ஊளையிடக் காரணமாக இருந்தது விஷ ஜந்துக்களல்லாத ஒரு தாவரம். அதுதான் ‘செஞ்சட்டி’.

செஞ்சட்டி என்பது ஒருவித அரிப்பைத் தரும் செடி. உடலில் எங்கு பட்டாலும் அவ்வளவுதான். சொறிந்து சொறிந்து தோல் கையோடு வந்து விடும். இவர்களின் கூச்சலைக் கேட்ட பாஸ்டர்

அதிர்ச்சியடைந்து குத்த வைத்த இடத்திலேயே தடுமாறி பொத்'தென உட்கார்ந்தார். அவரது கெட்ட நேரம், அவர் அமர்ந்த இடத்தில் இருந்த செடி முழுவதிலும் முசுக்குட்டைப் பூச்சிகள். செஞ்சட்டியில் அமர்ந்தோரைவிடவும் பாஸ்டருக்குத்தான் சேதாரம் அதிகம்.

வெட்டவெளியில் அமர்ந்த சிவதாணு கூச்சலோடே கு...டி கழுவிவிட்டு சொறிந்து கொண்டிருந்தவர்களைக் கண்டு சிரிப்பை அடக்க முடியாமல் இப்படிச் சொன்னான்,

"வெக்கம் பாக்காதவன் வெட்டையிலதான் உக்காருவான், செஞ்சட்டி மேலயில்லை!"

பாஸ்டர் அங்கியைக் கழற்றிக் காயப்போட்டு விட்டு பின்பக்கத்தில் வேப்பண்ணையைப் பூசிக் கொண்டிருந்தார். வேதனை தாங்காமல் அவர் சொன்ன வார்த்தைகள்,

"இந்த மசுக்குட்டிக்க மயிருதான் எவ்ளோ வெசம் பாத்தீயாளா?"

அதற்கு சிவதாணு மண்டையனைப் பார்த்துக் கொண்டே பாஸ்டரிடம் சொன்னான், "ஆமா நாட்டையரே! மய்ரு இருந்தாலும் கொழப்பந்தான், இல்லைன்னாலும் கொழப்பந்தான் பாத்தியா மண்டயா?"

மண்டையனுக்கு அந்த எரிச்சலிலும் சிரிப்பு துள்ளியது. அதற்குப் பின்பாக வண்டியில் யாரும் உறங்கவுமில்லை, உட்காரவுமில்லை. நின்று கொண்டே கொடைக்கானல் போகும் வழியில் இருந்த ஒரு குளத்தில் குளிக்க நிறுத்திய போது சிவதாணு அடித்த குட்டிக்கரணம், அவனது நெஞ்சில் காயத்திருமேனி எண்ணையைப் பூச ஏதுவாக அமைந்தது.

அப்போது அவன் கேட்ட கேள்வி இதுதான், "இந்த செஞ்சட்டிக் கடியையும் வாங்கிட்டு, இந்த அரிப்பு மயிருலயும் எவம்புல என்னயப் பாத்து இளிச்சது?"

அந்த சிவதாணு வேறு யாருமல்ல! கோலப்பனின் உடன் பிறந்த தம்பி! வேறு ஆட்களைப் பற்றி நாம் ஏன் சிந்திக்கவேண்டும் நண்பர்களே! கோலப்பன் மாமனின் குடும்பம் இருக்கையில் ....

உமன்ஸ் டே செலிப்ரேஷனில் கோலப்பன்

கோலப்பன் மாமா அன்பே உருவாக அமர்ந்திருந்தார். என்னுடைய நாவில் அமர்ந்திருந்த சனி பகவான் ஒரு சிறிய பாடல் ஒன்றைப் பாடத்துவங்கினான்.

"வே மாமா! நேத்திக்கி பெண்கள் தினமாமே?"

"அத யாம்ல எங்கிட்ட வந்து தேச்சிக்கிட்டு நிக்க?"

"இல்ல... நீரு அத்தக்கி வாழ்த்து சொன்னீரா?"

"நா யாம்டே அவளுக்கு வாழ்த்து சொல்லணும்? அவ எனக்கு லவ்வர்ஸ் டேக்கி வாழ்த்து சொன்னாளா?"

"அவுக சொல்லலைன்னாலும் நீரு சொல்லாண்டாமா?"

"அதெல்லாஞ் சொல்ல முடியாது! ஒனக்கு அவசரமுன்னா நீ போயி சொல்லு!"

நான் அத்தையிடம் சென்று, "எத்தே! பிலேட்டட் உமன்ஸ் டே விஷ்ஷஸ்!"

"அத ஒனக்க மாமன் இருக்காம்லா! அந்த ஓந்தாங்கிட்ட போயி சொல்லு!"

"அதெப்படி மாமங்கிட்ட போயி சொல்லுகது!"

"நீ போயி சொல்லு! அவனுக்குப் புரியும்!"

நான் மீண்டும் மாமனிடம் திரும்பிப் போய் நின்றேன். மாமன் என்னிடம், "என்னப்போ! ங்கொத்தைக்கி வாழ்த்துனியா?"

"ம்ம்ம்ம்..."

"பதிலுக்கு வாழ்த்திருப்பாளே!"

"ம்க்கும்!"

"வாயத் தொறந்து சொல்லாம்ல! முழுங்கிட்டு சவங்கணக்கா நிக்க?"

"நல்லா வாழ்த்துனா! ஆனா என்னைய இல்ல! ஒம்மளத்தான் வாழ்த்துனா!"

மாமன் முகத்தில் ஒளி, "என்னடே சொல்லுக? என்னிய வாழ்த்துனாளா?"

"ஆமா! உனக்குத்தான் பெண்கள் தின வாழ்த்துகள் சொல்லச் சொன்னா!"

மாமன் முகத்தில் அதிர்ச்சி கலந்த கடும்சினத்தைக் காண முடிந்தது, "அப்புடியா சொன்னா கொள்ளி முடிவா?"

"ஆமா!"

"அப்போ நீ அவகிட்ட போயி மாமன் ஆண்கள் தினத்துக்கு வாழ்த்து சொல்லச் சொன்னேம்னு சொல்லு போ!"

"த்தூ!"

"என்னெலே துப்புகா? அவளெல்லாம் எனக்கு செருப்புக்குச் சமானம்! அவ அப்பனுக்க காரியம் எனக்கும் தெரியும்! அந்த நாய நாஞ் செருப்பால அடிச்சிக் கொல்லணும்னு நெனச்சேன்! அதுக்கு முன்னால அந்த நாயிக்க சிறுநீரகம் காஞ்சிபோயி செத்துட்டான்! அவனுக்க கல்லறையில போயி சாணிய கரச்சி ஊத்துனதே நாந்தாம்டே!"

நாங்கள் பேசிக்கொண்டிருந்த போது எங்களது பின்புறம் அத்தை நின்றதை கோலப்பன் மாமா அறிந்திருக்கவில்லை... அம்மாதிரியே நானும் கவனித்திருக்கவில்லை! உலகிலுள்ள அனைத்துப் பெண்களைவிடவும் அந்த மகளிர் தினத்தை கோலப்பன் அற்புதமாகக் கொண்டாடினார்.

கோலப்பமுருகன்

கோலப்பன் மாமா ஒரு முருகபக்தர் என்பது மாமாவின் செகண்ட் ஒப்பீனியன் கோசலைக்கு மட்டும் தெரியும். கோசலையின் மீதான கோலப்பனின் காதல் குறித்து செல்லம்மைக்குத் தெரியாது என்னும் காரியம் எம்பெருமான் முருகனுக்கு மட்டுமே தெரியும்.

இந்த கோலப்பலீலையை செல்லம்மாள் ஒருநாள் அறியவும் கோலப்பன் ஆப்பக்கணையால் வருடப்பட்டு ஆண்டியாகி வீதிக்கு வந்தார். தேசிய நெடுஞ்சாலையில் மாமாவுக்கு கொஞ்சம் நிலவஸ்துகள் இருந்தது. அங்கே வைக்கோல் பாரம் ஏற்றிய லாரிகளை நிறுத்துவதை டிரைவர்கள் வழக்கமாக வைத்திருந்தது மாமாவை ஒரு வியாபாரக் காந்தமாய் மாற்றுவதற்கு ஏதுவாக அமைந்தது.

ஒரு லாரியை அங்கே நிப்பாட்ட பத்து ரூபாய் கட்டணம். இரவும் சேர்த்து நிறுத்த வேண்டுமானால் கூட ஐந்து ரூபாய் வசூலிக்கப் படும். இரவில் ஓட்டுனர்கள் சூரியன் இல்லாமல் தவித்ததாலும், கொசுவுக்குத் தங்களது ரத்தத்தைத் தானமாய்ச் செலுத்தியதாலும் மாமா இந்த மானியத்தை அவர்களுக்கு மான்யமாய் (டீசெண்டாக) வழங்கி வந்தார். அந்தக் காரியத்தில் மனசாட்சிக்கு முன்னுதாரணமாய் கோலப்பன் திகழ்ந்தார் என்றால் அது மிகையில்லை.

முன்னர் ஒருநாள் கோலப்பன் மாமா திண்ணையிலமர்ந்து அத்தையுடன் அளவளாவிக் கொண்டிருந்த ஏகாந்த சூழல் பொறுக்க முடியாமல் நான் எய்த அம்புதான் இன்றைக்கு மாமாவை நடுச்சாலையில் கொண்டு கிடத்தியிருந்தது. நான் உதிர்த்த அந்த வார்த்தைகளாவன,

“மாமா! ஒம்மள தெக்குத்தெரு கோசல அத்த தேடுனா! ஒரு எட்டு எட்டிப் பாக்கப் புடாதா? ஒத்தையில கெடக்கா! அவளும் பாவம்லா?”

இவ்வாறாக கோலப்பன் மாமா திருவோடு ஏந்தி தெருவோடு போவதற்குக் காரணமாய் நானும் இருந்ததுதான் மாமாவின் பிறவிப்பயன் என்பதால் மாமா என்னோடான சந்திப்பை அறவே வெறுத்தார். கடைசியாக ஆஸ்பத்திரிக்குக் கொண்டு போகும் வழியில்தான் நான் மாமாவைப் பார்த்தேன். அதற்குப் பிறகு இன்றுதான் பார்க்கிறேன். மாமாவின் கண்களை நேருக்கு நேராய் ஏறெடுத்தபோது மாமா சொன்ன வார்த்தைகள் என்னவென்றால்,

“இதுக்குமேலயும் என்னிய மாதிரி ஒருத்தன வதைக்கணும்னா அவன எண்ணச் சட்டூலதாம் போட்டு பொரிக்கணும்! நானெல்லா ஒங்களுக்கு என்ன ஒபத்திரவம்டே செஞ்சேன்? என்ன மயித்துக்கு நம்மகிட்ட வாரானுவளோ! தொட்டியளு!”

நான் வாயே திறக்கவில்லை. ஒரு கொன்றை மரத்தினடியில் போய் அமர்ந்தேன். மாமா எல்லா லாரிகளிலும் வசூல் செய்துவிட்டு பானக்கடைக்குப் போய் ஏகாந்தமாகத் திரும்பினார். அவரது கண்கள் மருண்டு போயிருந்தன. ‘திருவாசகத்திற்கு உருகாதார் ஒரு வாசகத்துக்கும் உருகார்’ என்ற திருக்குறளையே அவர் சொல்லித்தான் எனக்கே தெரியும். இன்று அவர் உருகியதைக் கண்டேன். அதுவும் சத்தமாக உருகினார்.

“எவம்ல அது லாரிக்கடியில குத்த வைக்கியது? அந்த வயலாங்கரைக்கிப் போங்களாம்ல!”

அப்போது அங்கே ஒரு கண்டசா கார் வந்து நின்றது. அதில் ‘அதுரை மாதீனம்’ என்று கொட்டை எழுத்தில் எழுதியிருந்தார்கள். உள்ளேயிருந்து இயந்திரத் துப்பாக்கி ஏந்திய காவலர் ஒருவர் இறங்கி நின்றார். நான் அந்தத் துப்பாக்கியை ரசித்தவாறே அமர்ந்திருந்தேன்.

“ஒரு கொலைக்கருவி இத்தனை அழகாக இருக்கிறதே?”

‘யாருக்காகவோ காத்திருக்கிறார்கள்’ என்று மாத்திரம் புரிந்தது. கண்ணாடி முழுவதும் கருப்பு ஸ்டிக்கர் ஒட்டியிருந்ததால் உள்ளே யார் இருக்கிறார்கள் என்பது தெரியவில்லை. கோலப்பன் மாமா காரை நெருங்கினார். அப்போது அந்தக்காவலர் கோலப்பனைப் பிடித்து பின்னோக்கித் தள்ள கோலப்பனுக்குக் கோபம் வந்து விட்டது.

“எலே கோம்பத் தா...ளி! யாரல நெஞ்ச குத்தித் தள்ளிய? வவுந்துப் புடுவெம் பாத்துக்கா! கையில என்னத்தல கம்பி?”

எனக்கு மூச்சு நின்று போனது. 'மிஷின் கன்'ன கூடவா மாமனுக்குத் தெரியலை? எத்தன விஜயகாந்து படத்த சேந்து பாத்துருக்கோம்?'

அந்தக் காவலர் முகத்தைக் கடுமையாக வைத்துக் கொண்டு, "தள்ளி நில்லும் பெரியவர! உள்ளாற சாமி ஒக்காந்துருக்கார்!"

"சாமி கெடந்தான்! கொன்னப் பெயலுக்குப் பெறந்தயல! வண்டி நிக்கியது எனக்க அகர்த்தில! நாம் போவணுமாமே? போங்கல வெளிய ஒங்க வண்டி குண்டிய கொண்டுகிட்டு!"

மாமா பேசிய பாஷை அந்த மதுரைக்கார காவலருக்குப் புரியவில்லை. நான் மொழி பெயர்த்தேன்.

"சார்! உங்க வண்டி நிக்கிறது எங்க மாமாவுக்க இடத்துல!"

கோலப்பன் என்னிடம் கோபத்தில் திரும்பி, "மாமன் நக்குனான்! நீ எனக்க காரியத்துல எடபடப்புடாது புரிஞ்சாடே! செஞ்சி உருவுனது வரைக்கும் போரும்! வாயத் தொறந்தன்னா அந்தப் பயலுக்க கையில இருக்க மம்புட்டிய தூக்கி மூஞ்சில ஓட்டிருவேங் கேட்டியாப்போ! எனக்க கொணம் மோசமாக்கும்!"

நான் இறுதியாக அந்த காவலரிடம், "சார்! இங்க வண்டிய நிறுத்தணும்னா இந்தப் பாட்டாவுக்கு பத்து ரூவா பைசா தரணும்! அதுதான் விசியம்!"

காவலருக்கு தன்னுடைய துப்பாக்கியைக் கம்பி என்றும், மண்வெட்டி என்றும் கோலப்பன் சொன்னது குறித்த கோபமும், கோலப்பனுக்கு நான் அவரைப் பார்த்து பாட்டா (தாத்தா) என்று விளித்தது குறித்த கோபமும் சேர்ந்து அங்கு ஒரு முக்கோணக் காதல் கதை நிகழவிருந்தது. நான் பேசாமல் அமர்ந்திருந்தேன். காரின் கண்ணாடி கீழ் நோக்கி நகர்ந்தது.

காருக்குள்ளே ஆரஞ்ச் கலர்த் தாவணி போன்ற உடையை அணிந்து மொட்டை அடித்த ஒரு முதியவர் உட்கார்ந்திருந்தார். அவரது தலையில் சிறிய கொட்டைகளிலான பாசிபோன்ற ஒன்றைத் தரித்திருந்தார். நெற்றியில் பட்டையுடன் தெய்வீக மணம் கமழ அமர்ந்திருந்த அவரைக் கண்டதும் கோலப்பனின் கைலி ஆட்டோமேட்டிக்காக கீழே போனது. 'எல்' ஷேப்பில் தனது முதுகை வளைத்து வணக்கம் வைத்தார் கோலப்பன். நான் மரியாதை நிமித்தமாக எழுந்து நின்றேன். சாமிக்கும் கோலப்பனுக்கும் நிகழ்ந்த சம்பாஷணைகள் பின்வருமாறு,

கோலப்பன், "வணக்கம் சாமி!"

சுவாமிகள், "சொல் மகனே!"

"சாமி தரைல நடக்க மாட்டீயளோ?"

"நடப்பேன் மகனே!"

"சாமி இந்தப் பக்கம் எங்க தூரமா போறீய?"

"வேளிமலை சுப்பிரமணியனைப் பாத்துட்டு போற வழி!"

"சுப்புரமணியம்னா நம்ம லேத் வொர்ஸாப்புக் காரந்தானே?"

"இல்லை மகனே! அப்பன் முருகன சொல்றேன்!"

"சாமி நீங்க முருகபக்தரா?" கோலப்பன் வியந்து போய்க்கேட்டார்.

"ஆம் மகனே! நான் எம்பெருமான் முருகனின் அடியான்!"

"அப்போ நீங்க சன்னியாசி இல்லியா?"

"ஆம் மகனே!"

"சன்னியாசம்னா என்ன சாமி?"

"உலகின் மீதுள்ள பற்றுக்களைப் பிடியாதிருத்தல்தான் சன்னியாசம்!"

"பற்றுன்னா கடனா சாமி?"

"இல்லை மகனே! பற்று என்றால் ஆசை!"

"அப்டினா?"

"எந்தப் பொருட்களின் மீதும் ஆசை வைக்கக் கூடாது!"

"அப்புடியா?"

"ஆம் மகனே!"

"உயிர் மேல ஆச வைக்கலாமா?"

"கூடாது மகனே!"

"பொறவு எதுக்கு கைல சிக் சாயர் அசால்ட் ரைபிளும் கையுமா இந்த ஊழிமூஞ்சன கூட கூட்டிக்கிட்டுத் திரியிதீரு?"

"காவலர் திருதிருவென விழித்தார். சாமி மிரண்டு போனார். நான் ஆச்சர்யப் பட்டுப் போனேன்.

"கோலப்பம் பயபுள்ளைக்கி துப்பாக்கியோட மாடல் நம்பர் வரைக்குந் தெரிஞ்சிருக்கே?"

கோலப்பன் விடவில்லை, "முருகனே மயிலுக்க மேலத்தான் ஏறிப்போனான்! ஓமக்கு கண்டோசா கப்பலு கேக்கு இல்லியா? அதுவும் ஏ.சி பிளசரு!"

'கோலப்பன் ஒரு இருபுறமும் கருக்குள்ள பட்டயம்!' என்பது சாமிக்குப் புரிந்து போனது. சாமி பம்மினார்.

"சும்மா கெடந்து மவனே மவனேங்கியேறே ஓமக்கு கலியாணம் ஆயிட்டா சாமி?"

"இல்லை மகனே!"

"கலியாணமே ஆவாத ஓமக்கு நா மொவன் இல்லியா?"

"இல்லை சகோதரா! நாம் சக மனிதர்களை நேசிக்க வேண்டும் அல்லவா?"

"அப்பொரம் என்னத்துக்கு இந்த பயலை வேகாத வெயில்ல நிக்க வச்சிக்கிட்டு நீரு மாத்திரம் ஏசிக்காத்த மொணஞ்சிக்கிட்டு இருக்கீரு?"

காவலரின் முகத்தில் ஒருவித கவலை. எனக்கும்... 'இன்னிக்கி மாமன் மிஞ்சுவானா மாட்டானா?'

"கலியாணம் ஆவி ஒரு செல்லம்மையும், ஒரு கோசலையும் வச்சிக் காப்பாத்தி மாரடியும் சொளவடியும் பட்டுகிட்டு கெடக்கம்லா? நாந்தா ஓய் உண்மையான முருக பக்தென்! நீரெல்லா சொல்லிக்கிட்டு திரியாதியும்? நீ சொல்லாம்டே?" என்றவாறே என்னிடம் திரும்பியவர் என்னைக் கண்டு திடுக்கிட்டு, "எம்மா நீயா? உருப்புடாத பயல்லா நீ? ஒனக்க சாகவாசமே வேண்டாம்! செத்தாலும் இந்த ஒடம்பு ஒத்தைல சுடுகாட்டுக்குப் போவட்டும்! நாய் மோண்டுதானா நதி நனையும்?" என்று சொல்லியபடி எதிர்த்திசையில் நடந்தார்.

சாமியின் கண்டசா வெள்ளமடம் தாண்டிப் போய்க்கொண்டிருக்கலாம். வெளுத்த வெளுப்பு அப்படி? கோலப்பன் மாமா ஒரு மாவோயிஸ்டாக இருக்குமோ? என்றே தோன்றியது. ஆனாலும் செல்லம்மா கோலப்பனை தன்னுடைய வீட்டின் நடையிலேற்றப் போவதில்லை. சாமியிடம் சொன்னா மாதிரியே இப்போதைக்கு கோலப்பன் மாமனும் ஒரு சன்னியாசிதான்.

பிறப்பது மிறப்பதும் பெயருஞ் செய்கையும்
மறப்பது நினைப்பதும் வடிவம் யாவையுந்
துறப்பது மின்மையும் பிறவுஞ் சூழ்கலாச்
சிறப்புடை யரனடி சென்னி சேர்த்துவாம்...

கோலப்பன் இறைவனடி சேர வாழ்த்துவோம் !

கம்யுனிஸ்ட் பஞ்சாட்சரம்

தடிக்காரன்கோணம் செல்லும் பேருந்தில் நடத்துனர் பரமுவுக்கும், பானமுற்ற பயணி பஞ்சாட்சரம் என்ற பஞ்சுவுக்கும் சற்று நேரத்தில் சண்டை நிகழப் போகிறது என்பதையறியாத பேருந்து புத்தேரி குளத்தின் கரையில் அழகாகப் போய்க் கொண்டிருந்தது. காற்றில் பறந்து விடும் தேக அமைப்பைக் கொண்ட பஞ்சு படிக்கட்டில் நின்று கொண்டிருந்தான். பரமுவுக்கும், பஞ்சுவுக்கும் நிகழ்ந்த உரையாடல் பின்வருமாறு,

பரமு : "எடே! ஃபுட்போர்டுல நிக்காத! உள்ள வா!"

பஞ்சு : "நா என்ன ஒமக்க தலக்கி மேலயா நிக்கேன்?"

"உள்ள வான்னா வாயாம்டே! விண்ணாணம் பேசிட்டு நிக்கிய? கீழ வுழுந்து செத்துறாத...!"

"நீரு கூப்டவொடனே வாறதுக்கு நா என்ன ஒம்ம பொண்டாட்டியா?"

பேருந்தில் நிசப்தம். பரமு தொடர்ந்தார், "இந்த ஏடாம்பு புடிச்ச பேச்செல்லாம் வேற எங்கயாவது வச்சிக்கிடணும்!"

"வேற எங்கயாதுன்னா எங்குட்டு?"

பஞ்சு ஒரு காட்டு முட்டாள் என்பது பரமுவுக்குப் புரிந்து விட்டது, அவர் பஞ்சுவிடம், "சரி எங்க போவணும்?"

"நீரு எங்கயிம் போவும்! எங்கிட்ட வந்து கேக்கீரு?"

"டிக்கெட் எடுத்தாச்சா?"

"நா என்ன மயித்துக்கு டிக்கெட் எடுக்கணும்? சாவுக வயிசா எனக்கு?"

"பஸ்ல டிக்கெட் எடுத்தியான்னு கேட்டேன்!"

“ஒம்ம பஸ்சுக்கு நா என்னத்துக்கு டிக்கெட்டு எடுக்கணும்? நீரு எடும்!”

“ஏல நீ டிக்கெட் எடுத்தியான்னு கேட்டேன்!”

“கவுர்மெண்டு பஸ்சுல நா எதுக்கு ஓய் டிக்கெட் எடுக்கணும்?”

“கவர்மேண்டு பாருல போயி நல்லா பல்லு படாமக் குடிச்சிட்டு வந்தல்லா? ஓசியிலயா ஒனக்க வாயில ஊத்துனாவ?”

“நீரு மட்டும் என்ன ஓசி மயித்துக்கா வேல பாக்கீரு? சம்பளம் வாங்கலியா?”

“எலே சவுட்டிக் கீழ தள்ளிருவேம் பாத்துக்கா!”

என்றவாறே பரமு தன்னுடைய பணப்பையைத் தூக்கி பஞ்சுவைத் துவைக்க முயல ஓட்டுனர் நீலகண்டன் சடன் பிரேக் பிடித்து பஸ்ஸை நிறுத்தி பரமுவிடம் சத்தமாகச் சொன்னார்,

“பரமண்ணே! கொல கேசு எடுத்துறாத! ரிட்டயர்மெண்டுக்கு இன்னு ஒரு வருசந்தாங் கெடக்கு!”

பரமு தன்னுடைய யுத்த முயற்சியைக் கைவிட்டார். தன்மீது இப்படி ஒரு தாக்குதலுக்கான ஆயத்தம் நிகழும் என்பதைப் பஞ்சுவும் எதிர்பார்க்கவில்லை. பரமு மீண்டும் பஞ்சுவிடம் டிக்கெட் கேட்க பஞ்சு தன்னுடைய பையில் கைவிட்டு ஒரு ஐம்பது ரூபாய்த் தாளை எடுத்து நீட்டினான். அதற்கு பரமு,

“சில்லற இல்லியா?”

“நாகராஜா கோயிலுக்கு வெளிய போயி துண்ட விரிச்சிட்டு உக்காரும்! நெறைய வுழும்!”

பரமுவுக்கு உள்ளங்கை குளிர்ந்து போய் சீட்டில் அமர்ந்தார். சக பயணிகள் கோபத்தில் எழுந்து ஓட்டுனரிடம்,

“வண்டிய பூதப்பாண்டி ஸ்டேசனுக்கு உடுங்க சார்!”

“ஆமா பூதப்பாண்டி ஸ்டேசன்ல புடுங்கி தள்ளிருவானுவோ!”

என்று பஞ்சு சொல்லவும் மஃப்டியில் இருந்த ஒரு போலீஸ்காரர் சீட்டில் இருந்து எழுந்து வந்தார். அவரது உருவத்தை அனுமானித்த பஞ்சு படிக்கட்டில் இருந்து மேலெழும்பி பறந்து வரகுணமங்கலம் குளத்தில் குதித்து நீந்திக் கொண்டிருந்தான்.

அந்த பேருந்தின் ஃபுட்போர்டை ஒரு நீச்சல் குளத்தின் டைவிங் போர்டாக மாற்றிய பெருமை பஞ்சுவுக்குக் கிடைத்தது. இங்கே பஞ்சு என்பதை கோலப்பன் மாமா என்று எண்ணிக் கொள்ளுதல் அவசியம்...

கோலப்பன் – 100 சிசி

1985இல் 100.00 ரூபாய்கள் கொடுத்து சைக்கிள் ஒன்றை வாங்கியிருந்தார் கோலப்பன் மாமா. அப்போதெல்லாம் ஒரு சைக்கிள் வாங்குவது என்பது பக்கத்து வீட்டுக்காரனின் ஆசனவாயிலில் ஒரு வெடியைப் பற்ற வைப்பதற்கொப்பானது என்பது கோலப்பனுக்குத் தெரிந்திருந்தாலும் கூட இதற்கு முன்பாக தான் கேட்டு சைக்கிள் தர மறுத்தவர்களின் முன்பாக 'ஷைன்' செய்ய வேண்டும் அல்லது சீன் போட வேண்டும் என்று எண்ணி ஒரு மத்தியான வேளையில் ஊருக்குள் உலா வந்தார்.

அவரது கெட்ட நேரமோ என்னவோ ஊருக்குள் ஒரு பயலும் சிக்கவில்லை, இவர் சைக்கிள் ஓட்டுவதைக் காண ஒரு நாய் மட்டுமே தெருவில் நின்றிருக்கிறது. ஊர்ச்சந்தியில் உட்கார்ந்து பார்த்திருக்கிறார், படுத்துப் பார்த்திருக்கிறார், நின்று பார்த்திருக்கிறார், ம்ஹூம்! ஒரு பயல் வரவில்லை.

'எல்லா செறுக்கியுள்ளையளும் செத்துட்டானுவளா? ஒரு மூதியையும் தெருவுல காங்கலியே?' என்றவாறே கோலப்பனுக்கு சங்கடம் தொற்றிக் கொண்டு விட்டிருக்கிறது. தூரத்தில் யாரோ வருவது கண்ட கோலப்பனுக்கு உற்சாகம் வந்து விட்டது. 'நாம கவனிக்காதது போல உக்காந்துக்கலாம்' என்று திரும்பி உட்கார்ந்து கொண்டிருந்திருக்கிறார். சிறிது வினாடிகளில் ஒரு கீச்சுக்குரல் கேட்டது,

"எப்போ கோலப்பனா அது? கண்ணு மயிரும் தெரிய மாட்டேங்கு?"

"ஆமா! கோலப்பந்தான் என்ன வி...சி...ய....ம்?" என்று திரும்பிய கோலப்பனின் மண்டையில் இடி விழுந்திருக்கிறது, அங்கே நின்று கொண்டிருந்தது 'கரிங்கண்ணி வள்ளியம்மைக் கிழவி'

“யம்மா சூவை’ல்லா நிக்கி! இவ கண்ணுல வுழுந்தா வௌங்குகதுக்கா?” என்று பதறிப்போனார் கோலப்பன்.

“என்ன பெரியம்ம? இந்த உச்சி வெயில்ல எங்க கெடந்து லாத்திக்கிட்டு கெடக்க? ஊடடங்கி இருக்க மாட்டா?” என்று சலித்துக் கொண்டார்.

“மாடங்கோயில்ல கொடைலா! அங்கதாம் போயிட்டு வாரேன்!” என்ற கிழவியிடம், “நீயா மாடனுக்கு ஆடுக?” என்று கேட்ட கோலப்பனிடம் கிழவி கடுப்பானாள்,

“இந்த எக்காள மயிருல எங்கிட்ட பேசப்புடாது ஆமா!”

“சரி பெரியம்ம! கோவப்பட்டு செத்துப் போயிறாத! படையல் சோத்த நல்லா நாக்க நீட்டி நீட்டி வுழுங்கியிருப்பியே?”

“நாந்திங்கது கெடக்கட்டும்! இது யாது செத்தபெயலுக்க வண்டி! நடுத் தெருவுல கொண்டாந்து நிப்பாட்டிருக்காம்? ஆளுக நடமாடாண்டாம்! சைக்கிள தூக்கி கெழக்க மாற கொண்டு போக வேண்டி வந்துறாம?” என்று கிழவி சொல்லக் கேட்டு கோலப்பன் கோணலாகி கீழே சாய்ந்தார். ஊரின் கிழக்கில் இருந்தது சுடுகாடு.

‘புது சைக்கிள வாங்கிக் கொண்டோயி வீட்டுல நிப்பாட்டாம இப்புடி இந்த கருங்கண்ணிக்க வாயில வுழுந்துட்டனே இறைவா?’ என்று அவரது மனம் கிடந்து அடித்துக் கொண்டது.

மறுநாள் காலையில் வெளிக்கி இருக்க சைக்கிளில் குளத்துக்குப் போன கோலப்பனை நாய் ஒன்று துரத்தியதில் சைக்கிளோடு குளத்துக்குள் இறங்கிக் குளித்தார். ஈரத் துணியோடு வீட்டுக்கு வந்து கொண்டிருந்த கோலப்பனை வழியில் நிறுத்தி,

“என்ன கோலப்பா! கையில சக்கரம் கெடந்து கொளிக்கி போலருக்கு? புது சைக்கிளுதான்! காரியந்தான்! ஒரே பொளிப்பு! ஆமா கால ஏன் பாந்திப் பாந்தி வைக்க? அடிகிடி பட்டுருக்கா? இல்லையின்னா புது சைக்கிளு கால கடிச்சிட்டா? கிகிக்கிகிக்கி!”

என்று பல்லிளித்த பரமேஸ்வரனிடம் கோலப்பன் பதிலே சொல்லவில்லை. ‘குளத்தில் சைக்கிளோடு குதித்து படித்துறைப் படிக்கட்டு காலைப் பதம் பார்த்ததைச் சொன்னால் இன்னும் கூடுதலாக இளிப்பான்! எதுக்கு வம்பு?’ என்று நினைத்துக் கொண்டு வீட்டுக்கு வந்து விட்டார்.

கொஞ்ச காலம் கழித்து கோலப்பன் ஒரு மொஃபா வண்டி வாங்கினார். அதன் சத்தமும், லாவகமும் ஊரிலிருந்த கொஞ்சம் பேரின் கண்களை உறுத்தியது.

"இவனுக்கு ஏதுடே இவ்வளவு சக்கரம்? கள்ள நோட்டடிக்கானோ? களவாங்குகானோ? கடவுளுக்குதான் வெளிச்சம்!" என்று பெருமூச்செறிந்தார்கள். அவர்களின் கண் விழுந்ததோ என்னவோ ஒருநாள் அந்த மொஃபா வண்டி மீது மாட்டு வண்டி ஒன்று ஏறி இறங்கி விட்டுப் போனது.

கொஞ்ச காலம் கழித்து ஒரு பஜாஜ் எம் 80 வாங்கினார். அது வாங்கிய இரண்டு வாரங்களில் அதன் என்ஜின் சீஸ் ஆகிப்போனது. பஜாஜ் கம்பெனிக்கு இவ்வாறு கடிதம் ஒன்றை எழுதினார்,

> "தங்களுடைய வாகனங்கள் சாமானியர்களுக்கு ஏற்றதல்ல! என்னுடைய புதிய வண்டி மண்ணும் மணலுமாய் ஆகிப்போனதே ஐய்யோ! நீங்கள் உங்கள் வாடிக்கையாளர்களை ஏமாற்றப் புறப்பட்டிருக்கிறீர்கள்! உங்கள் குடும்பம் விளங்காமல் போவதாக... ஆமென்!"

இப்படிக்கு,
கோலப்பன்.

சரியாக ஆறுநாட்களில் பூனாவிலிருந்து இரண்டு இஞ்சினியர்கள் வந்து கோலப்பனின் வீட்டு முன்பாக நின்றார்கள். கடிதம் கம்பெனி கையில் கிடைத்தவுடன் அவர்கள் விமானமேற்றி அனுப்பி வைக்கப் பட்டிருக்க வேண்டும்.

"திரு கோலபான்! எங்கள் தயாரிப்பு அப்படி குறைபாடோடு இருந்தது குறித்து வருந்துகிறோம்! ஆனாலும் புது என்ஜின் சீஸ் ஆகாதே? எப்படி நடந்தது?" என்று அந்த இஞ்சினியர்கள் கேள்வியெழுப்ப கோலப்பனுக்குக் கோவம் வந்து விட்டது.

"இந்தா கெடக்குலா? வண்டி மயிரு! கண்ணு என்ன பொடதிலயா இருக்கு? செக் பண்ணி பாருங்கவே!"

ஒரு என்ஜீனியர் கேட்டார், "நீங்கள் தினமும் எங்கெல்லாம் போவீர்கள்?"

கோலப்பன் அவர்களிடம், "நாங்காலையில எந்திச்சி கக்கூசுக்கு இருந்துட்டு, வண்டிய எடுத்துட்டுப் போயி தோட்டத்துல இருந்து

மண்ணெடுத்துட்டு வந்து வூட்டுக்குப் பின்னால தட்டிக்கிட்டு, அடுத்த லோடு அடிக்கப் போயிருவேன்!"

என்ஜீனியர் அதிர்ச்சியில், "மண்ணு லோடா!"

"ஆமா! மூணு சாக்கு மண்ண ஒரே அடியில வச்சி கொண்டாந்துருவம்லா?"

கோலப்பனின் பேச்சில் ஒரு பெருமிதம் இருந்தது. என்ஜீனியர்கள் மயங்கப் போனார்கள்,

"என்னது மூணு சாக்கு மண்ணா? எப்புடி பாத்தாலும் முன்னூறு கிலோ வரும்!"

ஒரு என்ஜீனியர் சொன்னார், "ஐய்யா! உங்கள் மீதுதான் தப்பு! இன்ஜின் சீட்டிங் ஆகுற வரைக்கும் அவ்ளோ லோடு அடிச்சா இன்ஜின் எப்புடி தாங்கும்? நியாயமா நாங்க இங்க வரைக்கும் வந்து போன செலவு வரைக்கும் நீங்கதான் தர வேண்டி இருந்திருக்கும்! அப்பாவியா இருக்கீங்களே'ன்னு சொல்லி நாங்க உங்கள சும்மா விடுறோம்" என்று சொல்லிவிட்டு, பஜாஜ் ஷோரூமில் கோலப்பனுக்கு புது வாகனம் ஒன்றை வழங்கப் பரிந்துரை செய்து விட்டுப் போனார்கள். அது கொஞ்ச காலம் ஓடியது.

லாரிக்காரன் ஒருவன் பார்த்த பார்வை, இடது பக்கமாக ஓவர்டேக் செய்த கோலப்பன் லாரியின் அடியில் குத்த வைத்து அமர்ந்து உயிர் தப்பினார். லாரியின் சக்கரங்கள் கோலப்பனின் வண்டி மீது ஒரு வேகத்தடையில் ஏறி செல்லும் லாவகத்தோடு கடந்து சென்றது.

அதன்பின் கோலப்பன் நெற்கதிரடிக்கும் எந்திரம் ஒன்றை வாங்கி, ஓட்டுனர் ஒருவரை அமர்த்தி இரண்டு காளைமாடுகளின் வாயிலாகக் கட்டி இழுத்தபடியே பிரயாணம் செய்ய ஆரம்பித்தார்.

வைக்கோல் விலை பெட்ரோலை விடக் குறைவாக இருந்தது. வருமானத்துக்கு வருமானம், சாணி உரம் மிச்சம், கோலப்பன் மாமா எப்போதுமே வண்டியின் மொட்டை மாடியில் ஏறி படுத்துக் கொண்டே வருவார். அப்படியொருநாள் வரும்போது ஒருவன் சொன்னான்,

"கோலப்பன கண்டீரா ஓய்! இனி இந்த வண்டியும் கெணத்துக்குள்ள வுழுந்துட்டுன்னு வையும்! அப்பொரம் ரோடு ரோலர்தான் கதி!

கோலப்பன் கண்டு கொள்ளவில்லை, 'எதுக்கு வம்பு?'

நெற்கதிரடிக்கும் எந்திரத்தில் அமர்ந்து திருமணம், சடங்கு போன்ற விசேஷ வீடுகளுக்குப் போக முடியவில்லை என்று சொல்லி கவாசகி பைக் ஒன்றை வாங்கினார். அது சர்சர்ரென சீறிப் பாய்ந்தபடியே இருந்தது.

ஒருநாள் பக்கத்து வீட்டு சாமியின் மகன் சங்குபுஷ்பம் வந்து கோலப்பனிடம், 'சந்தைக்குப் போக வண்டி வேண்டும்' என்று கேட்டிருக்கிறான். தங்கள் வீட்டுக்கும் சேர்த்து காய்கறிகள் வாங்கிவருமாறு கோலப்பன் சொல்லவே அவன் கோலப்பனிடமிருந்து இருநூறு ரூபாய் பணத்தைப் பெற்றுக் கொண்டு நேராக செட்டிக் குளத்திற்குப் போய் வியாபாரி ஒருவரிடம் வண்டியை விற்றுவிட்டு கோட்டாரிலிருந்து ரயிலேறினான்.

சந்தைக்குப் போனவன் இரண்டு நாட்களாக வராதது குறித்து கோலப்பன் மாமா கவலையடைந்தார். இதுகுறித்து பக்கத்து வீட்டு சாமியிடம் கேட்கவே அதற்கு சாமி,

"என்னது சங்கு அவ்வள தூரம் பைக்குலயா போனான்?"

"என்னது தூரமா? என்னவே சொல்லுகீரு?" கோலப்பன் குழம்பினார்.

"பம்பாய்க்கு போணும் துட்டுக் குடு'ன்னு கேட்டான், ஆப்பக்கணைய எடுத்து ஒண்ணு குடுத்தேன்...! எவனாவது என்கிட்ட சிக்குவாம்'னு சொல்லிக்கிட்டே போனான்! அதுதான் நான் அவனக் கடைசியா பாத்தது! அந்தக் கூய்மோனுக்க பேச்ச எடுக்காத கோலப்பா!"

என்று தன்னுடைய மகனது பம்பாய்ப் பயணம் குறித்து வாக்குமூலம் கொடுத்தார் சாமி. கோலப்பனுக்கு வாழ்க்கையே வெறுத்துப் போனது.

கொஞ்ச நாட்கள் கழித்து கோலப்பன் ஹீரோ ஹோண்டா ஸ்பிளண்டர் ஒன்றை வாங்கினார். ஒருநாள் பானக்கடையில் சென்று ஒரு கட்டிங் போட்டு விட்டு வெளியே வந்து பார்த்தால் வண்டியைக் காணவில்லை.

"அய்யோ போச்சே! வண்டிய களவாண்டுட்டானுவளே? என்ன செய்யதுக்கு?" என்று குழம்பி நிற்கும் போது அதன் எதிர்த்திசையில் ஒருவன் காற்றைக் கிழித்துக் கொண்டு பார்வதிபுரத்தை நோக்கிப்

பயணித்துக் கொண்டிருந்தபோதுதான் அந்த வண்டியில் சைடு மிரர்கள் திருடு போயிருந்ததைக் கண்டு பிடித்தான்.

சைட் மிரர் போக புதிதாக டாங்க் கவர் இருந்ததைக் கண்டு ஆச்சர்யம் தாளாமல் வண்டியில் தொங்க விட்டிருந்த புரோட்டாவும் சால்னாவும் அடங்கிய பையும் திருடு போயிருந்ததைக் கண்டு ஆத்திரம் வந்து விட்டது.

"தா...ளியுள்ளையோ! எத்துவாளிப்பயல்களா! இன்னிக்கி எவம்'னு நாங் கண்டுபுடிக்கேனா இல்லியான்னு பாப்போம்" என்று நினைக்கும்போதுதான் வண்டியைக் கவனித்தான்.

கறுப்பும் ஆரஞ்சுமான வண்டிதான் என்றாலும் கூட பதிவெண் வேறாக இருந்தது கண்டுபிடிக்கப்பட்டது. 'இப்போது நான்தான் திருடன்' என்னும் உண்மை உறைத்தபோது உயிர் அவனது கையில் இல்லை.

இவனது வண்டி பானக்கடையின் முன்பு நிற்கிறது. "இதைக் கொண்டு விட்டுவிட்டு எப்படி அதை எடுப்பது" என்ற அச்சத்தில் மீண்டும் கடைக்கு வந்தபோது கடையின் முன்பு போலீஸ் நின்று கொண்டிருந்தது. கோலப்பன் தன்னுடைய வண்டியைக் கண்டவுடன் கூச்சல் போட்டார்.

"அந்தா நிக்கி எனக்க வண்டி!"

அவனும் மரியாதையாக வந்து வண்டியைக் கொடுத்துவிட்டு நடந்த கதையைச் சொல்லி உங்களுடைய வண்டி என்னுடைய சாவியைப் போட்டாலும் திறக்கிறது, ஆகையால் நீங்கள் பூட்டை மாற்ற வேண்டிய தருணத்தில் இருக்கிறீர்கள் என்ற அறிவுரையைக் கோலப்பனுக்கு வழங்கவே, போலீஸ்காரர்கள் இரண்டு பேர் மீதும் 'டிரங்கன் டிரைவிங்' வழக்கு போட்டு வண்டிகளைக் கைப்பற்றி காவல் நிலையம் கொண்டு போனார்கள்.

கோலப்பனுக்கு வாகன யோகம் இல்லையென ஊருக்குள் பேசிக்கொண்டார்கள். இப்போதெல்லாம் கோலப்பன் வீட்டை விட்டு வெளியே வருவதேயில்லை! "வெளிய வந்து என்ன மயித்துக்கு?"

கோட்சேவை தடியால் அடித்துக் கொன்ற காந்தி

கோலப்பன் மாமா ஒரு காந்தியவாதி என்பதில் எனக்கு அலாதியான பெருமை உண்டு. அதே சமயத்தில் அவரது மனைவி செல்லம்மா பத்து கோட்சேக்களுக்கு ஒப்பானவள் என்பதிலும் எனக்கு சந்தேகம் கிடையாது. ஆனால் அந்த கோட்சேவின் துப்பாக்கி நான்தான் என்பது கோலப்பன் மாமாவுக்கு நன்றாகத் தெரியும்.

அந்த விஷயத்தை அடிக்கடி மறந்து போவதால் கோலப்பன் அநேகம் இன்னல்களை என்னால் அனுபவித்திருக்கிறார். செல்லம்மா அத்தை என்னைக் கையால் தொடாத வரைக்கும் அவருக்குத் துன்பமில்லை என்பதை நம்பினார். மாமாவின் இளம் வயதில் குஜலாம்பிகா என்றொரு காதலி ஒருத்தி இருந்த கதையை ஒரு ஏகாந்த வேளையில் அத்தையிடம் சொல்லி அகமகிழவே தோசைக்கரண்டி பெருங்குரலெடுத்து மாமாவின் மண்டையில் பாடத் துவங்கியிருக்கிறது.

அதன்பின்னர் கோலப்பன் தம் வீட்டு வாசல் கடந்து எங்கு போக எத்தனித்தாலும் "அந்த குஜலாம்பா மூதியவா காணப் போறீரு? ஏதாவது கேள்விப் பட்டனோ... மொட காணாம ஆக்கிப்புடுவேன் ஆமா!" என்ற வார்த்தைகள் மாமாவை பின்னோக்கி உந்தித் தள்ளி மீண்டும் செருப்பைக் கழற்றிவிட்டு வீடு திரும்பச் செய்து விடும். அன்று புத்தேரி குளத்தருகில் அமர்ந்திருந்தோம். மாமா வாய் மலர்ந்தார்.

"செத்த மூதிய என்னத்தச் சொல்லுகதுக்குன்னே தெரியல பாப்பச்சா! இதெல்லாம் பெத்தததா இல்ல அளவெடுத்து தச்சதா'ன்னு புரிய மாட்டங்கு... தா..ளி புள்ளையப் பெத்து வுடுன்னு சொன்னா பேநாயப் பெத்து வுட்டுருக்கான்.. காவடிப் பெயலுக்குப் பெறந்தய... அந்த குஜலாம்பா நாய நானே கண்டு கொறைய காலாமாகு! இதுல இவளுக்க நெனப்ப கண்டியா?"

“என்ன மாமா உம்ம பத்தி நிறைய டீட்டெய்ல்ச நீரே சொல்லுகீரு?”

என்ற என்னை அமைதியாகப் பார்த்தபோது அவரது கண்களில் காந்தியம் தெரிந்தது.

“உண்மையச் சொல்லு! நா யாரச் சொல்லுகம்’னு ஒனக்குத் தெரியாது இல்லியாடே?” என்றார் தீர்க்கமாக.

நானும் ரெண்டு மூன்று நபர்களின் பெயரைச் சொல்லிப் பார்த்தேன். உப்பு யாவாரி சுந்தரம், மாட்டுவண்டி காளி, கொளுத்து மணி..... அந்தப் பெயர்ப்பட்டியலில் கோலப்பன் குறிப்பிட்ட செல்லம்மா அத்தையின் பெயர் இல்லாதது குறித்த வருத்தம் அவரது முகத்தில் தெரிந்தது.

‘இந்த மூணு பெயலுவளுக்கும் எனக்கும் என்ன சம்மந்தம்? நா யாரச் சொல்லுகம்’னு கூடவா இந்த நாய்க்கித் தெரியலை? இந்தப் பயலும் நம்மளப் புரிஞ்சிக்கிடலயே? சின்னப் பயக்க சகவாசம் சீலையக் கிழிக்கும்!’ என்று எண்ணியிருப்பார் போலும்.

இறுதியாக நான் “குஜலாம்பா அத்தை!” என்று சொன்னவுடன் அவரது கண்களில் ஒரு மெல்லிய காதல், மென்சோகம் அதையும் தாண்டி ஒரு கோபம் வெளிப்பட்டு மறைந்ததை நான் கண்டேன். அப்போதுதான் அவர் ஒரு கதையைச் சொன்னார்.

“போன வாரம் ரேசங்கடக்கிப் போயிருந்தம் பாத்துக்காடே பாப்பச்சா! அங்க நல்ல வீங்கி விறுவிறுத்துப் போயி ஒரு குண்டாமணி ரேசங்கடையவே மறச்சிக்கிட்டு நின்னுக்கிட்டிருந்தா! நானுங் கொஞ்சம் வெலவி நின்னும்மோன்னு அவகிட்ட சொன்னேன்!”

“அப்பொறம்?”

“செத்தோல நீங்கி நின்னா! ஆனா அந்த எடவெளியில ஒரு நாயி கூட நொழைய முடியாது !”

“நீரு போலாம்’லாவே மாமா!”

மாமா என்னை முறைத்தார். “சொல்லுகத கேளாம்ல! குறுக்க நீட்டுகது?”

“சொல்லுங்க மாமா!”

“அந்தால ரேசங்கடக் கடக்காரேன் வந்தாம்டே! யாம்புல கட தொறக்க இவ்ளோ நேரம்’னு கேக்கலாம்னு நெனச்சேன்!

எதுக்கு எதுவுஞ் சொல்லிருவானொ'ன்னு ஒரு சின்ன மடி! திடீர்னு பொறத்த இருந்து ஒரு கனத்த கொரலு! நாம் சட்டுன்னி பயந்துட்டேன்!"

"ம்க்கும்! செல்லம்மத்த தும்மல் போட்டாலே லாரி ஆக்ஸிடெண்ட் ஆனா மாதிரி துள்ளுவீரு! இந்த லெச்சணத்துல?"

மாமா என்னை சாந்தமாகப் பார்த்துக் கண்ணீர் விட்டுக் கையெடுத்துக் கும்பிட்டு, "என்னய கத சொல்ல வுடுடே! நல்லாருப்ப!"

நான் அமைதியானேன்.

"லே கஞ்சிக்கி செத்த பயல!"

நான் மிரண்டு போனேன். மாமா என்னைக் கையமர்த்தி, "உன்னைய சொல்லல! அந்த குண்டம்ம ரேசங்கடக்காரனப் பாத்து கேட்டா!"

"யம்மா! பொறவு?"

"அவனும் பயந்துட்டாம்லா!"

"இருக்காதா பின்ன! ஆளப் போலவே கொரலும் தடிச்சிருந்தா பயப்புட மாட்டாவளா?"

"மானங் கெட்ட கேள்வி கேட்டா! கடயத் தொறக்க இவ்ளோ நேரமால வெண்டித் தா...ளி! கொப்பனுக்க வூட்டு சாதனமா இங்க விக்கி? கொவ்ர்மெண்டு கடைல வேல செய்ய ஒனக்கு நேரத்த வந்தா கொள்ளையோ? அப்புடி இப்புடின்னு கலஞ்சி மாத்திட்டா! அப்பந்தான் அவளுக்க மூஞ்சக் கவனிச்சேன்!

"யாரோ?"

"குஜலாம்பிகாத்தாம்! வேற யாரு?"

"அடடே! அப்புறம் என்ன ஆச்சி மாமே?"

"பொம்பளயளுக்க கதையளுன்னா வாயி கீழ மாற போயிரும் இல்லியாடே ஒனக்கு?"

"ஒம்ம மருமொவம்லா அப்டித்தா இருப்பேன்!" என்று நான் வெட்கப் பட்டுப் போனேன்,

“ம்ம்... சின்ன வயிசில பாத்தது அவள! அப்போ ஒடிசிலியான தேக வாக்கும், நல்ல வளமையுமா இருப்பா! இப்ப நல்ல கடலாமை கணக்கா ஊந்துட்டு திரியா!”

“நீரு போயி அவகிட்ட பேசுனீரா?”

“இல்லடே! ஒரு சின்ன அரைப்பு பாத்துக்கா! அதாங் கேக்கலை! அப்போதான் ஒருத்தன் ஈக்கலு மாதிரி வந்தான்! அவந்தான் அவளுக்க மாப்புளையாம்! அவளக் கண்டு நடுங்குதாங் கெடந்து! அப்புடி மெரட்டி வச்சிருக்கா அவன! சாவட்டும் கம்புக்கால் தா...ளி!”

மாமாவின் நாவுக்குள்ளிருந்து காழ்ப்புணர்ச்சியும், கழிவிறக்கமும், காதல் நிறைவேறாதது குறித்த மகிழ்ச்சியும் வெளிப்பட்டன.

நான் மெதுவாக, “நீரு தப்பிட்டீரு இல்லியா மாமா!”

“ஏல செல்லம்மய அறிஞ்சிருந்துமா இப்புடி கேக்க?”

மாமாவின் முகம் மறுபடியும் துக்கத்தில் லயித்துப் போனது.

“இல்ல சும்மானாச்சும் கேட்டு வச்சேன்!”

கோலப்பனின் முகத்தில் எந்த ஒரு அபிநயமும் இல்லாமல் ‘வொர்ர்ர்ர்ர்’ என இருந்தது. வண்டியை எடுத்துக் கொண்டு கிளம்பினோம்.

முன்பு ஒருமுறை பீச் ஒயின்ஸ் முன்னால் குடித்துவிட்டு படுத்திருந்தார் கோலப்பன் மாமா. இந்த விஷயம் ஊர்முழுவதும் காட்டுத் தண்ணீர் போலப் பாய்ந்து பரவியது. அடுத்தநாளே பக்கத்து வீட்டு கோவிந்தன் கோலப்பனின் முன்பாகத் தோன்றி அவரிடம் கேட்ட கேள்வி இதுதான்,

“என்ன கோலப்பா! நேத்து கிளி செத்து தெருவுல கெடந்து...? என்ன விசேசமோ?”

என்று கேட்டதற்கு மாமா சொன்ன பதில்,

“எங்கிளிய நாம் பாத்துக்கிடுதேன்! அன்னக்கிளிய சேவியரு கிழிச்சிறாம கெவுனிச்சிக்காடே! பொறவு கஸ்டம் பாத்துக்கா!” என்றொரு தெய்வாதீனமான ஒரு பதிலை அளித்திருக்கிறார்.

கோவிந்தன் கோலப்பனை பச்சை மட்டையால் வெளுக்க, கோலப்பன் கோயிந்தனை வாரியலால் வீச ரெண்டு மாக்கான்களும் கோட்டார் போலீஸ் ஸ்டேஷனில் கொண்டு போய்க் கிடத்தப்

பட்டார்கள். கோலப்பனை செல்லம்மாளும், கோயிந்தனை அன்னக்கிளியும் ஜாமீனில் எடுத்து மீட்டு வந்தார்கள். அன்னக்கிளி கோயிந்தனின் மனைவி, சேவியர் கோவிந்தனின் அண்டை வீட்டார்.

பின்பு ஒருநாள் புய்ப்பம் கிழவி கோலப்பனிடம், "எலே கோலப்பா! நடமுட்டி ஓம்பரம்! எப்பம் பாத்தாலும் பொண்டாட்டிக்க சீலைக்காத்தயே மொணஞ்சிக்கிட்டு திரியிதியே நாணமில்லியே ஒனக்கு?" என்று கேட்டதற்கு பெற்ற தாயென்றும் பாராமல் வெற்றிலைக் கல்லைத் தூக்கிக் கிழவியின் மண்டையில் சிற்பம் செதுக்க முயன்றார்.

மேற்கூறிய இந்த இரண்டு சம்பவங்கள் தவிர்த்து கோலப்பன் மாமா யாரிடமும் கோபப்பட்டதில்லை. ஆனால் இன்று அவரது முகத்தில் மிகுந்த கோபத்தையும், மகிழ்ச்சியையும், துக்கத்தையும், காதலையும் குஜலாம்பாளின் நிமித்தம் கண்டேன். இந்த நான்குவிதமான உணர்ச்சிகளும் எனக்குப் போதவில்லை. கலவையான ஒரு மனநிலையை இன்று மாமாவுக்கு வழங்கி விடவேண்டும் என்று எண்ணிக்கொண்டேன். வீடு வந்து சேர்ந்தோம். அத்தை வாசலிலேயே வரவேற்றாள்.

"மக்களே! ஒரு கப்பு காப்பி எடுக்கட்டா?"

அவளுக்கு ஒரு விசித்திரமான பழக்கம் இருந்தது. "கொஞ்சோல சாப்புடாம் மக்களே!" என்பாள். நாம் சாப்பாடு வேண்டும் அல்லது வேண்டாம் என்று பதில் சொல்வதற்கு முன்பே அவள் பதில் சொல்லி விடுவாள்,

"நீயெல்லா எங்க வூட்டுல எப்புடி சாப்புடுவ? அத்தைய மாதிரி ஏழையளுக்க வீட்டுலயெல்லாஞ் சாப்புடப் புடாதுன்னு ஒங்கம்ம சொல்லிருப்பா! இல்லியா மக்களே!" என்று கேட்டுக் கொண்டே பல்லைக்காட்டி சென்றுவிடும் வினோத வியாதி அவளைப் பீடித்திருந்தது.

"காப்பி கீப்பிலாம் எனக்கு வேண்டாம்த்தே! ஓம்மாப்புளைக்கு குடு! ரொம்ப சீணிச்சி போயி வந்துருக்காரு!" என்று சொல்லிவிட்டு மாமாவைப் பார்த்து மகிழ்ச்சியாக, "மாமொய் ஒரு விசியத்த கண்டு புடிச்சிட்டேன்! நீரு கொளத்தாங்கரைல வச்சி சொன்னீருல்லா! பெத்ததா! அளவெடுத்து தச்சதான்னு? அது அத்தையத்தானே?"

மாமாவின் பக்கத்தில் எமன் வந்து அமர்ந்தான். மாமாவின் முகம் ஆக்சா ப்ளேடு மாதிரி ஆகிப் போயிருந்தது. அத்தை தவித்தாள்,

"எப்புடியும் கோலப்பன இன்னிக்கி கொன்னுரணும்!"

என்னுடைய வார்த்தைத் துப்பாக்கியை எடுத்து கோட்சேவிடம் கொடுத்து கோலப்ப காந்தியின் வாயிலேயே சுடச் சொன்னேன். கூடவே ஒரு புல்லட்டாக குஜலாம்பிகாவோடான நியாய விலைக்கடை சந்திப்பையும் சொன்னேன்.

"எத்தே! ஏதோ குஜலாம்பிகாவாம்! மாமா போன வாரம் அவளப் போயி பாத்து நெறைய காரியங்கள் அவங்களுக்குள்ள நடந்ததா சொன்னாரு! உங்கிட்ட சொல்ல எனக்குக் கூச்சமா இருக்கு அத்தே! கிகிகி!"

கோலப்பன் என்னும் அகிம்ஸாவாதி குண்டடி பட்டு செத்துப் போனார். இவ்விடத்தில் குண்டு என்பது செல்லம்மாவாகவும் இருக்கலாம்! குஜலாம்பிகாவாகவும் இருக்கலாம்! அட நமக்கு உருவமெல்லாம் ஒரு பிரச்சனையா? கோலப்பன் சாவணும்! அவ்ளோதான்!

"எனக்குத் தராம ஜானி வாக்கரையா ஒத்தையில குடிச்ச? அர மண்ட நாய! எனக்கு மாமனா பொறந்தது உன்னோட குத்தம் கோலப்பா! காட் ப்ளஸ் யூ அங்கிள் கோலப்பன்! பை பை!"

ஜானி வாக்கருக்கெல்லாம் ஒரு முன் கதைச் சுருக்கமா என்றால் இருபத்தைந்தாண்டுகள் பழமையான ஒரு விஸ்கிக் குப்பியின் வரலாற்றைக் குறித்துச் சொல்லலாம் தவறில்லை! கோலப்பனுக்கே இத்தனை வரலாறென்றால் கோலப்பனைத் தரையில் கிடத்திய ஜானி வாக்கர் என்னும் மகான் குறித்து நாம் அறிந்து கொள்ள வேண்டியது அவசியமன்றோ?

ஜானி கோலப்பன் வாக்கர் – த டெத் ஆஃப் த டெவில்

‘இதோ செத்துக் கிடக்கும் கோலப்பனுக்கு வயது ஐம்பத்திரெண்டுகள். மரிக்கிற வயதா இது? யாராவது இவரை மரித்தோரிலிருந்து உயிர்த்தெழுப்ப மாட்டார்களா?’ என்ற துக்கம் வேறு என்னுடைய மனதை உலுக்கிப் போட்டிருந்தது. ‘எத்தனை அற்புதமான மனிதர் இவர்?’

ஆட்கள் வந்து கொண்டிருக்கிறார்கள். மைத்துனன் டெல்லஸ் மாலையோடு வந்தான். பெட்டியை வாசலில் கொண்டு வந்து வைத்திருந்தார்கள். நேற்றிரவுதான் நான் கோலப்பன் மாமாவோடு உட்கார்ந்து பானமுற்று ஒரு கட்டத்தில் அவரது காதைக் கடித்து வைத்தேன். அவர் என்மீது கோபப்படவில்லை. போதை அவரது கண்களை அசைத்திருந்தது. அவர் அசையவேயில்லை. நாளை நடக்கப் போகும் காரியம் குறித்து அவர் கவலை கொள்ளவில்லை. இப்போதும் அப்படித்தான் படுத்திருக்கிறார்.

நான் அவரோடு கூடவே இருந்திருக்க வேண்டும். தப்பு செய்து விட்டேன். இப்போது தொலைத்து விட்டேன். எங்கு தேடியும் இனி கிடைக்காது என்று தெரிந்து விட்டது. எத்தனை அற்புதமான மனிதர் அவர்?

மாமாவின் மகள் டாலி தலைவிரி கோலமாக அமர்ந்திருந்தாள். இதற்காகவே அவள் வெளிநாட்டிலிருந்து வந்தது போலாகி விட்டது. எனக்கு துக்கம் பீறிட்டது. நான் எழுந்து வெளியே போய் உட்கார்ந்தேன். ஆட்கள் உட்கார சேர்களும் நிழலுக்கு சாமியானாவும் போடப் பட்டிருந்தது. கொஞ்சம் ஆட்களும் அமைதியாக உட்கார்ந்திருந்தார்கள். அலங்கரிக்கப்பட்ட வண்டி வீட்டின் அருகே நின்று கொண்டிருக்கிறது.

சாமியானவர்களின் வீட்டின் முன்பு இதை அமைப்பதால்தான் இதற்கு ‘சாமியானா’ என்று பெயர் வந்திருக்கலாம் என்று நினைத்தபோது காலை வெயில் சாமியானாவை மீறி என் கண்ணீரைக் காய வைத்தது. அப்போ திருமண வீடுகளின் முன்னால் சாமியானா போடுவது ஏன்? எழவு ரெண்டுமே ஒண்ணுதானே?

‘எதற்கு இந்தப் பாழாய்ப் போன குடி?’ மனம் வெறுமையாக இருந்தது. எனக்கு மட்டும் ஏன் இப்படி நிகழ்கிறது தெய்வமே? கண்களில் கண்ணீர் வடிந்தது. இப்படி எத்தனை விஷயங்களை நான் இழப்பேன் இயேசுவே? நாக்கு வறண்டு போயிற்று! எத்தனை அற்புதமான மனிதர் அவர்? அவரையா இழந்தேன்?

சித்தப்பா வந்து என்னிடம் வந்து கேட்டார், “எத்தன மணிக்கி பாஸ்டர வரச் சொல்லிருக்கு?”

“ஒன்பது மணிக்கி சித்தப்பா?”

நான் எழுந்து போய் மீண்டும் தேடினேன். மாமாவின் உடலைக் கண்டு துடித்துப் போனேன். ஒவ்வொரு மூலையிலும் தேடினேன். அங்கெல்லாம் அவரைக் காணவில்லை.

“கோலப்பம் மாமா! கடசீல இப்புடி செஞ்சிட்டியே?”

என்மேல் எனக்கே பரிதாபம் பிறந்தது. எவ்வளவு தண்ணீர் குடித்தாலும் தாகம் தணியவில்லை. மன நிம்மதியில்லை.. தேடுவது கிடைக்கவில்லையெனில் மனம் எப்படி அடங்கும்? எத்தனை அற்புதமான மனிதர் அவர்? அத்தையின் முகத்தை எப்படிப் பார்ப்பேன்? அய்யோ! நினைக்கும்போதே துக்கம் பீறிட்டது. அத்தை கதறத் துவங்கினாள்,

“அட நீசப்பாவி! கொள்ளைல போவான்!”

எனக்கு மீண்டும் மனம் மரத்துப் போனது. அத்தை கத்தினாள்.

“அட தலதெரிச்சவாம்மாரே! நல்ல கும்பி முட்டக் குடிச்சிட்டு வந்து அலமாரிய தொறந்து மோண்டு வச்சிருக்கானே? நாய்க்கிப் பறந்தயல்!”

என்று கத்தியவாறே ஒரு செம்பு தண்ணீரைக் கொண்டு வந்து கோலப்பனின் முகத்தில் விசிறியடித்து விட்டு,

“நானும் ஒரு ஆமப்பயல கெட்டிகிட்டி முப்பது வருசமா மாறடிக்கனே! பெத்த மொவளுக்கு கலியாணம்! கொப்பங்

கெடந்து தூங்குக நேரங் கொள்ளாம்... நீயெல்லா ஒரு மனுசனா? குடிச்சா நடுவூட்டுல மோண்டதெல்லாம் போக இப்ப ஒனக்கு பீரோ கேக்கா மனியா?"

இரவில் கக்கூஸ் என்று நினைத்து பீரோவில் சிறுநீர் கழித்த காரியம் காலையில் கசிந்து விட்டது குறித்த நாணம் கோலப்பனை படுக்கையிலிருந்து எழும்ப விடவில்லை. வெட்கத்தில் படுத்திருந்தார்.

அத்தை நேராக என்னிடம் வந்து, "நீங்க ரெண்டு பேருஞ் சேந்துதானே குடிச்சிட்டு மொட்ட மாடியில கக்கி வச்சது? தலதெறிப்பான்கள்! பாப்பச்சா! இந்தக் கொன்னையங் கூட சேந்தன்னா நீ உருப்புடமாட்ட பாத்துக்கா!"

கோலப்பன் மாமன் வாந்தியும் எடுத்திருக்கிறான். 'படுக்காளிப் பயல்!'

மீண்டும் அத்தையின் சத்தம், முன்னறையில் அமர்ந்திருந்த கொளுந்தியாளிடம் போய்,

"எட்டீ நீயெல்லா ஒரு பொம்பளப் புள்ளயா? ஒனக்குத்தானே கலியாணம்? இல்ல ஒங்காத்தாளுக்கா? எந்திச்சி போயி குளிச்சி பொறப்புடாம்ட்டீ! தலைய பறத்திப் போட்டுகிட்டு கெடக்க? கொப்பன் ஒனக்க பட்டுச் சேலைய நனைக்காம வுட்டு வச்சானேன்னு சந்தோசப் பட்டுக்கா! இப்ப மாப்ள வூட்டுக்காரவுக வந்துருவாவளே! ஐயோ...!"

உள் அறையிலிருந்து கோலப்பன் மாமாவின் தெய்வத்தாய் புய்ப்பத்தின் செருமல் சத்தமும், அதைத் தொடர்ந்து வெப்பவாயு வெளியேறும் சத்தமும் கேட்டது. கிழவி அத்தைக்கு இந்த சப்தங்களின் மூலம் ஏதோ சொல்ல விரும்புகிறாள் என்பது மட்டும் புரிந்தது.

அத்தை நிறுத்தவில்லை, "இந்த மண்ணாப் போனவன் வாசல்ல கொண்டாந்து முறுக்குப் பெட்டிய எறக்கி வச்சிருக்கானே? அத எடுத்து உள்ள வைக்க இந்த வூட்டுல ஒரு நாதியில்லயே! எல்லாத்தையும் இந்த செல்லம்ம வந்துதான் மலத்தணும்?"

'இந்த செல்லம்ம மூதிக்க வாய்க்குள்ள வாதைய அனுப்பணும்! அப்பத்தான் சரி வருவா!' என்ற எண்ணம் எனக்கு மேலோங்கியது.

"இங்க பாத்தியா? மலர்மாலைய கொண்டாந்து தரையில வீசிட்டுப் போயிருக்கு செவம்! லேய் நாறப் பயல!"

என்றவாறே டல்லசைத் தேடி மாடிக்குப் போனாள் அத்தை. இத்தனைக் கூத்துக்களும் வீட்டுக்குள் நடந்து கொண்டிருக்க மெத்தையில் புரண்டு படுத்த கோலப்ப மாமன் என்னிடம்,

"எலேய்! நீ அந்த மிச்சக் குப்பியத் தேடித்தானே லாந்திட்டு கெடக்க? அத ராத்திரியே முடிச்சிப்புட்டம்லா! எனக்க வாயிலயே புளிப்பு முட்டாயி தேய்க்கியா நீ? ராத்திரி நல்ல நக்குனது பத்தாதா? கொப்பனுக்க மொவன!"

கடும் துக்கத்தில் எனக்கு வியர்த்து விட்டது. மிகுந்த சங்கடத்தில் மாமனிடம் பகன்றதாவது,

"பருகுவார் போலினும் பண்பிலார் கேண்மை

பெருகலிற் குன்றல் இனிது."

"அப்டின்னா என்ன அர்த்தம்டே?"

"நீ செத்துப் போயிரு கோலப்பந்தாய்ளின்னு அர்த்தம்!" என்று சொல்லி விட்டு வீட்டுக்கு வந்து விட்டேன்.

கோலப்பனின் மகள் டாலி ஒரு செத்த மூளி! அவளுக்க கழுத்துல தாலி கெட்டுகவன் வெளங்காமத்தாம் போவான்! ஒரு மச்சான் நான்! ஃபாரீன்லெர்ந்து கடல் கடந்து கொண்டாந்த சாதனத்த என்கிட்ட தராம அவளுக்க கொப்பங் கிட்ட கொண்டு போயி ஒரு முழுக் குப்பியக் குடுத்துட்டாளே மூதேவி?

"இந்த ஜானி வாக்கர்தான் எத்தனை அற்புதமான மனிதர்? அவரையா தொலைத்தேன்?"

கோலப்பன் - த லோன் ரேஞ்சர்

கோலப்பன் மாமா சாலையில் நடந்து போய்க் கொண்டிருந்தார். இருட்டுக்குள் தனியனாய் நடந்து போனவரைக் கண்டு, "சே... மனிதன் தனியாக நடந்து போறாரே?" என்ற வருத்தத்தில் என்னுடைய கால்கள் அனிச்சையாகவே வண்டியின் பிரேக்கை அழுத்தி விட்டன.

"என்ன மாமா எங்க யாத்தர? அதும் இன்னேரத்துக்கு?"

"எலே மர்மோன...நீ எங்கடே போற?"

"பால் வாங்க கடக்கிப் போறெம்... நீரு எங்க போறீரு? மூஞ்சி யாவோய் கூவ மாறி இருக்கு? அத்த டைவர்ஸ் தந்துட்டாளா?"

"ஏ அப்பா... அவளா? டைவர்சா? எனக்கு? மயிரு தருவா! எங்க இந்த ஓமுடிவான் சந்தோசமா இருந்துருவானோன்னு கடசீ வரைக்கும் கூடவே இருப்பா! நீ யாம்டே கெடந்து தேவையில்லாத ஆசயள கௌப்பிகிட்டு?"

"சரி எங்க போறீருன்னு சொல்லவேயில்ல?"

"வீட்ல ஒரே உபத்ரவம்... எதுக்கெடுத்தாலும் நொள்ள சொல்லுகா ஒங்கத்த...!" என்றவாறே வண்டியில் ஏறி அமர்ந்தார். நான் வண்டியைக் கிளப்பினேன். அவர் தொடர்ந்தார்,

"ஒரு அவையான் வீட்டுலேர்ந்து ரெண்டு ஜட்டிய தூக்கிட்டுப் போய் ஓடையில வீசியிருக்கு?"

"ஒமக்க ஜட்டியவா? அந்த பழக்கமெல்லா ஒமக்கு உண்டா?"

"பின்ன? அவளுக்க ஜட்டிய தூக்குனா இன்னேரம் அவையான் நெஞ்சடச்சி செத்துருக்கும்லா?"

"அப்டியா?"

"ஆமா! அந்த பெருச்சாளி செவம் ஜட்டியக் களவாண்டுட்டு போனதுக்கு என்னய குத்தஞ் சொல்லுகா? நானா அவையான கூப்டு, வாடே எனக்க ஜட்டிய கொண்டு போயி வாய்க்கால்ல வீசுன்னு குடுத்து வுட்டேன்? தட்டுல காயப் போட்டுருந்த சாதனங்கள் பறந்து கீழ வுழவும் அந்த செத்த பய அவையான் தூக்கீருக்கு! அதுக்கு நானா பொழச்சேன்?"

"அதுஞ்சரிதான்... நீரென்ன செய்வீரு?"

"ஒமக்கெல்லாம் உடுத்த துணி ஓர்ம இருக்கான்னு கேக்கா ஒங்கத்த?"

"ஓ அப்புடியா கேட்டா பாவிமட்ட? அதுக்கு நீரு என்ன சொன்னீரு?"

"நா என்ன கெழவனாப்போ?"

நான் வண்டியிலிருந்து திரும்பி கோலப்பனின் முகத்தைப் பார்த்தேன். தேங்காய் சீனிவாசன் மாதிரி இருந்தது முகம்.

"மாமா! ஒமக்கு ஒரு எழுவது வயிசிருக்குமா?"

"மயிரு! கார்த்திய வந்தா அம்பத்தி எட்டு முடிஞ்சி அம்பத்தி ஒம்பது பொறக்கும்! யாங் கேக்க?"

"அப்போ நீரு இப்ப எளம்பிராயத்துல இருக்கீரு இல்லியா?"

"அம்பத்தி எட்டு வயிசெல்லா ஒரு வயிசாடே?"

"இல்லதான்... ஆனா நாமெல்லாம் அப்பான்னு சொல்லுக யேசு கிறிஸ்து செத்தது முப்பத்தி மூணு வயசுல?"

"அது அவுருக்க விதி மூதேவி! யேசுவும் நானும் ஒண்ணாடே? கல்யாணமாகாம ஜாலியா இருந்துட்டு செத்துப் போன மகான்லா அவுரு?"

"சரி விசியத்துக்கு வாரும்!"

"எனக்கு ஒரு வேலையுஞ் செய்யத் தெரியாதாம்! நா ஒரு மர மண்டையனாம்! மறதி கூடுதலா இருக்காம்! இப்டி நெறைய பராதி சொல்லுகாடே ஒங்கத்த!"

"வயிசானா மறதி வாரது இயல்புதான மாமா?"

"அம்பத்தி எட்டு வயிசு ஒரு வயிசாடே? நா எனக்க ஒண்ணாங்கிளாசு டீச்சருக்க பேரச் சொல்லட்டாடே!"

“ம்ம்ம் சொல்லும் பாப்பம்?”

“தாயம்ம...”

“பார்ரா! கெழட்டுக் கூய்வுள்ளைக்க ஓர்மசக்திய?”

“எனக்க பத்து வயிசுல நா ரோஸ்மேரிய காதலிச்சேம்!”

“ஓ அவளுக்க வயசென்ன?”

“ஆறு வயிசு!”

“ப்ளடி பீடோஃபைல்! பொறக்கும்போதே கோழி?”

“எனக்கு கலியாண சட்டை சந்தனக் கலர்... தெரியுமாடே?”

“பயங்கர நினைவாற்றல் ஓய் மாமா உமக்கு!”

அவருக்கு மகிழ்ச்சி பிடிபடவில்லை. அவரது வீடு வந்து விட்டது. மாமா திடுக்கிட்டார்,

“என்னல இங்க கொண்டாந்து உட்டுருக்க?”

“ஓம்ம வீடுதான இது?”

“என்னய எங்க இருந்து எடுத்தியோ அங்க கொண்டோயி வுட்டுருடே! நல்லாருப்ப...”

“ஓமக்கென்ன தலக்கி வட்டா?”

“வாக்கிங் போனவன வண்டில ஏத்திகிட்டு வந்து வூட்ல கொண்டு வந்து நிப்பாட்டுன நீதாம்ல வட்டன்!”

நான் வியந்து போனேன். ‘அம்பத்தி எட்டு வயசெல்லா ஒரு வயிசா மயிராண்டி?’

நாய் பாடிய ஆலாபனை

என்னுடைய அறைக்கதவைச் சாத்திக் கொண்டு கணிப்பொறியில் வேலை செய்துகொண்டிருந்தேன். படுக்கையறையில் மகள் அழும் சத்தம் கேட்டு திடுக்கிட்டு எழுந்து போய்ப் பார்த்தபோதுதான் தெரிந்தது அது அழுகையல்ல! கீர்த்தனை! படுக்கையில் படுத்தவாறே உச்சஸ்தாயியில் சன்னமான குரலில் அவள்,

"என்னே... இப்ப லோக்கலுன்னா நாங்கே கெத்தா உல்லாத்துவம்!"

எனக்கு வியர்த்துப் போனது. "அடப்பாவிப் பயவுள்ள! பாட்டுல்லா பாடிருக்கு" என்று நினைத்துக் கொண்டே அருகில் போய்,

"மக்ளே! என்ன நடத்துகடே இங்க?"

"ம்ம்ம்ம்... பாடுகேன்! செவில உழலியோ?" (யம்மா! என்னாவொரு எக்காளம்?)

"இந்தப்பாட்டு முழுசா தெரிமா ஒனக்கு?"

"தெரியுமே! யாம் பாடிக் காட்டணுமா?"

"பாடு! கேக்கட்டு!"

"இஞ்... நெஞ்சிக்குள்ள குடியிரிக்கிம்! எங்க செனம் வெர்ரித் தானாம்! என்னே... இப்ப லோக்கலுன்னா நாங்கே கெத்தா உல்லாத்துவம்! ஆம்மா அளவாருப்பம்! வெர்ரித்தனம்! வெர்ரித்தனம்! கரிப்பா கனையாருப்பம்!"

நான் இடையில் மறித்து, "போதும்டே பாடுனது! கேக்கதுக்கே ரெசமா இருக்கு! இனி கொஞ்ச நேரம் புக்க எடுத்து படிக்கலாம்லா?"

"நாளைக்கி லீவுதான்! நாளைக்கே படிச்சிக்கிடுகேன்! நீ போயி வேலையப் பாரு! சீவன வாங்காத!"

நான் வந்துவிட்டேன். எனக்கு ஒரே வியப்பு. ரிக்கார்டிங்கில் அந்தப் பாடலை விஜயே பலமுறை பாடியதாகக் கேள்வி.

பல ஆண்டுகளுக்கு முன்பு கோலப்பன் மாமனின் மகன் டெல்லஸ் ஒரு நாயை வளர்த்தான். அந்த நாயானது ஆங்கிலப் பாடல்களைப் பாடுவதை வழக்கமாக வைத்திருந்திருக்கிறது. இதைக் கேள்விப்பட்டு அவனது வீட்டுக்குப் போய் அதன் வாயால் ஓரிரு பாடல்களைக் கேட்கலாம் என்று போனேன். டெல்லஸ் அந்த நாயை விளித்தான்.

"லே பாபு! ஓடியா!"

அதன் பெயர் பாப் மார்லியாம். ஆங்கிலப் பாடல்களைப் பாடுவதால் அந்தப் பெயர் வைக்கப்பட்டதாகச் சொன்னான். நாய் வந்து எங்கள் முன்பாக நின்றது. நான் அவனிடம் அந்த நாயைப் பாடச் சொல்லுமாறு சொன்னேன். அவன் என்னிடம்,

"இரும்வே மச்சா! அவனுக்கு ஒரு மூடு வரணும்லா! சும்மா பாடச் சொன்னா பாட மாட்டான்! அதுக்கு ஒரு அடவு உண்டு! இரும் இந்தா வாரேன்!"

என்றவாறே எழுந்து வீட்டுக்குள் போனான். திரும்ப வரும்போது அவனது கையில் அம்பானியின் ஐநூறு ரூபாய் மொபைல் போன் இருந்தது. அதில் இருந்த ரிங்டோனை 'பாப் மார்லி'யின் காதுகளுக்கு மிக அருகில் வைத்து ஒலிக்கச் செய்தான். அப்போது பாப் மார்லி பாடத் துவங்கியது.

"ஊள...... ய்ய்.... ஆஃவ்..... கிர்ரான்....ய்ய்யியீ"

அந்த கத்தலைக் கேட்ட எனக்குக் கோபம் ஒருபக்கம், கவலை ஒருபக்கம்.

"சை! ஒரு பச்சா நாயி நம்மள ஏமாத்திட்டே? தாயளி நீயெல்லா உருப்புடவே மாட்டல!" என்று டெல்லசுக்கு சாபம் கொடுத்து விட்டு வீட்டுக்கு வந்து விட்டேன்.

'பாவம் நாய்கள்! அவைகளுக்கு பேசவோ, பாடவோ, காதல் வார்த்தைகளை எடுத்தியம்பவோ, எங்கள் மொழிதான் பழமையானது என்று சச்சரவு செய்யவோ மொழிகளோ! இலக்கியமோ இல்லை என்பதுதான் எத்தனை பெரிய வேதனை? என்பது எனக்கு உறைத்தது. "லொள்" என்னும் ஒற்றை வார்த்தையைக் கொண்டு அவைகள் தொடர்பு கொள்வது குறித்த துக்கம் என்னை ஆட்கொண்டது.

இசையில் நாய்கள்தான் இப்படியென்றால் மனிதர்கள் கூடுதலாக ஒரு மடக்கு தண்ணீர் குடிக்கிறார்கள். என்னுடைய சின்ன வயதில் கோலப்பன் மாமா அவரது மகள் டாலி என்ற ஹரிஹரப் பிரியாவை கர்நாடக சங்கீதம் படிக்க ஒரு ஆசானிடம் அனுப்பி வைத்தார். இசை வகுப்புக்கு அவள் போகத் துவங்கியதில் இருந்து அவளது போக்கே மாறியிருந்தது.

எங்கள் வீட்டின் அடுத்த வீடுதான் மாமனின் வீடு என்பதால் எங்கள் வீட்டு மொட்டை மாடியில் இருந்து எகிறிக் குதித்து அந்தப் பக்கம் போய் விடலாம். தெருவில் யாராவது கிழடுகள் போனால் நாங்கள் மொட்டை மாடியில் இருந்து ஊளைகள் விடுவதுண்டு.

அப்படி ஒருநாள் தெருவில் வயதானவர்கள் யாருமே எழுந்தருளாத சூழலில் ஒரு ஊளைச் சத்தம் கேட்டதைக் கண்டு நாங்கள் திடுக்கிட்டோம்.

“தள்ளே என்னடே இது! தெருவுல புட்டாம்மாரு ஒருவனையும் காணல! யாரோ கூவுக சத்தங் கேக்கு! நாமளும் யாரையும் தந்தைக்கி விளிக்கல! யாராயிருக்கும்?” என்று குழப்பத்தோடு பார்த்தால் அங்கே இருந்தது சாட்சாத் ‘ஹரிஹரப்பிரியா’

நான் கேட்டேன், “எட்டீ டாலி! ஒனக்கு என்னட்டீ சோக்கேடு? பேதி போவலியா? கெடந்து கூவுக?”

அவள் முறைத்தவாறே, “நாம் பாட்டுல்லா பாடுகேன்! ஒனக்கென்னல? போல சோலியப் பாத்துக்கிட்டு!” என்று சொல்லிவிட்டாள்.

நாங்கள் பதில் பேசவில்லை. ‘மேற்கொண்டு என்ன நடக்கிறது?’ என்பதை உன்னிப்பாகக் கவனித்தபடி இருந்தோம். அவள் சம்மணமிட்டு அமர்ந்து கொண்டவாறே, தனது கைகளை அந்தரத்தில் உயர்த்தி அதில் காற்றைப் பிடித்துக் கொண்டு வந்து, தனது தொடைகளில் மோதி சத்தம் எழுப்பி,

“சாஹ்! ரீஹ்! காவ்! மாவ்! பாஃஹ்! தாவ்! நீ! சாஃஹ்!”

என்று குரலெழுப்பினாள். அதைக்கேட்ட காகங்கள் தொடர்ச்சியாகக் கதறிக் கொண்டே பறந்து போனதைக் கண்டு நாங்கள் திகிலடைந்தோம். “கர்நாடக சங்கீதத்துக்கு இத்தனை வல்லமையா?” என்று நாங்கள் எண்ணியபோது பொழுது வானம் இருட்டியிருந்தது. ஏற்கனவே ஒரு படத்தில் கர்நாடக சங்கீதம்

இசைக்கும்போது கடலலைகள் நிற்பதையும், ஆகாயத்துப் பட்சிகள் ஃப்ரீசான காட்சிகளையும் கண்டு இருதயம் கனத்துப் போயிருந்ததால் அந்த ஆபத்தான சூழலை நாங்கள் எளிதாகக் கடந்திருந்தோம்.

அடுத்தடுத்த நாட்களில் எங்கள் சுற்றுவட்டாரத் தோப்புகளில் நின்றிருந்த மரங்களில் மாலைவேளையில் எந்தப் பறவைகளும் அடையவில்லை. அதிகாலை நேரத்தில் கோலப்பன் மாமா அவளை அழைத்துக் கொண்டு அருகிலிருந்த குளத்துக்குச் சென்றதாக வந்த தகவலையடுத்து நான் சைக்கிளை எடுத்து மிதித்து குளத்துக்குச் சென்றேன்.

அங்கு பார்த்தால் கோலப்பன் மாமாவைக் காணவில்லை. இவள் மட்டும் கழுத்தளவு நீரில் நின்று கதறிக் கொண்டிருந்தாள். அவள் படித்துறையில் நின்றுகொண்டு சூரியனை நோக்கி ஒலியெழுப்பியதால் பின்பக்கம் நின்ற என்னை அவள் கவனிக்கவில்லை.

எனக்கு ஒரே ஆச்சர்யம், "இந்தப் புள்ளைக்கி மண்டைக்கி சோமில்லயா? இன்னும் பொழுதே விடியல! இந்த நேரத்துல இவ எதுக்கு தண்ணிக்குள்ள நின்னுக்கிட்டு கனைக்கா?" என்று எண்ணிக் கொண்டே அவளை அழைத்து,

"யம்மாளு! கொளத்துக்குள்ள நின்னுக்கிட்டு ஒப்பாரி வைக்கியே! மீனெல்லாம் செத்து மெதந்துறாம! வந்து கரைல உக்காரு!" என்றேன்.

அவள் என்னைத் திரும்பிப் பார்க்காமல் சொன்னாள், "பாவி முடிவான்! நீ இங்கயும் வந்துட்டியா? வீட்டுல கெடக்க மாட்டனுவோ! நா தண்ணிக்குள்ள நின்னு சாதகம் பண்ணுகேன்! ஒபத்திரவம் பண்ணாம ஓடிரு!"

நான் அவளிடம், "சாதமா? அப்டின்னா சோறுதானே?"

"நீயே ஒரு ஞான சூனியம்! ஒனக்கெல்லா அது புரியாதுடே! எப்பம் பாத்தாலும் சோறு, தீவனம்'ன்னுகிட்டு? போ ஒழிஞ்சி!"

"செரி செரி கோவத்துல தண்ணியில முங்கி செத்துறாதட்டி! ஒங்கப்பன எங்க? ஒன்னிய இங்க சாதகம் பணச் சொல்லிட்டு ஒனக்கு ஜாதகம் பாக்கப் போயிருக்கானா?"

"எங்கப்பா வெளிக்கி போயிருக்காரு!"

"சரிதான்! ஒன்னய இங்க கொலைக்க உட்டுகிட்டு அந்த நாயி கொல்லைக்கிப் போயிருக்கா? அப்பனும் மொவளும் சேந்து கொளத்த கெடுத்துறாதீய!" என்றவாறே வீட்டுக்கு வந்தேன்.

ஊருக்குள் இதைச் சொல்லிச் சொல்லி ஒரே சிரிப்பு. ஒருநாள் அவள் சாதகம் பண்ணிக் கொண்டிருக்கும்போது துணி வெளுக்கும் ஐயாப்பிள்ளையின் கழுதை சுருண்டு விழுந்து இறந்திருக்கிறது. அதன் வயது மூப்புதான் அந்தக் கழுதையின் மரிப்புக்குக் காரணம் ஆனபோதிலும், அந்தக் கழுதையானது இன்னொரு கழுதையின் கனைப்பைத் தாங்க முடியாமல் இறந்து போனதாக குளத்தில் குளித்துக் கொண்டிருந்த தயிர்வடை மணி ஊருக்குள் சொல்லி வைத்தான்.

அதன்பின்பு நிறைய பேர் ஹரிஹரப்பிரியாவை 'கரகரப்பிரியா' என்றும் 'கழுதையைக் கொல்லி' என்று அழைத்தார்கள். கொஞ்ச நாளில் அவளது இசை ஆசானும் மரித்தார். அதற்கும்கூட ஆசானின் வயதுமூப்பு காரணம் காட்டப்படாமல் டாலியின் குரல்வளம் காரணமாக் காட்டப்பட்டதுதான் அச்சத்தின் உச்சம்.

அதன்பின் வெகுகாலம் கழித்து ஹரிஹரப் பிரியாவுக்கு திருமணம் முடிந்து சென்னைக்குப் போனாள். ஆண்டுகள் பல கழிந்து அவளைக் கண்டேன். அவளது வாய் முன்பைவிடப் பெரியதாக இருந்ததைக் கண்டு வியந்து போய்க் கேட்டேன். மீண்டும் சங்கீதம் கற்றுக் கொள்கிறாளாம்.

நாங்கள் பேசிக் கொண்டதை ஒருவர் அமைதியாகக் கேட்டுக் கொண்டிருந்தார். அவர்தான் அவளது இசையை மொத்தமாகக் கொள்முதல் செய்தவர், அதாவது அவளது கணவர். அவரது காதுகளில் ஒரு சிறிய கருவியைக் கண்டேன். அப்போதுதான் அவர் நாங்கள் பேசியதைக் கேட்கவில்லை, பார்த்துக் கொண்டிருந்திருக்கிறார் என்பது புரிந்தது.

"Karnatic Music is a Legendary patch work"

சிக்குவண்டி சந்திரனும் சிக்னல் கட்டான சந்திராயனும்

“ஏல சந்திரையன் கீழ வுழுந்துட்டாந் தெரிமா?”

என்னும் குரல் கேட்டதிசையில் திரும்பினேன். அங்கே கோலப்பன் மாமா நின்று கொண்டிருந்தார். ‘பரவால்லியே மாமனுக்கு இந்த காரியமெல்லாம் தெரிஞ்சிருக்கே?’ என்ற வியப்பில் அவருக்குப் பதிலளித்தேன்,

“இல்ல மாமா! சந்திராயனால் சரியாகத் தரையிறங்க முடியாமல் அது நிலவின் நீள்வட்டப்பாதையில் சுற்றிக் கொண்டிருக்கிறதாம். சந்திரனின் தென்துருவத்தில் முதன்முறையாக ஆராய்ச்சிக்காக அனுப்பப்பட்ட முதல் விண்கலம் சந்திராயன்தான்! ஐயஸ்சாரோக்கும் விண்கலத்துக்கும் இருந்த தகவல் தொடர்பு கட்டாயிற்று! மூணு புள்ளி எட்டு லெச்சம் கிலோமீட்டரு வரைக்கும் போயிட்டுல்லா? அதுவே பெரிய காரியந்தானே? பொருளாதாரத்துல கீழ கெடந்தாலும் இது வியப்புக்குரிய விசியமில்லியா? ஊதுகது ஊத்து! கொப்புளிக்கியது பன்னீரு?”

கோலப்பன் கோபமானார், “நா என்னத்த கேட்டேன்? நீ என்னத்தடே கெடந்து சலம்புத?”

எனக்கு மீண்டும் வியப்பு, “ஓய் நீருதானே சந்திராயனப் பத்தி கேட்டீரு?”

“ஏல இந்த ஆட்டுக்கட சந்த்ரம்பெய இருக்காம்லாடே? அவுனுக்க ஐய்யன் நேத்திக்கி சிக்குவளப் போட்டுகிட்டு சாக்கடைக்காத்த மலந்துட்டானாம்! காலு ரெண்டா தென்னி, இந்தா ஆசாரிப்பள்ளத்துல கொண்டு போட்டுருக்கு! அதத்தாங் கேட்டேன்! நீயென்னன்னா நிலா நொட்டக்கருவான்னுக்கிட்டு கெடக்க செவத்துப் பெயெல!”

எனக்கு வியர்த்துவிட்டது, 'அதுசரி! ஒரு சிக்குவண்டி இன்னொரு சிக்குவவண்டியப் பத்திதானே யோசிக்கும்...? இவனுக்கா இவ்ளோ நேரம் ஆஸ்ட்ரோ சயின்ஸ் பாடம் நடத்துனோம்'னு நினைக்கும்போதுதான்... கையறுநிலை இறைவா !'

ஒரு கிரீஸ் டப்பாவின் கதை

அவசரகதியில் சென்று கொண்டிருந்த கோலப்பனிடம் திடீரென்று வழிமறித்துக் கேட்டேன்.

“என்ன கோலப்ப மாமா! இவ்வளோ துருசமா எங்க போறீய?

“ஆ மக்கா! நீயா? நா வேற ஆரோன்னுலா நெனச்சி பதறிட்டேன்! நம்ம அண்ணாச்சி இருக்காவள்ளா!”

“எந்த அண்ணாச்சி?”

“நம்ம இவுருடே! இந்த பாலங் கீலம்லாம் கெட்டுனாருல்லாடே!”

“கொத்தனார சொல்றியளோ?”

“ஏ நம்ம எல்லாம்வல்லான் அண்ணாச்சிடே!”

“யாரு! போன வருசத்தோட இந்த வருச வருமானம் கோடிக்கணக்குல துள்ளிருக்கே... அந்த கொக்கு மண்ட அண்ணாச்சியா?”

“எலே! எம்புட்டு காணுங் கெடந்துக்கிட்டு சடாருன்னு வழம வித்துட்டியே? பெரிய மனுசம்மாருவள அப்புடியெல்லாம் பேசப்புடாது என்னா?”

“சரி மாமா! நீங்க இவ்ளோ விருசா போறீயளே அதாங் கேட்டேன்!”

“இன்னிக்கி எலெக்சனுக்கு நோமிநேசன் தாக்குகாவள்லா! அண்ணாச்சியும் இன்னிக்கித்தான் தாக்குதாரு! நம்மளும் அவுரு கூட இருந்தாத்தானே கொஞ்சம் அந்தசா இருக்கும்?”

“யாருக்கு அந்தசு?”

“அவியளுக்குத்தான்... பின்னென்ன நமக்கா? கிகிகி!”

“பல்ல இளிக்காயங்க மாமா! காரியத்த சொல்லுங்க!”

“ஏல என்ன இப்பிடி பொட்டு’ன்னு பேசிப்புட்ட? அவுரு நம்ம ஜனங்களுக்கு என்னவெல்லாஞ் செஞ்சிருக்காரு இப்புடி சொல்லுக? அவுரு...!”

“அவுரு கெடக்கட்டும் மாமா... இந்த வேனா வெயில்ல நடந்து போறேளே! எழவுல அந்த வண்டிய எடுத்துகிட்டு போவேண்டியதானே?”

“பெற்ரோலு விக்க வேலையில குண்டி ஒண்ணுதான் கொற்றச்சல்.... பணம் என்னடே மரத்துலயா காய்க்கி?”

“இந்த எலெக்சன்ல அண்ணாச்சி பாசாவாரா?”

“அமா.... இல்லியா பின்ன? அவரு பாசானாத்தான் நமக்கு லெச்ச! இல்லன்னா நம்ம பாடு திண்டாட்டமாயிரும்...! இந்த வேதக்காரனுவளும், சாயிப்புமாருவளும் சேந்துகிட்டு நம்மள போட்டு வதச்சிருவானுவள்லாப்போ? பைபுள தூக்கிட்டு திரியானுவோளூ! மதத்தையெல்லாம் பொசுக்குன்னு மாத்திப்புடுகானுவோ! கண்ட எடத்துல எல்லாங் குண்டு வைக்கானுவோ! ஆளுக செதறுகு! புள்ளையளு பதறுகு! பொம்பளையளு கதறுகா! தெனசரி ஜெனங்க சாவுகத பேப்பருல பாக்கம்லா! என்ன சொல்லுக?”

“கோலப்ப மாமஞ் சொன்னா சரியாத்தானிருக்கும்... நீங்க சொல்லுங்க மாமோய்...!”

“ஹிஹிஹி! ஒனக்கு காரியம் வெளங்கும்’னு எனக்குத் தெரியும் மக்கா! நீ அம்மணங் காளையா ஒடுன காலத்துல இருந்தே ஒன்னைய பாக்கம்லா! இந்தியா சீரழிஞ்சி செங்க சொமந்தாச்சி! இப்பங்கூட இந்த பாக்கிஸ்தானுல குண்டு போட்டானுவ பாத்தியா? எவ்வளவு துக்கிரித்தனம்?”

“யாரு குண்டு போட்டா?”

“இந்த பாகிஸ்தாங்கார பலவறவோ....யுள்ளையோ? நமக்கு படிப்பறிவு கெடையாதுன்னாலும் ஒலக ஞானம் உண்டுல்லாடே? இந்தியாவ எப்புடியாவது முன்னேத்திப் புடணும்டே!”

“ஏம் மாமா! இந்த இந்தியா இன்னுமா முன்னேறாம கெடக்கு?”

“ஆம்ம்ம்மா! இந்தா கூட அரவிந்தம்னு ஒரு பையன் ஆக்கர் விமானத்துல போயி பாகிஸ்தானுல வுழுந்தாம்லா தெரியுமாடே! இதுக்குத்தான் தினமந்திய ஒழுங்கா படிக்கணும்னு சொல்லுகது!”

“அது அபினந்தம்லா மாமா...?”

“இருந்துட்டு போவட்டும்... பேரு மயிரா முக்கியம்? செஞ்ச காரியந்தா முக்கியம்.... இந்தா ஏதோ ரப்பர் விமானம்னு ஒண்ணு ஆர்டர் குடுத்தத இந்த காங்குரசுகார பெயக்க ரத்து பண்ணிட்டானுவளாம்லா? ஊரு லைப்ரரில பயலுவ பேசிக்கிட்டானுவோ!”

“மாமா! அது ரஃபேல் விமானமாக்கும்...!”

“என்ன எழவு பெல்லோ?”

“வேய் மாமா! ஒங்க அண்ணாச்சிய பிஷப்பு ஹவுசுல பாத்ததா சொன்னானுவோ? வேதக்காரனுவ ஓட்டு வேணும்னு அங்க போயி நின்னதா கேள்வி!”

“என்னடே சொல்லுத? அதெல்லாங் கெடையாது... புளுவுவானுவோ... எந்த நாயி சொல்லிச்சி?”

“தினமந்தில போட்ருந்து....”

“இந்தப் பேப்பர்காரனுவளுக்கு வேற வேல மயிறு கெடையாது... பொய்யங்காணிப் பயக்க.... போவச் சொல்லு மயிராண்டியள...!”

“என்ன மாமா நீருதான் தினமந்தி படிக்கச் சொன்னிய... இப்போ இப்புடிச் சொல்லுகியளே?”

“செவத்தப் போட்டுச் சுடு! ச்சேரி மக்கா! நாம் போட்டா? அண்ணாச்சிய கஸ்டப் பட்டாவது பாசாக்கிரணும்... இல்லியோ நம்ம தொலஞ்சோம்!”

ஆரஞ்சு கலர் வேட்டியைக் கையில் பிடித்துக் கொண்டே சிட்டாகப் பறந்தது அந்த ஊர்க்குருவி... இரண்டு மணிநேரம் கழிந்து திரும்பி வந்தார் கோலப்பன், முகத்தில் சோர்வு! கடைவாயில் ரத்தம் கழுவிய தடம்...

“கோலப்பம் மாமா! போன வேகத்துல இவ்வளோ விருட்டுன்னு வந்துட்டேளே... போன கத என்னாச்சி?”

“எடே பாப்பச்சா நீயா? நா வேற ஆரோன்னுலா நெனச்சேன்... காலைல எவம்மொகத்துல முழிச்சனோ? ஷ்ஸபா....!”

அவரது முகம் அயர்ந்து போயிருந்தது.

“என்ன மாமோ மூஞ்சி வீங்கிருக்கு?”

"அது ஒண்ணுமில்ல மக்களே! கலக்டராபீசுல கடந்தக் கூடு இருந்தது தெரியாம ஒரு மரத்துமூட்டுல நின்னுகிட்டிருந்தேன்... ஒரு சின்ன கூய்வுள்ள பறந்து வந்து கொட்டிட்டு... அதான் வீங்கிட்டு..."

"பாத்தா கடந்த கொட்டுன மாதியில்லையே? மொகரைல ரெத்தம் பாஞ்சிருக்கு!"

"ஓ அதா! கடந்த கொட்டுனவொடனே சட்டீர்ன்னு திரும்புனம்லா... மரத்துல கொப்பு ஒண்ணு நீட்டிகிட்டிருந்துருக்கு... நானுங் கெவனிக்கல... செவம் மூஞ்சில இழுத்துட்டு..."

"பாத்தா அப்புடி தெரியலையே? எங்கயோ வெள்ளாவி வச்சி வுட்டது மாதிரில்லா இருக்கு?"

இதைக் கேட்டதும் கோலப்பன் அழுதார்.

"மக்களே பாப்பச்சா! இந்தக்காரியத்த வெளில சொல்லிறாத...!"

"நாஞ்சொல்லுவனா மாமா?"

"நீ சொல்லுவா! அதாஞ் சொல்லுதேன்!"

"சேச்சே! அதெல்லாஞ் சொல்லமாட்டேன்! விசியத்த சொல்லும்!"

"வேறொண்ணுமில்ல மக்களே! அண்ணாச்சி நோமிநேசந் தாக்கும்போது போலீஸ்காரனுவோ என்னைய தாக்கிப்புட்டானுவடே!"

"அய்யோ என்னவே சொல்லுகீரு?"

"கூட்டம் ஜிகுஜிகுன்னு நெறைய ஏறிட்டு மக்கா... மேடைலயே பெகளம் வச்சானுவோ! அண்ணாச்சிதான் கண்ண காட்டுன மாதி இருந்திச்சி... எங்கயிருந்து அத்தன பயலுவளும் வந்தானுவளோ தெரில... பத்தம்பது போலீசுக்காரானுவ வந்து சவுட்டிப் புட்டானுவ! கமுகு மர ஒயரத்துக்குக் கம்பு வச்சிருந்தானுவோ! நா காலுதட்டி தரைல தாந்துட்டேன்... சத்தம் போட்டேன், 'நா அண்ணாச்சிக்க ஆளு'ன்னு... அந்த எழவு கூப்பாடுல ஒரு மயிருங் கேக்கல! எஞ்சத்தமும் மேல எழும்பல... எல்லாவனும் வாயில சவுட்டிட்டு ஓடுதானுவ.... அண்ணாச்சியும் யாம்'னு ஒரு வார்த்த கேக்கல... இங்க பாரு மக்கா!"

வேட்டியைத் தூக்கிக் காட்டினார். கறுப்பாகக் கிடந்தது... பூட்ஸ் தடம்தான்! வேறென்ன?

"காலைலயே தண்டையாங்கோணத்து கோயில்ல வெள்ளையடிக்கக் கூப்டானுவோ! நாந்தாங் கோலு கொளுப்பெடுத்து இங்க வந்தேன்... கடசீல அர பட்டதுதான் மிச்சம்!" என்றவாறே கோலப்பன் துக்கத்தில் ஆழ்ந்தார்.

நான் தொடர்ந்தேன், "வே கோலப்பம் மாமே! எவம் பாசானாலும் பெயிலானாலும் நம்ம மிதிச்சாத்தான் பெடலு சுத்தும்... சைக்கிளு ஓடும்... ஒருநாளு நீ வீட்டுல கெடந்தாலும் அண்ணாச்சி கும்பியா காயும்? ஓமக்குதான் காயும்! வேலையளுக்கு போவாம வேதனைக்கிப் போய்ட்டு வந்து நிக்கீறே? டீ குடிக்கிறீயளா மாமா?

"வேண்டாம்ப்போ! நா வூட்டுக்குப் போறேன்... வென்னி போட்டு ஒத்தடம் வெக்கணும்... போட்டா மக்கா!" என்று சொல்லிவிட்டு வெயிலில் நடந்து போனார்.

இந்த கிரீஸ் டப்பாக்கள் எப்போதுமே இப்படித்தான்... இயந்திரங்கள் காயும்போது புழக்கத்திலிருக்கும்.... இயந்திரங்கள் ஓடத் துவங்கும் போது கிரீஸ் டப்பாக்கள் அந்தரத்தில் பறக்கத் துவங்கும்...

ஏழரைகளின் ஏழு வார்த்தைகள்

ஆண்டுதோறும் துக்க வெள்ளியன்று மாத்திரம் துயருற்று துக்கித்துத் திரியும் மற்றும் சாதியை அறவே வெறுக்கும் கிறிஸ்தத்துவ மகானுபாவர்களில் கோலப்பனும் ஒருவர். இரண்டாயிரம் வருடங்களாக மரிப்பதும், உயிர்த்தெழுவதுமாக இருக்கும் பாவப்பட்ட இயேசு, 2020-வது முறையாக மரித்த நாள்தான் துக்கவெள்ளியாக அனுஷ்டிக்கப் பட்டுவருகிறது.

இயேசு கொல்ஹதா மலையில் பேசியதாக ஏழு வார்த்தைகள் குறித்து எல்லா தேவாலயங்களிலும் வார்த்தைக்கொருவராக பேசுவார்கள். அதன்படி எங்கள் ஊர் ஆலயத்தில் இந்தாண்டு நிகழ்ச்சி நிரலில் இடம் பெற்றிருந்த ஏழு கிறிஸ்தவர்கள் (மண்டையர்கள்) வரிசையாக....

முதலாம் வார்த்தை: தாங்கள் நடத்தும் கிட்ஸ் ஸ்கூலின் வாசலில் நிற்கும் வேப்ப மரத்தை, நிழலுக்காக ஆட்கள் ஒதுங்குவதாக வெட்டி எறிந்த அம்மணி.

இரண்டாம் வார்த்தை: தங்கள் தெருவில் தினமும் வரும் துப்புரவுக்கார தாத்தாவுக்கு குடிக்க ஒரு வாய் தண்ணீர் தராமல், வரும்போது வீட்டிலிருந்து தண்ணி எடுத்துட்டு வர முடியாதா? எங்கள் வீட்டுப் பாத்திரத்தில் உங்களுக்குத் தண்ணீர் தந்தால் நாங்கள் எப்படி அதை நாங்கள் மறுபடியும் உபயோகிப்பது? என்று கேட்ட மருத்துவர் அம்மணி.

மூன்றாம் வார்த்தை: தங்கள் வீட்டு மாமரத்தில் கல்லெறிந்ததற்காக பள்ளிச் சிறுவர்களின் மீது கற்களை வீசி மண்டையை உடைத்த மாமனிதர் கோலப்பன்.

நான்காம் வார்த்தை: "தங்கள் வீட்டு வாசலின் முன்பு பைக்குகள் நிறுத்தப் படுவதால்தான் தன் மகனின் திருமணம் தடைபடுகிறது" என்று போலீசில் புகாரளித்த ஒரு அம்மணி.

ஐந்தாம் வார்த்தை: மனைவியை இழந்த அறுபது வயது மாமனார் மீதுள்ள கோபத்தில் அவரது மகனான தன்னுடைய கணவனோடு சேர்ந்து கொண்டு, போலீஸ்காரர்களின் தூண்டுதலின் பேரில் தான் குளிக்கும்போது எட்டிப் பார்த்ததாகப் புகார் கொடுத்த அம்மணி.

ஆறாம் வார்த்தை: தன்னுடைய மனைவி பேச்சைக் கேட்டு, தன்னுடைய பெற்றோரை அனாதையாக ரோட்டில் அலையவிட்டு சாகடித்த ஒரு மகான்.

ஏழாம் வார்த்தை: தான் வீட்டில் இல்லாத சமயத்தில் டைனிங் டேபிளில் அமர்ந்து சாப்பிட்ட வேலைக்காரச் சிறுமியின் தலைமுடியைப் பிடித்து சுவற்றில் மோதி, சிறுமியின் நிலைமை கவலைக்கிடமாகவே அவள்மேல் திருட்டுப் பட்டம் சுமத்தி போலீசில் ஒப்படைத்த ஒரு அம்மணி.

இப்படியாக இவர்கள் ஏழுபேரும் சேர்ந்து 2020-வது ஆண்டுகளுக்கு முன்பாக செத்துப் போன ஏசுவுக்காக இன்று ஏங்கி ஏங்கி அழுதார்கள். கூட்டம் முடிந்ததும் தேவாலத்தின் சார்பில் கஞ்சியும், பூசணிக்காய் மற்றும் கொண்டைக் கடலை கறியும் வழங்கப்பட்டது. முட்டிபோட்டு வாரிவாரிக் குடித்தார்கள். கல்வாரி மலையில் இயேசு அறையப்பட்ட பின்னர் வானில் அந்தகாரம் சூழ்ந்து மழை பெய்ததாக நாட்டையர் குறிப்பிட்டது நினைவுக்கு வந்தது.

இன்று கன்னியாகுமரி மாவட்டத்தில் பரவலாக மழை பெய்திருக்கிறது. எங்கள் ஊர் ஆலய வளாகத்தில் ஒரு நாய் கூட காலைத் தூக்கி மூத்திரம் பெய்யவில்லை.

கொரோனா என்பது அந்திகிறிஸ்து அல்ல! இயேசு கிறிஸ்து! இதோ உங்கள் தேவன் வந்து விட்டார்! உங்கள் பாவங்களை அறிக்கையிடுங்கள் அண்டங் காக்கைகளே! உங்கள் நியாயங்கள் தீர்க்கப்பட்டு பரமண்டலங்களின் வாசல் காத்திருக்கிறது.

கஞ்சி குடிச்ச கையில கொசு வெரட்டாதவனுக்க பேரு கிறிஸ்தவனாம்! கோலப்பனுக்கு ஸ்தோத்திரம்!

குடிகாரக் கடிகாரம்

கோலப்பனுக்கு ஒரு வினோதமான மனோ வியாதி இருந்தது. அது 'வியாதியா அல்லது வினோதமா?' என்பது கோலப்பனுக்கே தெரியாது. அப்படியே தெரிந்தாலும்கூட அதை ஏற்று கொள்ளும் மனப்பக்குவம் கோலப்பனுக்கு இல்லாமல் போனதுதான் வினோதம். அது என்னவென்றால் தன்னுடைய கைக் கடிகாரத்துக்குக் குடிப்பழக்கம் இருப்பதாக அவர் நம்பினார். அது அவ நம்பிக்கையா? இல்லை அவரது நம்பிக்கையா? என்பது யாருக்கும் தெரியவில்லை.

கோலப்பன் அந்தக் கடிகாரத்தைக் கையில் கட்டிக் கொண்டு குடிக்கும் போதெல்லாம் அவரோடு சேர்ந்து கொண்டு அந்தக் கைக்கடிகாரமும் குடியை மேற்கொண்டு தவறான நேரத்தைச் சரியானது போலக் காட்டிக் கொண்டு திரிந்தது. 'ஆனாலும் அது ஒரு வாட்டர் ப்ரூஃப் கடிகாரம்! அது எப்படி நீராகாரத்தை உட்கொள்ளுகிறது?' என்பதில் அவருக்கு ஒரு மிகப்பெரிய சந்தேகம் இருந்தது.

"சின்னப் பயல்கள் வரை இப்போதெல்லாம் குடித்துக் கொண்டு லாந்தும் போது, எழவு ஒரு எள்ளுப் போன்ற கடிகாரம்தானே? குடித்தால் குடித்து விட்டுப் போகட்டும்!" என்ற விசாலமான மனப்பாங்கும், விஸ்தீரணமான ஆறுதலும் கோலப்பனுக்கு எழுந்ததில் அவரும் கடிகாரத்தின் இந்த அராஜகப் போக்கான குடிப்பழக்கத்தைக் கண்டு கொள்ளாமல் விட்டுவிட்டார்.

ஓரிரு நிமிடங்களைத் தவறுதலாகக் காட்டினால் கூட அந்தக் கடிகாரத்துக்கு நிர்ப்பந்தமில்லாத மன்னிப்பை நொடியில் வழங்கி விடலாம். ஆனால் இரவு பகல் பாராமல் மாற்றி மாற்றிக் காட்டியபடியே ஓடிக் கொண்டிருந்த அந்தக் கைக்கடிகாரம் ஒரு பார்வையற்றவனை குருட்டு நாய் தவறாக வழிநடத்தியதைப் போன்ற பாவனையைக் கோலப்பனும் உணராமல் இல்லை.

அன்றும் அப்படித்தான் ஒரு குவாட்டரின் முடிவில் தூங்கி வழிந்த கோலப்பனின் கண்கள் விழித்ததும் கும்மிருட்டில் தெரிந்த அந்தக் கடிகாரத்தின் ரேடியத்தின் ஒளியில் ஜொலித்த முட்கள் அதிகாலை மணி மூன்றைக் காட்டியபடி ஓடிக் கொண்டிருந்தது. பக்கத்தில் ஒரே சலசலப்பு.

“சக்தியை நோக்க சரவண பவனார்! சிஸ்டருக்குதவும் செங்கதிர் வேலோன்!” என்ற பாடல் ஒலிக்க, கூடவே ஒரு “கொக்கரக்கோ” என்ற சப்தமும் விடியலை உணர்த்த, தடுமாறி எழுந்து வீட்டின் புழக்கடைக்குச் சென்று அங்கே படுத்துக் கிடந்த கன்றுக் குட்டியை எழுப்பி தண்ணீர் காட்ட அழைத்துச் சென்றார் கோலப்பன். அப்போது அவரது கைக்கடிகாரத்தில் ரேடியத்தின் வெளிச்சம் குறைந்து சப்பென்று கிடந்தது. வர மறுத்த கன்றுக்குட்டியை கிட்டத்தட்ட இழுக்காத குறையாக இழுத்து வரும்போதுதான் கோலப்பனின் காலக் கடிகாரம் பின்னோக்கிச் சுழன்றது.

கார்கில் போரில் கோலப்பன்தான் எல்லைப் பாதுகாப்புப் படையின் முன்னணியில் இருந்த வீரர்களில் ஒருவர். சொந்த ஊரில் தன்னைக் கேப்டன் என்று சொல்லிக் கொண்ட கோலப்பனுக்கு ஒரு துருப்பிடித்த ரைஃபிள் கையில் தரப்பட்டிருந்தது. எந்த ஒரு வெடிகுண்டு பாகிஸ்தானிலிருந்து புறப்பட்டு வந்தாலும் அது கோலப்பனைத் தாண்டிதான் இந்தியாவுக்குள் வர முடியும். டியூட்டி எத்தனை மணிக்கு முடியும் என்பதில் துவங்கி எத்தனை முறை பாகிஸ்தானுக்குள் வெடிச்சத்தம் கேட்டது என்பதையும் குறித்துக் கொள்ள கைக்கடிகாரம் அவசியமாக இருந்தது.

ஆனாலும் இருட்டில் மணி பார்ப்பதில் ஒரு சவால் இருந்தது. டார்ச் லைட் அடித்து வாட்சைப் பார்த்து காலத்தைக் கணித்தவர்கள் அனைவரும் குண்டடி பட்டுக் காலமானார்கள். லைட் வெளிச்சத்தைக் கண்டதும் மண்டையிலேயே சுட பாகிஸ்தானியர்கள் பயிற்றுவிக்கப் பட்டிருந்ததால் பரம்வீர் சக்ராக்களின் எண்ணிக்கை அதிகரித்து கொண்டே சென்றது.

ஒருமுறை வாட்ச் டவரில் அமர்ந்து கொண்டே டார்ச் அடித்து மணி பார்க்க முயன்ற கோலப்பனின் தலைக்குள் பாகிஸ்தானிலிருந்து பறந்து வந்த தோட்டா ஒன்று துளைக்க முயல, மயிரிழையில் உயிர் தப்பினார் கேப்டன் கோலப்பன். “தூக்கம் ஒரு காலன்” என்பார்கள். ஆனால் அன்று தூங்கிக் கொண்டே மணி பார்த்து தலை தொங்கிக் கீழே விழுந்த கோலப்பனைத் தூக்கமே எமனிடமிருந்து பாதுகாத்தது என்று சொன்னால் அது மிகையில்லை.

குறியைத் தவறவிட்டதால் கோலப்பனை நோக்கி வந்த அந்தத் தோட்டாவானது பாகிஸ்தானின் போர்க்கால வீண் செலவுக் கணக்கில் சேர்ந்து கொண்டது. நடந்து முடிந்த இத்தனைக் காரியங்களையும் கோலப்பனின் டவருக்குப் பக்கத்து டவரிலிருந்து பைனாக்குலரில் பார்த்த "அட்டாக் குருசு" தன்னுடைய தொப்பியைக் கழற்றி அஞ்சலி செலுத்தி மனமுருகி அழுதான்.

"எண்ணே! கோலப்பண்ணே! இப்புடி கண்ணுமின்னுக்க வம்படியாச் செத்துப் போயிட்டியே! இனி நா யாருக்க கூட உக்காந்து ரெம்மு குடிப்பேன்? கடவுளே இரக்கமில்லையா உனக்கு?"

என்று கதறிக்கொண்டே கடுமையான துக்கத்தில் வானத்தை நோக்கி ஏழுமுறை சுட்டதை அதற்கடுத்த டவரில் அமர்ந்து பார்த்துக் கொண்டிருந்த மேஜர் கப்பன் கடுப்பானார்.

"என்ன மயித்துக்கு இந்த நாயி ஆகாயத்த நோக்கிச் சுடுகு? கெழவியா வானத்துல நிக்கியா'ன்னு மேல சுடுக கோம்பத் தாயளி? கொப்பன் வூட்டுச் சக்கரத்துலயா துப்பாக்கிக் குண்டு வாங்குகானுவோ? கொற மாசத்துல பெறந்தவுனுவா! அத்தற குண்டையும் இப்புடி அந்தரத்துல சுட்டு வீணடிச்சிட்டு எதிரி எதுத்தாப்புல வந்து நிக்கிம்போதுதான் லோடு பண்ணுவானுவளு? பாகிஸ்தாங்காரனும் பலகாரம் தின்னாப்புல குண்டி மேலயே சுடுவானுவோ! இருக் கூய்மோன ஒன்னைய காலம்பர வச்சிக்கிடுகேம்! ஒரு மெமோ தந்தாத்தான் நீ எல்லா உருப்புடுவா?"

மேஜர் கப்பன் களியக்காவிளைக்காரர். கேரளா அருகில் இருப்பதால் தமிழ்நாட்டு ரேஷன் கார்டைச் சுமந்து கொண்டே தன்னை சேட்டன் என்று பெருமை பாடுவதில் வல்லவர். கோலப்பனும் குருசும் கன்னியாகுமரி மாவட்டத்துக்காரர்கள் என்பதால் மூவருக்குள்ளும் ஒரு பரஸ்பரப் புரிதல் இருந்தது. அதனால் யார் என்ன தெம்மாடித்தானங்கள் காட்டினாலும் ஒருவருக்கொருவர் பெரிது படுத்திக் கொள்வதில்லை.

அதிகாலையில் எழுந்து வெளிக்கி போவதற்காக டவரில் இருந்து இறங்கிய கோலப்பனைக் கண்ட அட்டாக் குருசு அதிர்ச்சியும் சந்தோஷமுமாக,

"யெண்ணே கோலப்பண்ணே! நீ சாவலியா?" என்று கத்த, சத்தம் கேட்ட திசையைக் குறிவைத்து குருசை நோக்கி ஒரு தோட்டா பாய்ந்து வரவும், அந்த டவர் இடிந்து கீழே விழவும் சரியாக இருந்தது. அந்தத் தோட்டாவும் ஏமாந்து போனது. டவரிழையில்

உயிர் தப்பி தரையில் உருண்டான் "அட்டாக் குருசு என்ற குருசு மிக்கேல்."

கீழே இடிபாடுகளின் மத்தியில் படுத்திருந்த குரூசைக் கண்ட மேஜர் கப்பன் கோபத்தில் கத்தினார்,

"எதுக்குல இப்பஞ் சத்தம் போட்ட? வெண்டித் தாயோளி! கெடக்க கெடையப் பாரு? மனசுல பெரிய டாம் குரூசுன்னு நெனப்பு! ராத்திரில என்னடான்னா ஆகாயத்துல ஆண்டவனச் சுடுகானுவோ! காலத்த என்னடான்னா டவர இடிச்சிக்கிட்டு தரையில கெடக்கானுவோ? ஒங்களுக்கெல்லாம் மெண்டலாயிட்டாடே? எவம்ல ஒங்கள மிளிட்டரில வேலக்கி எடுத்தவெம்? இந்தச் சண்டையால நாட்டுக்கு பத்துப் பைசா பிரயோசனம் உண்டாடே? செவத்து பயலுவோ? இந்த ஊர புடிச்சிக்கிட்டா மட்டும் பாகிஸ்தாங்கார முண்டையளு வல்லரசாயிருவானுவளா? வெக்கங் கெட்ட கூதரையளு."

இப்படியாகச் சடுதியில் நடந்து விட்ட விபரீதத்தைக் கண்டு அதிர்ச்சியில் நின்று அடுத்த அடி எடுத்த கோலப்பனை நோக்கி இன்னொரு தோட்டா ஒன்று பாய்ந்து வர, காலில் ஏதோ ஒன்று வழுக்கி "சளீர்" என்ற சப்தத்தோடு கீழே உருண்டு புரண்டார் கோலப்பன். அந்த குண்டும் வீணாய்ப் போய் பாகிஸ்தானுக்கு ஒரு மிகப்பெரிய நஷ்டக் கணக்கை உருவாக்கியது.

'காட்டு மாட்டின் சாணி இத்தனை வழுக்கும்' என்பதை அப்போதுதான் கோலப்பன் தெரிந்து கொண்டார். மேலும் அந்த மாடு ஏதோ ஒரு விளங்காத செடிகொடியைத் தின்று வயிற்று அளைச்சல் ஏற்பட்டு போட்ட சாணியாகக் கூட இருக்கலாம். ஆனாலும் 'ஒரு வீழ்ச்சி என்பது மறுஜென்மமாகவும் இருக்கலாம்' என்பதற்கு அந்த ஒரு சம்பவமே சாட்சியாக இருந்தது. இதைக் கண்ட மேஜர் கப்பன் பாகிஸ்தான் எல்லையை நோக்கி கத்தி சத்தம் போட்டு வெகுவான கொதி நிலையை அடைந்தார்,

"எலேய் பாகிஸ்தாங்கார பலவட்டறையளா? ஒருத்தன நிம்மதியா கொல்லக்கி போவக்கூட வுடமாட்டேளா? ஒங்களுக்கெல்லாம் பேதியெடுக்காதால பு...டாதையளு? குடிக்கவே கஞ்சி கிடையாது! இந்த லச்சண மயித்துல துப்பாக்கி வாங்க மட்டும் பைசா எங்கேர்ந்துளா வருகு? கொள்ளையில போவானுவ? ஒழிஞ்சி போங்கல அந்தால!"

பாகிஸ்தான்கார முண்டங்களுக்கு கப்பனின் நியாயமான வார்த்தைகள் புரிந்திருக்க வாய்ப்பிருந்ததால் அவர்கள்

பங்கரிலிருந்து எழுந்து டீ குடிக்கப் போனார்கள். கப்பன் டவர் மேலிருந்து கொண்டு கோலப்பனையும், குரூசையும் மேலே வருமாறு அழைத்தார். இரண்டு பேரும் வாட்ச் டவரில் ஏறினார்கள்.

கப்பன் குரூஸிடம், "ஒனக்கு மண்டைக்கி வட்டாடே?"

குருசு வியந்தவாறே, "என்ன செல்லுதீய மேஜர் சாப்?"

"மயித்த சொல்லுகாவ! ராத்திரி என்ன மயித்துக்கு வானத்துல சுட்ட? அங்க ஒங்க ஆத்தாளா நின்னா? புல்லட்டுக்கு கணக்கு காட்டணும்... ஓர்ம இருக்காடே?"

"ஐயா! நாஞ் சுடலை?"

"ஆமா! சத்தங்கேக்காம வுடுகதுக்கு இது என்ன குசுவா? துப்பாக்கிடே? நீ எத்தன தடவ சுட்டான்னு பாகிஸ்தாங்காரங்கிட்ட கேட்டாலே சொல்லுவானே? என்கிட்ட வந்து நடிக்கியா? சுடலை? கடலைன்னு...!"

"மாஃப் கர்தோ மேஜர் சஹாப்! கோலப்பண்ணே செத்துட்டாம்னு சொல்லிதாஞ் சுட்டேன்! மரியாதி செலுத்தணும்லா?"

"இங்க என்ன தேசியக்கொடி போத்தியா கோலப்பன படுக்க வச்சிருக்கு? இந்தா நிக்காம்லா கொலெப்பன்! செலுத்து ஒனக்க மரியாத மயித்த...!"

கோலப்பன் கண்களை உருட்டியபடியே யோசித்தார், 'என்னத்த கெடந்து ஒளறுகானுவோ செத்த பெயலுவ? என்னமோ நடந்துருக்கு.'

கப்பன் கோலப்பனிடம், "குருசு என்னடே சொல்லுகான்? நீ செத்துட்டியாமே அப்புடியா?"

கோலப்பன் நெளிந்தார், "என்ன சார் சொல்லுதிய! இந்தா ஒங்க கண்ணு முன்னுக்க முழுமுழுன்னு நிக்கியம்லா? செத்தா எப்புடி நிக்க முடியும்?"

குருசு கப்பனிடம், "கெப்பன் சஹாப்! ராத்திரி கோலப்பண்ணன் மண்டையில ஒரு குண்டு பாஞ்சி செத்து கீழ வுழுந்தத எங்கண்ணால கண்டேன்! எனக்க ரெண்டு பிள்ளையளு மேல ஒரப்பு!"

கோலப்பன் திடுக்கிட்டார், "என்னடே சொல்லுத?"

“ஆமா சஹாப்! டார்ச் லைட்ட எடுத்து வாச்சில அடிச்சி மணியப் பாத்தாருல்லா! அது அந்தப் பக்கம் இருந்த பச்சப் பாவ்பாஜி பயலுவ கண்ணுல பட்டு ஒருத்தஞ் சுட்டுட்டான்! அது நேரா வந்து கோலப்பண்ணம் மண்டையில பட்டு அண்ணன் தரையில சாஞ்சதக் கண்டு கொமஞ்சிப் போயிட்டேன்! இருட்டுல கை தெரியாம விசைல பட்டு ஃபயர் ஆயிட்டு சஹாப்!”

“கொஞ்ச நேரத்துக்கு முன்னதான் அஞ்சலி செலுத்துனேம்’னு சொன்ன? என்ன வெடிவழிபாடா?” என்று குரூசைக் கடிந்தபடியே கப்பன் கோலப்பனை நோக்கித் திரும்பி,

“என்ன கோலப்பன்? பயல் சொல்லுகது நெசமா?”

கோலப்பன், “இல்லே சார்!”

கோலப்பனுக்கு மறுபடியும் குழப்பம், ‘அய்யோ கொஞ்சம்னா குண்டடி பட்டு செத்துப் போயிருப்பனோ?’

“உண்மைய சொல்லு மேன்?”

கோலப்பன் சுதாரித்துக் கொண்டே, “ஹி ஹி ஆமா சார்! நெசந்தான்! தோட்டா வரவும் சுதாரிச்சிக்கிட்டு மின்னல் வேகத்துல தரையில படுத்துகிட்டம்லா?”

“அரே சூத்தியா ஹே கியா தூ? மேரே சே ஹீ ஜூட் போலேகா தூ? (மெண்டல் தா..ளியா நீ? என்கிட்டயே பொய் சொல்லுதியா?)

மனதுக்குள் கோலப்பன், ‘ஆஹா கோவம் வந்துட்டே சேட்டனுக்கு! இனி இந்தியில தள்ளக்கி விளிப்பானே ஏசுவே?’ என்று மென்று முழுங்கியவாறே மேஜரிடம்,

“இல்ல சார்! எனக்கு மொதல்லயே தோணிச்சி! அதனால டிஃபன்ஸ் பண்ணிட்டேன்!”

“என்னது டிஃபன் பாக்சா? அரே கோலப்பன்! மை நேம் இஸ் கப்பன்! கள்ளம் பறையரதுல நினக்கு ஞான் அப்பன்! என்கிட்டயே பொய் சொல்லுகியா மேன்? முப்பத்தி மூணாவது தடவை நீ தூங்கி கீழ வுழும்போதுதான் அந்த தாக்குதல் நடந்துச்சி!”

“என்ன சார் சொல்லிதீய?”

“கோலப்பா! என்கிட்டயும் பைனாகுலர் இருக்குடே!” என்று சொல்லியவாறே குருசைப் பார்த்தார்,

“எலே குருசு! ஓங்களுக்கெல்லாம் தாஜ் ஓட்டல்ல ரூமப் போட்டு தங்கியிருக்கதா எண்ணமாடே? நல்லா முக்காட்ட இழுத்துப் போத்திக்கிட்டு வாயப் பொளந்துகிட்டு தூங்கிதிய? இது எல்லை! கார்கில்ல இருக்கோம் மனசிலாச்சா! ஒருத்தன் என்னடான்னா மூணு மணிக்கி டார்ச் அடிச்சி மணியப் பாக்கான்! என்னவோ கலெக்டர் ஆபீசுக்கு வேலைக்கிப் போற தோரணைல! மண்டக்கி பக்கத்துல என்ன கொசுவா பறந்துக்கிட்டு கெடக்கு? துப்பாக்கி குண்டுடே அது! பட்டுருந்தா காலைல கபாலத்த காக்கா நக்கிருக்கும்! நீ என்னடான்னா ராத்திரில கெடந்து சாவாதவனுக்கு ஏழு குண்டு முழங்க அஞ்சலி செலுத்துக? வம்பா செத்துப் போயிறாதீங்க எழவெடுப்பான்களே!” என்று சொல்லி ஓய்ந்தார்.

இடிந்து விழுந்த அந்த வாட்ச் டவரை மூவரும் சோகத்தில் பார்க்க, குருசு சொன்னான்,

“நல்ல காலம் கொஞ்சம் தள்ளி வுழுந்தேன்! நடுவுல மாட்டிருந்தா இந்நேரம் பெட்டி எடுக்க வேண்டி வந்துருக்கும்! லெச்சண மயித்துல கெட்டி வுட்டுருக்கானுவ? வாச்சி டவருன்னுதாம் பேரு? வாச்சாம் போச்சாம்’னு சரிஞ்சி கெடக்கு!”

மேஜரும் கொஞ்சம் அசந்துதான் போனார், “அவனுவளுக்கென்ன? ஜோரா பந்தோபஸ்த்தொட குண்டு தொளைக்காத காருல போறவனுவளுக்கு இங்க எல்லையில என்ன நடக்குன்னு தெரியுமா? ஒரு குஞ்சாமணி சைஸ் நாடு கெடந்து நம்மக்கிட்ட துள்ளிக்கிட்டு கெடக்கு! ரெண்டு குண்ட துப்பித் தூக்கி மூஞ்சில எறிஞ்சா ஒரு நாய் கூட உயிரோட இருக்காது! இதுக்கு ஒரு ராணுவம்! ஒரு பாதுகாப்பு! கொட்டக்கலயம்? அந்த பெயலுவளுக்க மூஞ்சியெல்லாங் கண்டியா? கழுவாத கறிச் சட்டிக்கணக்கா?”

கோலப்பன் பைனாகுலரை எடுத்து எல்லை தாண்டி நோக்கினார். அந்த நேரம் பார்த்து ஒருவன் தன்னுடைய பேண்டைக் கழற்றிவிட்டு ஆய் இருக்கத் துவங்கினான்.

“ச்சை... நாத்தம் புடிச்ச செவங்கள்! பங்கர் வாசல்லயே கக்கூஸ் இருந்துகிட்டு உள்ளாற மூக்கப் புடிச்சிக்கிட்டு கெடப்பானுவளோ என்னவோ?”

அதற்கு மேஜர் கப்பன், “ஒன்னைய அங்க எவம்டே பாக்கச் சொன்னது? இந்தப் பக்கம் பாரு!” என்று சொல்லவும் கப்பன் சொன்ன திசையை நோக்கி பைனாகுலர் திரும்ப அந்தத் திசையில் ஒருவன் தாடையைச் சொறிந்து கொண்டிருந்தான்.

“எல்லா நாயிக்க மூஞ்சியும் ஒண்ணு போலத்தானிருக்கு! கழுத விட்டையில முன்விட்டையென்ன? பின் விட்டையென்ன? எல்லா மைரும் ஒண்ணுதாம்!” என்று சொல்லிவிட்டு மூவரும் பணி முடிந்து முகாமுக்குத் திரும்பினார்கள்.

காலையில் நடந்த சம்பவத்தை முன்னிறுத்தி மேஜர் கப்பன் ரெண்டு ரவுண்டு ரம்மை சாத்திவிட்டு தன்னுடைய மேலதிகாரிக்கு கடிதமொன்றை எழுதத் துவங்கினார்.

“மரியாதைக்குரிய கர்னல் முல்லாஸ்!”

இங்கே எல்லையில் மிகவும் பதட்டம் நிறைந்திருக்கிறது. பச்சயன்கள் எங்களை கொல்லைக்கி போகக் கூட அனுமதிக்க மாட்டேன்கிறான்கள்! அவர்களுக்கு எங்கிருந்தோ ஓசியில்தான் தோட்டாக்கள் கிடைக்கிறதோ என்றெண்ணும் அளவிலேயே அவர்கள் குண்டுகளைச் சரளமாகச் சுடுகிறார்கள்! ஒரு கொசு பறந்தாலும்கூட அதைத் துப்பாக்கியால் சுடுகிறான்கள். இதையெல்லாம் கண்டு எனக்குக் கடுமையான கோபம் வருகிறது கர்னல் சஹாப்! கூட இரண்டு ரவுண்டுகள் போட்டாலும்... மன்னிக்கவும்... கூட இரண்டு ரவுண்டுகள் சுட்டிருந்தாலும் கூட அந்த நாட்டை இன்று காலையில் ஒற்றையாளாக நின்று துவம்சம் செய்திருப்பேன். எனக்கு அத்தனை வேவலாதியாக இருக்கிறது! மேலும் நம்முடைய வாட்ச் டவரில் ஒன்று காற்றில் அசைந்து கீழே விழுந்து விட்டது. கிடுவைகளை மறைத்து நின்று போரிட நாங்கள் ஒன்றும் மீன் சந்தைகளின் வாசலில் நின்று கொண்டு பேரம் பேசி பசுமாடுகளை விற்கவில்லை. ஒரு முட்டாள் கோமாளி அரசாங்கத்துடைய கூலியாட்களின் துப்பாக்கி முனைகள் எங்களுக்கு முன்பாக எங்கள் குருதியைப் பருகி எங்களைக் காவு வாங்கக் காத்துக் கொண்டிருக்கின்றன. அவர்கள் ஏறெடுக்கும் பௌளங்களை விடவும் மிகப்பெரிய சல்லியங்களை எங்களால் இதே எல்லையில் உருவாக்க முடியும் என்பதைக் கவனத்தில் கொள்ளவும்...! இதுவொன்றும் வாகா பார்டரைப் போல பார்வையாளர்கள் உட்காரும் இருக்கைகள் கொண்ட திறந்தவெளி காட்சியரங்கில்லை! இது கருணையற்ற கார்கில் ஆகும் என்பதை நீங்கள் உணர்ந்து கொள்வீர்கள் என்று கர்த்தருக்குள் நம்புகிறேன்!

கடித எழுத்தைச் சற்று நிறுத்திவிட்டு குப்பியிலிருந்து மூன்றாவது ரவுண்டு ரம்மை ஊற்றி அடித்துக் கொண்டே மீண்டும் கடிதத்தை எழுதத் துவங்கினார். அவருக்கு பாகிஸ்தானியர்கள் மீதான

கோபம் கூடிப் போனது. அந்தக் கோபமானது அந்தக் கடிதத்தில் எதிரொலித்ததை அவர் அறிந்தேயிருந்தார்.

“இடைஞ்சலுக்கு வருத்தங்கள் கர்னல்! கொஞ்சம் வெளியில் சென்று விட்டதால் நீங்கள் காத்திருக்க நேர்ந்து விட்டது. மன்னித்து விடுங்கள்! மேலும் இந்தத் தாயோளிகள் அத்தனை பேரையும் கணேசபுரம் சந்தையில் இருபது ரூபாய்க்கு வாங்கின சாளை மீனைப் போல சட்டியில் போட்டு பொரிக்கப் போகிறேன்! நீங்கள் உத்தரவிடுங்கள் கர்னல் சஹாப்! ஈ கார்கிலு ஒண்ணும் அவம்மார்களுட தள்ளைக்க மாப்ளமாருவளுக்க வஸ்து அல்லல்லோ? கொம்மய ஓ...யளு? காஷ்மீரு வேணும்னா அவனுவளுக்க அம்மாயியம்மாருகிட்ட கூவி விளிக்கட்டும்! எங்கள என்ன மயித்துக்குச் சுடுதானுவ? பொறவு நா அவுனுவளப் புடிச்சிக் கழுத்தத் திருவிக் கொன்னுப் புடுவெம் பாத்துக்காரும்! அந்தத் தந்தக்கிப் பொறக்காத தாய..யளுக்கு மான்யதா அத்தறையே உள்ளு!

கப்பனுக்குக் கண்கள் சிவந்து கோபம் கொப்பளிக்க வெறிமிகுந்த நான்காவது ரவுண்டு வயிற்றுக்குள் புகுந்தது. தற்சமயம் கோபமானது கர்னாலின் மீது திரும்ப மீண்டும் கடிதம் துவங்கப் பட்டது.

“வே கர்னளு சீமைல கெடந்தவற! இருக்கீரா? இல்லன்னா ஒம்மையும் கொண்டு போயி சிமிட்டேரில அடக்கிட்டானுவளா? கொஞ்சமிந்தி நா எங்கயும் போவல கேட்றா ஓய்! வெள்ளமடிக்கத்தாம் போயிருந்தங் கேட்டுக்காரும்! யாம்னா ஒம்மக் கண்டு பேடிச்சியதுக்கு நீரு வல்லிய கு...ணையில்லவா? நாங்க இங்க குளுத்தியில கெடந்து நாக்க நாக்க வாங்கிட்டுக் கெடந்து சாவியோம்! நீரூ நல்ல சொட்டரு மயித்தயெல்லாம் போட்டுகிட்டு வூட்டுல சோலி பாத்துக்கிட்டு கெடக்கீரு இல்லியா? காஞ்ச ரொட்டிய நக்கிட்டு கெடக்கோம் ஓய்! ஒனக்கெல்லாம் ஒரு சாக்காலம் வர மாட்டங்கே? செத்த தா...ளி மோனே!”

கப்பனுக்கு துக்கத்தில் அழுகை பீறிட்டது. ஐந்தாவது ரவுண்டில் தன்னுடைய காதல் மனைவி கனிகாவின் நினைவுகள் வரவே கடிதத்தின் போக்கானது இவ்வாறு மாறியது,

“கண்ணே! காதல்மிகு கர்னலிகா! நான் இங்கே முத்தச் சப்தங்களில் புரளவில்லை... யுத்தச் சத்தத்தில் மூச்சடைந்து கிடக்கிறேன்... உன் நெஞ்சத்தில் புரள ஆசைப்பட்டு இங்கே பஞ்சத்தில் கிடந்து

தவிக்கிறேன்! துப்பாக்கியின் அம்புகளால் துளைத்து மூக்கில் பஞ்சு வைக்க வாராயோ கண்மணியே?"

கடைசியாக ஒரு ஸ்மால் உள்ளே போனதும் கர்னலின் கர்ணக் கொடூரமான முகம் கண்முன் தோன்றியதால் கடிதத்தின் உக்கிரம் கூடிப் போனது,

"லேய் கர்ணாலு நாலுகாலு நக்கித் தாயளி! நேர்ல மட்டும் எங்கையில கெடச்சன்னு வச்சிக்கா! கால மடக்கி ஒனக்க தாடையில ஏந்திப் புடுவேம் பாத்துக்கா நாய்க்கிப் பெறந்த நாயிண்ட மோனே! பெர்ர்ரீய மீச கு...ணக்கி மட்டும் கொரச்சலு மயிரு கெடையாது! ஒரே அடிதான்! பாக்கு மட்ட முண்ட...! செத்து மெதந்துருவ பாத்துக்கா!

இப்படிக்கு,
கேஜர். மப்பன். (அதிபர், எள்ளைப் போத்து காப்புப் படை)
கார்கில் முனை, பாக்கிஸ்தான்.

(பின் குறிப்பு - ஒரு மயிரும் இல்ல! போலே அந்தால கர்னலு கச்சடாப் பு...டாவுள்ளை)

என்பதாக அந்த வரலாற்றுச் சிறப்புகள் மிகுந்த கடிதத்தை எழுதி முடித்த மேஜர் கப்பன் தலைகுப்புற விழுந்து பாயில் சுருண்டார்.

வழக்கமாக ஓய்வு நேரத்தில் தபால் அனுப்பும் காரியங்களைச் செய்யும் கோலப்பன் கர்ம சிரத்தையாக அந்தக் கடிதத்தை படித்துப் பார்க்காமலேயே மடக்கி சீல் அடித்து கர்னலுக்கு அனுப்பினார். மாலையில் எழுந்த மேஜர் தாம் கர்னலுக்கு எழுதமுயன்ற கடிதத்தை நினைவு கூர்ந்தார். அப்படி ஒரு சம்பவம் நடந்ததாகவே அவருக்கு நினைவில்லை.

அடுத்த நாள் மேஜர் கப்பனைப் பதவியிறக்கம் செய்து மிலிட்டரி ஜெயிலில் அடைத்தார்கள். அவர் மீதான குற்றச் சாட்டுக்கள் பின்வருமாறு,

- கர்னல் எம். உல்லாஸ் அவர்களின் பெயரை 'முல்லாஸ்' (பாகிஸ்தானியர்களின் அடைச்சொல்) என்று குறிப்பிட்டது. (இதற்குதான் கடிதம் எழுதும்போது காற்புள்ளிகள் அவசியம் என பள்ளி ஆசிரியர்கள் தலையிலடித்துக் கொள்கிறார்கள்)
- ராணுவத்தின் ரகசியங்கள் குறித்து கர்னலின் மனைவிக்கு கடிதம் எழுதி அதில் காதல் வசனங்களைச் சேர்த்தது. (கணவனுக்கு

வரும் கடிதங்களை மனைவிமார் பிரித்துப் படிப்பதால் ஏற்படும் தீங்குகளில் இதுவும் ஒன்று)

- அரசாங்கத்தை இழிவு படுத்தியது. (ம்க்கும்)
- கர்னலுக்கு கொலை மிரட்டல் விடுத்தது. (இல்லையென்றாலும் கர்னல் தன்னுடைய ஆயுள்காலம் முடிந்ததும் சாகத்தானே போகிறார்?)
- கொஞ்சம் கூட வெட்கமே இல்லாமல் ஒரு கடிதத்தை தப்பும் தவறுமாக இயற்றியது.

தன்னுடைய கர்மசிரத்தையான தபால் பணியின் நிமித்தம் மேஜர் கப்பனின் பணி டபால் ஆனது குறித்த வருத்தம் கோலப்பனை ஆட்கொண்டது. மேலும் ஜெயிலில் இருந்து வந்ததும் மேஜரால் தனக்குப் பணி கிட்டும் என்பதால் தன்னுடைய பணியை ராஜினாமா செய்ய முடிவெடுத்தார் கோலப்பன்.

அன்று மாலையில் மேஜரின் அறையைச் சுத்தப்படுத்தச் சென்ற கோலப்பனுக்கு கர்னலின் வாட்ச் ஒன்று கிடைத்தது. திடீரென பவர் கட் ஆனபோது அந்த வாட்ச் மட்டும் ஒளிர்ந்ததைக் கண்டு அதிசயித்தார். மேரி கியூரி மற்றும் அறிவியல் குறித்த அறிவு கிஞ்சித்துமில்லாத கோலப்பனுக்கு அந்தப் பச்சை நிறத்து ஒளியானது விந்தையை அளித்தது.

யாருக்கும் தெரியாமல் வாட்சை எடுத்துப் பத்திரப் படுத்திக் கொண்டார். அந்த கைக்கடிகாரம்தான் இத்தனை வருடங்களுக்குப் பிறகு இப்போது குடிப்பழக்கத்துக்கு ஆளாகியிருந்தது. “பின்னே! மேஜர் கப்பனின் கையில் கிடந்த கடிகாரமென்றால் சும்மாவா?”

கொஞ்ச நாளில் கோலப்பன் தன்னை ராணுவப் பணியிலிருந்து விடுவித்துக் கொண்டு ஊர் வந்து சேர்ந்தார். இதோ பதினைந்தாண்டுகள் கழிந்து அந்தக் கன்றுக் குட்டியை இழுத்து வந்து கழனித் தொட்டியில் நீர் குடிக்க வைக்க முயன்று தோற்றார்.

பக்கத்தில் உட்கார்ந்திருந்த செல்லம்மாளிடம் கோலப்பன், “எட்டீ! காலங்காத்தலயே தொழுவத்துக்குள்ள வந்து குத்த வச்சிருக்க? போட்டீ எந்திச்சி!” என்றவாறே கன்றுக்குட்டியை தொட்டிக்குள் வைத்து அழுத்தினார்.

இந்நேரம் படபடவெனப் பொரிய வேண்டிய செல்லம்மாள் அமைதி காத்தது குறித்து கோலப்பனுக்கு சந்தேகம் எழுந்தது. ஒருவேளை தன்னுடைய தாயார் புய்ப்பமாக இருக்கலாம் என்று

எண்ணிக்கொண்டே, "எம்மோ! எதுக்கு வெள்ளனயே வந்து இங்கன கெடக்க?" என்றவாறே தள்ளாடி கிழவியின் மேல் பாய, கிழவி கழனித் தொட்டிக்குள் விழுந்தாள். அப்போது எங்கிருந்தோ ஒரு அடி கோலப்பனின் பின்மண்டையில் விழ கோலப்பன் மயங்கி தொட்டிக்குள் பாய்ந்தார்.

கண்விழிக்கும் போது காவல் நிலையத்தில் படுத்திருந்த கோலப்பனின் மீது கீழ்க்கண்ட குற்றச் சாட்டுகள் வைக்கப்பட்டிருந்தன.

- சாராயக்கடையின் வாசலில் போதையில் படுத்துக்கிடந்த பானமருந்திய மகான் ஒருவரை இழுத்துக் கொண்டுபோய் சாக்கடையில் அழுத்திக் கொல்ல முயன்றது.

- கடையின் வெளியே பிச்சையெடுத்துக் கொண்டிருந்த காது கேட்காத கிழவியை சாக்கடைக்குள் மிதித்துத் தள்ளியது.

ஒரு குவாட்டரைச் சாத்திவிட்டு டாஸ்மாக் கடை மேசையில் குப்புறப் படுத்திருந்த கோலப்பனுக்கு அங்கு பவர் கட் ஆன விஷயம் தெரியாமல் அந்தக் குடிகாரக் கடிகாரம் காட்டிய தவறான நேரத்தால் வீட்டில்தான் படுத்திருக்கிறோம் என்று எண்ணிக்கொண்ட கோலப்பன் பக்கத்து டேபிளில் கேட்ட கந்த சஷ்டிக் கவச ரிங்டோனையும், கொக்கரக்கோ என்ற மெசேஜ் டோனையும் நம்பி எழுந்து போய் பார் வாசலில் படுத்துக் கிடந்த சகபானியை இழுத்துப் போய் கன்றுக்குட்டி என்று நினைத்து சாக்கடையை கழனித் தொட்டியாய்ப் பாவித்து தண்ணீர் காட்டப் போய், செல்லம்மாளும், புய்ப்பமும் எதிர்வினையாற்றாதது குறித்த விந்தையைச் சற்றும் உணராமல் அங்கிருந்த கிழவியைச் சாக்கடைக்குள் வீழ்த்தி இப்போது காவல் நிலையத்தில் கட்டுண்டு கிடந்தார் கோலப்பன்.

எல்லையில் கூட இப்படியெல்லாம் நிகழ்ந்ததில்லை. 'எல்லாம் இந்தக் கப்பன் தாயளிக்க வாட்சால வந்த வினை' என்று எண்ணி சலிப்படைந்ததோடு நில்லாமல் கப்பனின் சாபம்தான் தன்னை ஆட்டுவதாக நம்பினார்.

குடிகாரர்களும் கடிகாரங்களும் ஒன்றுதான். நேரத்தை விரயம் செய்தபடியே ஓடிக்கொண்டிருப்பார்கள் அல்லது படுத்துக் கிடப்பார்கள்.

'ஏ கடிகாரங்களே! ஏன் எங்களை வதைக்கிறீர்கள்? நீங்கள் ஓடினாலும் ஓடாவிட்டாலும் இம்மாந்தர்களுக்கு உபத்திரவமே!'

தமிழ்ப்பித்தர்களின் தவநிலை

'பண்டு செத்தவனுக்குத்தான் சுடுகாடு தெரியும்' என்னும் பழமொழியைச் சொன்னபோது தமிழ் ஆர்வலரும் கோலப்பனின் புத்திரனுமாகிய டெல்லஸ் என்னிடம் எடுத்தியம்பிய பதில்,

“வெல்ல்ல்ல் மச்சா... ஆக்சுவலி! நம்மகிட்ட உள்ள ஒரு பெரிய ப்ராப்ளமே அனதர் லேங்குவேஜ தமில்கூட மிக்ஸ் பண்றதுதான்! இப்போ பாரேன்! நீ கூட என்கிட்ட கேக்கலாம்... இங்லிஷ் வேர்டு மிக்ஸ் பண்ணி பேசுறியேன்னு... யூ நோ? தி இங்லிஷ் லேங்குவெஜ் இஸ் நன் ஆஃப் எ இண்டியன் பிஸ்னஸ்... இட்ஸ் எ லாங் ரிதமிக் யூனிவர்செல் சாங்! அண்டர்ஸ்டேண்ட்?”

நான் வெளியில் வெறித்துப் பார்த்ததில் சூனியம் தெரிந்தது. நான் கேட்டேன்,

“எல்லே மாப்ளாய்! அந்த யூனிவர்செல் சாங் அமெரிக்கன் இன்க்லீசா? பிரிட்டிஷ் இன்க்லீசா?”

“தேர் இஸ் எ டிஃபரன்ஸ் பிட்வீன் எ மாம் அண்ட் டாட்டர் மச்சா!”

“அடக் கோணக் கொம்மண்டயா! அது மனைவிக்கும், சைடு சாத்துக்கும் உள்ள வித்தியாசம்...”

பார்ட்டி சைலண்டாக இருந்தது. அவனுக்கு 'பண்டு' என்னும் மலையாளச் சொல் உறுத்தியிருக்கிறது. அவனது மனையாள் ஒரு சேச்சி, அதுதான் அந்த வருத்தத்துக்குக் காரணம். மனைவியிடம் ஊமைக் குத்துகள் பெற்றுவிட்டால் மனைவியை வெறுக்கலாமேயொழிய அவளது தாய்மொழியை வெறுக்கலாமோ?

'பண்டைய' என்கிற சொல்லையே சேட்டன்கள் 'பண்டு' என்று வழங்குகிறார்கள் என்பதைப் புரிய வைத்துவிட்டு,

"மலையாள மொழி அறுபது சதமானம் தமிழும், நாற்பது சதமானம் சமத்கிருதமும் பிசைந்து உருவான கருப்பட்டிப் பணியாரம் என்பதை உணர்ந்து கொள் மாக்கானே!" என்று சொன்னேன்.

வியந்து போனான். தமிழ் என்பது அவசரத்தில் கிண்டப் பட்டு துரிதமாக வழங்கப்படும் உப்புமா போன்ற இந்தி அல்ல! அது பல்லாயிரக்கணக்கான ஆண்டுகளாக ஆற அமர சமைக்கப் பட்டு உலகெங்கிலும் பரிமாறப் பட்டுக் கொண்டிருக்கும் தேவாமிர்தம்.

மொழி அறிதலுக்கும், மொழி அறிஞுத்துவத்துக்கும் உள்ள வித்தியாசத்தைச் சொன்னேன். டெல்லஸ் தன்னுடைய மனைவியை வெகுவாக நேசிப்பதாகவும், தன்மேல் வீசப்பட்ட அந்த அகப்பை கொஞ்சம் பெரியதாக இருந்ததாகவும் கூறி வருந்தினான்.

நான் மைத்துனனிடம் பதிலுக்கு வருந்தினேன், "மாப்ள ஒனக்க மனைவி இப்படி செய்தது கூடப் பரவாயில்லை, மெர்சல் படத்தின் மலையாள டப்பிங் பார்த்தேன். அதில் விஜய் பேசும் வசனம் இப்படி அமைந்திருந்தது, "நீ பற்ற வைத்த நெருப்பொன்று... உன்னை எரிக்கக் காத்திருக்கும்!" அதை மலையாள டப்பிங்கில் இப்படி மொழி பெயர்த்திருக்கிறார்கள்,

"நீ பண்டு தோண்டிய நரிப்பொந்து, நின்னை விழுங்கக் காத்தொண்டிருக்குவா!"

டெல்லாசின் மனைவி எங்களது சம்பாஷணைகளைக் கேட்டபடியே எங்களுக்குத் தயாரித்த காப்பியில் உப்பைக் கலந்தது என்னுடைய ஞானக் கண்களுக்குத் தெரிந்தது.

"ஓடிருங்க தமிழ்மக்களே! அந்த யக்ஷி நம்மள கொன்னுரும்!"

த.நா 108-33=? என்றொரு உன்னதப் பிரதேசம்

தமிழ்நாட்டு வாகனப் பதிவெண்களிலேயே பிரசித்தி பெற்ற எண் எதுவென்றால் அது த.நா.xxx ஆகும். அவர்கள் இன்னும் நிலாவில் மட்டுமே வண்டி ஓட்டவில்லை என்பதுதான் பிரமிக்க வைக்கும் உண்மை. மார்த்தாண்டத்தில் வெட்டுவென்னியில் ஆர்.டி.ஓ ஆஃபீஸ் துவங்கும்போதுகூட அந்தப் பகுதி ஒரு உன்னதர்களின் ஸ்தலம் என்பதையறியாமல் கொடுக்கப்பட்ட எண்தான் அது என்ற பாவனையில்தான் துவங்கப் பட்டிருக்க வேண்டும்.

சென்னையின் கடுமையான டிராஃபிக் நெரிசலில் கூட ஒரு வாகனம் வலதுபக்கத்து பிளாட்ஃபார்மில் ஏறி பாஸ்ட் அண்ட் பியூரியஸ் பட லாவகத்தில் போகிறதென்றால் நீங்கள் யோசிக்காமல் ஒத்துக் கொள்ளலாம். அது ஒரு மேற்படி பதிவெண் கொண்ட வாகனம் என்பதை...

இரண்டு லாரிகளின் நடுவில் சென்று உராய்ந்து தனது அகலத்தைக் குறைத்துக் கொண்ட மாருதி ஆம்னி ஒன்றின் உரிமையாளரான கோலப்ப தெய்வம் பொதுவில் கொடுத்த வாக்குமூலம் யாதெனில்,

“தள்ளே கொப்பனுக்க ரோடாலே? இனிசூரன்சு முத்தி மூணு மாசம் ஆவிடைய்! வண்டிய தட்டி நிமுத்த ஆரு சக்கரம் தருவினும் தள்ளே?”

அதற்கப்பால் கோலப்பனுக்குக் காப்பீட்டுத் தொகை கிடைக்காமல் காப்பீட்டு அலுவலகத்துக்குப் போய் போர்புரிந்து அந்த நிறுவனத்தின் வாயிலாக சிறை சென்றார் என்பது வேறு கதை. அந்த வாகனத்தின் பதிவெண் யாது என்பதை உங்களுக்கு சொல்ல வேண்டிய நிர்ப்பந்தச் சூழல் எனக்கு உண்டானால் எனது தற்கொலைக்கு நீங்கள்தான் காரணம்.

அந்தக் குறிப்பிட்ட பதிவெண் கொண்ட வாகனத்தை ஓட்டுபவர்கள் இரவு நேரங்களில் மின்கம்பங்களிலும், மின்சார லைன்களிலும்கூட வாகனத்தைச் செலுத்தும் வல்லமை பெற்றிருக்கிறார்கள்.

மழைநேரங்களில் கால்வாய்களிலும், வெயில் நேரங்களில் சாக்கடைகளிலும் கூட வாகனங்களைச் செலுத்தியவர்களை இந்தப் பிரதேசம் காணாமலில்லை. ஒரு ராயல் என்பீல்டு புல்லட்டை ஆறு துண்டுகளாக ஆட்டோவில் தூக்கியவாறே தலையில் செங்குருதி வழிய வந்த ஒரு கோலப்பன் சொன்ன கருத்து இதுதான்,

"வண்டி மயித்த உண்டாக்கியானுவா! ஒரு ரோடு மிசினுக்க (ரோடு ரோலர்) மேல ஏறுனதுக்கே வாயப் பொளந்துட்டே! லாரியாயிருந்தா என்னாயிருக்கும்? பிதிங்கிருக்குமோ? முட்டு வேற கரக்கு கரக்கிங்கி! எலும்புகளூ தவுந்துட்டோ என்னமோ?"

என்று சொல்லியபடியே ஆக்கர் கடையை நோக்கிச் சென்றார். 108 ஆம்புலன்ஸ் வாகனத்தை யார் அழைக்கிறார்களோ இல்லையோ மேற்படி ஆசாமிகள் கூவிக் கூவி விளித்துக் கொண்டே இருப்பதுதான் சாலச் சிறப்பு.

ஒருநாள் கோலப்பன் வேகத்தோடு நேராக வந்து தனது வண்டியோடே சேர்ந்து தாவி ஒரு வீட்டின் மேற்கூரையில் படுத்திருந்தார். அவர் படுத்திருந்ததைப் பார்த்தால் கூரையில் வடகம் காயப் போட்டிருந்த ஒரு தோரணை இருந்ததை உள்ளபடியே ஒத்துக் கொள்ளத்தான் வேண்டும். அந்த வண்டியின் பதிவெண் யாதெனில் த.நா xxx.

மைத்துனர்களும் நண்பர்களுமாய் அந்தப் பகுதியில் எனக்கு நிறைய பிரகஸ்பதிகளைத் தெரியும் என்பதால் நான் அவர்களோடு என்றைக்கும் அமர்ந்து வாகனத்தில் பயணித்ததில்லை. அவர்கள் அநேகம் சமயங்களில் தங்களது வாகனங்களைக் குளங்களிலும், ஆறுகளிலும், சானல்களிலும் பார்க்கிங் செய்வது குறித்த பெருமை எனக்கென்றும் உண்டு.

"ரேஸ் விடுவது! அதற்கப்புறம் இறைவனடி சேர்வது!" என்ற ஒற்றைக் கொள்கையாளர்களுக்கும் அங்கே குறைவில்லை என்றுதான் சொல்ல வேண்டும்.

“வண்டி வாண்டித் தாடியே தள்ளே! தரலான்னா கொண்ட முடியப் புடிச்சி நெலவடி அடிச்சிப் புடுவம்னு சொன்னீயே மொனே? இஞ்ச பாடைல ஏறிப் படுத்திரிக்கியே செல்ல மோனே?” போன்ற ஒப்பாரிப் பாடல்களை இங்கே இலகுவாய்க் கேட்கலாம்.

கிரஷர் வண்டி வருகிறதென்றால் சொல்லவே வேண்டாம். “மலையை உடைத்தல்! சாலையைத் தகர்த்தல்! என்கிற தாரக மந்திரமொன்றை மட்டுமே தங்களது உயிர்மூச்சாய் உச்சரித்து, உச்சாடனம் செய்யும் லாரிகளை இங்கே மட்டுமே காணமுடியும்.

“மெட்ராசுல மட்டுந்தா தண்ணி லாரிய ஏத்தி கொல்லுவினுமா? ஞேய்ங்களும் இப்புடி ஓட்டுவாம்லாடைய்!” என்பதாக அவர்களது வாகனம் ஓட்டும் பாங்கினைக் கண்டால் இப்படித்தான் அவர்கள் உணர்ந்து கொள்வதாகத்தான் நமக்குத் தோன்றும்.

தன்னுடைய எடையைப் போல அதிக மடங்கு எடையைச் சுமக்கும் எறும்பினைப் போல எட்டு டன் எடை கொண்ட வண்டியில் எண்பது டன் பாரத்தை வருந்திச் சுமக்கும் அந்த வண்டிகளின் அருகில் சென்றால் உங்களுக்குக் கீழ்க்கண்ட நன்மைகள் நேரலாம்.

அந்த வண்டியின் வேகத்தில் சிதறி விழும் கற்கள் உங்கள் கபாலத்தைத் தாக்கும் பட்சத்தில் உங்களது அருகாமையில் உள்ள மண்டை மற்றும் கொண்டை நரம்பு சிகிச்சை நிபுணர் பொருளாதாரத்தில் உயர்வு அடைவார்.

சாலையில் கிடக்கும் கற்களின் மீது உங்கள் வண்டியின் டயர்கள் வெடி தீர்ந்து, உங்கள் காது ஜவ்வுகள் கிழிந்து, முட்டிக்கால்கள் கீறல் விழுந்து, உங்கள் வாகனம் இரண்டாய்ப் பிளக்கும் போது உங்கள் பகுதியில் உள்ள காது மூக்கு தொண்டை நிபுணர், எலும்பு முறிவு சிகிச்சை நிபுணர், டூவீலர் மெக்கானிக், எம்.ஆர்.எஃப் டயர் டீலர் ஆகியோர் வாழ்வு பெறுவார்கள்.

காரில் செல்லும்போது அந்தக் கற்களோ, சல்லியோ பறந்து வந்து உங்கள் கார்களின் முகப்புக் கண்ணாடிகளின் மீது படும்போது உங்களுக்கு ஒரு புது கண்ணாடி கிடைக்கிறதல்லவா? இதையெல்லாம் உங்களால் ஒத்துக் கொள்ளவே முடியாது என்பது எல்லாருக்கும் தெரியாது.

ஒருவர் ஒரு காரைக் கொண்டு போய் ஒரு அரைபாடி லாரியில் ஏற்றி விட்டு அமர்ந்திருந்தார். கார்தான் லாரியின் மீது ஏறி

சர்வீசுக்கு போகிறதோ என்று எண்ணிக் கொண்டிருந்தபோதே அந்தக் காரின் மீதிருந்த ரத்தக்கறை அதன் உரிமையாளர் கோலப்பனுடையது என்று புரிந்தது. லாரியின் மீதிலேறி நின்ற காரிலிருந்து அவரை இறக்கி அரும்பாடுபட்டு ஆம்புலன்சில் ஏற்றிய கதையை அந்த லாரியின் உரிமையாளர் சொன்னபோது சங்கடத்தின் மத்தியில் புரிந்து கொள்ள முடிந்தது.

கடலுக்குள்ளும் அவர்களால் அந்தக் குறிப்பிட்டப் பதிவெண் பூண்ட வாகனங்களை செலுத்த முடியும் என்ற நிலை ஏற்பட்டபோதுதான் அரசாங்கம் விழித்துக் கொண்டு தூண்டில் வளைவுகளுக்கு அச்சாரம் போட்டது.

விமானங்களால் மட்டுமே பறக்க இயலும் என்ற மேட்டிமையான காரியத்தைப் புரிந்து கொண்டு ஒருவர் வல்லவனுக்குப் புழுதியும் ஆயுதம் என்ற போக்கில் தன்னுடைய வாகனத்தை வில்லுக்குறி பாலத்திலிருந்து மேல் நோக்கி எழுப்பி, ஆற்றுக்குள் செலுத்தி நீராடி விட்டு, காரையும் வாட்டர் வாஷ் செய்த காரியங்களையெல்லாம் இருட்டடிப்பு செய்த குமரியின் ஊடகங்கள் விளங்கவே விளங்காது என்பதை நாம் உணர்ந்து கொள்ள வேண்டிய சூழலில் இருக்கிறோம் அன்பு நண்பர்களே!

சொற்ப காலத்துக்கு முன் மார்த்தாண்டம் போக்குவரத்துப் பிரிவின்கீழ் சேர்க்கப்பட்ட முட்டத்தைச் சேர்ந்த அண்ணன் ஒருவர் தனக்கு நேரவிருக்கும் அபாயம் தெரியாமல் கார் ஒன்றை வாங்கினார். தனது வாகனத்தின் முன்னும் பின்னுமாக எழுதப் பட்டிருக்கும் அபாயக் குறியீட்டு எண்கள் குறித்து அறியாமல் ஆனந்தமாய்ப் பயணித்த அவருக்கு சில நாட்களுக்கு முன்னர் ஒரு அபகடம் நேர்ந்தது.

தன்னுடைய அலுவலகத்தின் முன்பக்கம் தனது வண்டியை நிறுத்திய அவரிடம் பின்னால் வந்து சடன் பிரேக் அடித்து வண்டியை இடித்து நிப்பாட்டிய கிழடு ஒன்று இப்படி சொல்லியிருக்கிறது,

“டிஎன் எழுவத்தியஞ்சி ஊளிப் பெயக்க இப்புடித்தா வண்டி ஓட்டுவானுவ! கண்ணு என்ன பொற மண்டைலயா இருக்கு? பாத்து ஓட்டுலே!”

திடீரென்று இந்த வசவுகளைக் கேட்ட அண்ணன் ரத்தக் கொதிப்பு அதிகமாகி சடாரென வண்டியில் இருந்து டிக்கியைத் திறந்து இரும்புக் கம்பி ஒன்றை எடுத்துக் கொண்டு அரைகிலோ மீட்டர்

அந்த கிழடைத் துரத்தியிருக்கிறார். மூச்சிறைக்க அலுவலகம் திரும்பிய அவர் என்னை விளித்து அழுதுவிடும் தோரணையில் சொன்ன வாக்குமூலம் இதோ,

“அமெரிக்காவுல கூட வண்டி ஓட்டியிருக்கேன் பாப்பச்சா! இப்புடி ஒருத்தனும் என்னய கேட்டதில்ல! கையில மட்டும் கெடச்சிருந்தாம்னா தொலிச்சிருப்பேன்! தைய்ளிமொவேன் ஓடிட்டான்! எப்புடியாவது கார் நம்பர மாத்தீறணும்!” என்று சொல்லி பிரதேச மாற்றத்திற்கு விண்ணப்பிக்கப் போவதாகக் கூறினார்.

108 லிருந்து 33 ஐக் கழித்தால் அந்தப் பதிவெண் வந்து விடும்.

“யாம்பிலே! நாங்க மட்டுந்தா இப்புடி ஓட்டியமா? TN74 வண்டிய ஓட்டுக கொப்பனோ...யளூ மாத்தரம் லெச்சணப் பி..டயாவா வண்டி ஓட்டிதிய?” என்று கேட்கும் பிரகஸ்பதிகளுக்கு ஒன்றை மட்டும் சொல்லிக் கொள்கிறேன். பூமிக்கடியில் பாதாளச் சாக்கடைக்குள் வாகனத்தைச் செலுத்துவது என்பது அத்தனை எளிதான காரியமல்ல... த,நா எழுவத்திநாலன்கள் அதைச் செய்து கொண்டிருக்கிறார்கள்.

மகிழ்வான இரங்கல்களுடன்,

கோலப்பன் மற்றும் பாப்பச்சன்

பீகரன்மார்

உண்ணியும், கோசானும் வள்ளியாற்றுப் படுகையில் மணல் அள்ளிக் கொண்டிருந்தார்கள். அப்போது அந்த வழியாகப் போய்க்கொண்டிருந்த இரண்டு சிறுவர்களை கோசான் அழைத்து அவர்களது கையில் ஐம்பது ரூபாயைக் கொடுத்து,

'மக்கா! மாமனுக்கு ஒரு மினி கோட்டரும், இரண்டு பேயம்பழமும் வாங்கிட்டு மிச்சச் சக்கரத்துல ரெண்டுவேரும் முட்டாசி வாங்கிக்கிடுங்க என்னா! இந்த பீடி, சிசரு மயிரெல்லாம் மாமனுக்கு புடிக்காது! நாங்குடிப்பேன்! சின்னப் பயக்க நீங்க அதையெல்லாங் குடிக்கப்புடாது! மனசுலாச்சாடே? இந்த ஓலகத்துலயே எனக்குப் புடிக்காத ரெண்டு காரியங்கள் என்னன்னா பொய், களவு, பித்தலாட்டம்! புரிஞ்சால உண்ணி?" என்று சொல்லியவாறே உண்ணியைப் பார்த்தான்.

உண்ணி மணல் தோண்டுவதில் தீவிரம் காட்டியபடி இருந்ததால் ஒரு வாக்கு தர்க்கம் நிகழாமல் தவிர்க்கப் பட்டது. கோசான் சிறுவர்களிடம் திரும்பி,

"எடே பெயலுவளா! அப்புடியே ரெண்டுகெட்டு அஞ்சி பூ பீடியும் வாங்கியாங்க!" என்று சொல்லி அனுப்பி வைத்தான். சிறுவர்கள் ஆற்றைக்கடந்து போனார்கள். அப்போது கோடை காலமாதலால் ஆற்றில் முட்டியளவு நீரே ஓடிக் கொண்டிருந்தது.

உண்ணி வாயை வைத்துக் கொண்டு சும்மா கிடக்காமல், "யாங்கோசான்! சின்னப் பெயலுவள கோட்ரு வாங்கியார அனுப்புனதே தப்பு! இதுல நியாய மயிரு ஒண்ணுதாங் கொறச்சல்! அவுனுவ ஓங்கிட்ட பீடி கேட்டானுவளா? இல்லல்லா! களவும் பொய்யும் புடிக்காதுன்னு சொன்னியே!

நாம இங்கன என்ன செஞ்சிட்டு இருக்கோம்னு வெளங்குகா ஒனக்கு? ஆத்துல மணல் களவாங்குகோம்!"

கோசானுக்குக் கோபம் வந்து விட்டது, "நீ எனக்கு வெவரம் சொல்லித் தரப்புடாது கேட்டியா? மாணியப் பொத்திக்கிட்டு மண்ண அள்ளு! பெரிய விவேகானந்தரு! தப்ப தட்டி கேக்காரு! சாயந்துரத்துக்குள்ள ரெண்டு வண்டி மண்ணக் கொண்டு போயி சேக்கலைன்னா செட்டியாங் கொன்னுப்புடுவான்! புரிஞ்சால... தவளயத் தின்ன பயல!"

உண்ணியின் கண்கள் கொஞ்ச தூரம் தாண்டி நிலைகொண்டிருந்தன. அங்கே ஆற்றின் கிழக்குப் பக்கத்தில் கண்ணம்மாள் குளித்துக் கொண்டிருந்தாள். பெயர்தான் கண்ணம்மாளேயொழிய, அவளது கண்கள் கொஞ்சம் மந்தமாகையால் உண்ணி பார்த்துக் கொண்டிருந்ததை கண்ணம்மாள் கவனிக்கவில்லை.

உண்ணி வாய் பார்த்ததைக் கவனித்த கோசான் உண்ணியிடம், "எலேய்! இங்க நாங்கெடந்து கரடியா கத்துகேன்! நீ கண்ணம்மைக்க மூட்டப் பாத்துட்டு கெடக்க! செத்த செவமே!"

உண்ணி மணலை அள்ள, அதைக் கோசான் சிமெண்டு சாக்குகளில் வைத்துக் கட்டிக் கொண்டிருந்தான். ஆற்றின் கரையில் ஒரு ஜீப் வந்து நின்றதுதான் தாமதம். உண்ணியும், கோசானும் ஓடித் தப்பி ஊதாப்பூ குழைகளுக்குள்ளாகப் பதுங்கியிருந்தார்கள்.

ஆர்.டி.ஓ தலைமையில் நான்கு பேர் கொண்ட குழு ஆற்றுப் படுகையில் இறங்கி அங்கே குளித்துக் கொண்டிருந்த கண்ணம்மாளிடம் விசாரித்தார்கள்.

"யம்மா! இங்க ரெண்டு பெயலுவ மண்ணள்ளிக்கிட்டு நின்னாணுவள்ளா! அவுனுவள ஒனக்கு லேவ தெரியுமா?"

அதற்குக் கண்ணம்மாள் பதிலளித்தாள், "எனக்குக் கண்ணு சரியா வெளங்காது! நீங்க யாரு வேய்?"

"ஆர்ட்டியோ!"

கண்ணம்மாளுக்குக் கோபம் வந்து விட்டது, "யாருலே அது? ஏட்டி, வாட்டீ'ங்கியது? ஒம்ம யாருன்னு கேட்டா என்னய யாருட்டீ'ன்னு கேக்கீறா? போங்க மயிராண்டியளா அந்தால!

"ஏம்மா நா ஆர்.ட்டி.ஓம்மா! என்னவே சும்ம நிக்கிய! வாயில என்ன கடுகையா கரச்சி ஊத்திருக்கு! அந்தப் பொம்பளகிட்ட

சொல்லுங்களாவோய்!" என்றவாறே ஆர்.ட்டி.ஓ தன்னோடு வந்த அலுவலர்களிடம் சொன்னார்.

ஒருவர் கண்ணம்மாளிடம், "ஐய்யாதான் மணல் களவு ஆபீசர்!"

கண்ணம்மாள் கேட்டாள், "மணல் களவாங்குகதே தப்பு! இதுல களவுக்கு ஆபீசர் வேற! மோடுமுட்டின்னு சொல்லும் ஓய்! பெரீய ஓப்பீசராமே?"

ஆர்.டி.ஓவுக்கு சித்தம் கலங்கி விட்டது, "ஓய் மணல் களவு தடுப்பு ஆப்பீசர்னு சொல்லுவே! செவத்த ஓங்களையெல்லாம் வச்சிக்கிட்டு நா மாடுதான் மேய்க்கணும் போலுக்கு!"

"அதெல்லா யாரையும் தெரியாது! போங்க ஓய் தூர! பொம்பளையளு குளிக்கத பாக்கதுக்கு ஒரு சாக்கு மயிர சொல்லிக்கிட்டு வந்துருவானுவோ நிமித்திக்கிட்டு! தொட்டிப்பயல்கள்! ஓங்கூட்டுல பொம்பளையளு குளிப்பாகள்ளா? அங்க போயி குத்த வைக்க வேண்டியதானே?" என்று சத்தமாக சொல்லிவிட்டாள் கண்ணம்மாள்.

ஜீப் டிரைவருக்கு சிரிப்பு பொத்துக் கொண்டு வந்தது. மறுகரையில் இருந்த புதருக்குள் ஒளித்துக் கிடந்த உண்ணியும், கோசானும் குலுங்கிச் சிரித்ததில் அந்தப் புதர் அசைந்தது.

ஆர்.டி.ஓ அழாத குறை, 'இன்னிக்கி அந்த ரெண்டு நாயளும் மாட்டட்டும்! கொன்னுருகேன்...!' என்று சபதமெடுத்துக் கொண்டே அங்கு கிடந்த மண்வெட்டியால் ஏற்கனவே கட்டி வைத்திருந்த மணல் சாக்குகளை கிழித்து, மணலை மறுபடியும் ஆற்றில் கொட்டிவிட்டு, மண்வெட்டியை உடைத்து, மண் அள்ளும் சட்டியை நெளித்து ஆற்றோடு அனுப்பி வைத்தார்கள். பக்கத்தில் கோசான் கொண்டு வந்திருந்த கஞ்சி அடங்கிய சட்டியைப் பார்த்து ஆர்.டி.ஓ இன்னும் கடுப்பானார்.

"கெவர்மேண்டு வேல பாக்க எனக்கே மத்தியான சாப்பாட்டுக்கு கீக்கிரி வைக்க வேண்டியிருக்கு! களவாணி நாயிக கையோட சோத்துச் சட்டிய கொண்டாந்துருக்கு பாத்தேளாய்யா? என்ன ஒரு கையறு நிலை?" என்று ஆர்.டி.ஓ சலித்துக் கொண்டார்.

அந்த சமயம் மினி குவார்ட்டர் கொள்முதல் செய்யப் போன இரண்டு சிறுவர்களும் திரும்பியிருந்தார்கள். மணல் சட்டி ஆற்றோடு போனதையும், மண்வெட்டி கிழிந்து கிடந்ததையும்

கண்ட பயல்கள் ஒருநிமிடம் நின்று புதர் பக்கம் திரும்பிக் கூப்பிட்டார்கள்.

"மாமோ! கோசாம் மாமோய்! ஊதாக்கொழைக்குள்ள என்ன செய்யிதிய? இந்தாங்க கோட்ரும், பீடியும்... நாங்க வீட்டுக்குப் போவாண்டாமா?"

"அடக் கோம்பத் தா...ளிவுள்ளையளா! இவுனுவளே கூட்டி வுட்டுருவானுவ போலுக்கே இறைவா! ஏல உண்ணி! கையக் காட்டி அனுப்பி வுடுடே! எழவ இழுத்து கோமணத்துக்குள்ள வுட்டுருவானுவ போலுக்கே! இதத்தான் சொல்லுவானுவ... சின்னப் பயக்க சகவாசம் சீலையக் கிழிக்கும்'னு!

இந்த சம்பாஷணைகளையும், புதரின் அசைவுகளையும் எதிர்த் திசையில் நின்று கொண்டிருந்த ஆர்.டி.ஓ கண்ணுற்றார்.

"அசாத்தியம்! அந்தா இருக்கானுவோ! தூக்குங்க!" என்று கட்டளையிட்ட படியே ஆர்.டி.ஓ டீம் ஆற்றைக்கடந்து உண்ணியையும், கோசானையும் அள்ளியது. இரண்டு பேரையும் ஜீப்பில் ஏற்றும் போது அந்த சிறுவன் ஆர்.டி.ஓவிடம் கேட்டான்.

"எதுக்கு மாமாவ கூட்டிக்கிட்டு போறிய?"

"ஒங்க மாமனாப்போ இது? ஆத்துல மணல் களவாண்டான்! அதுக்குத்தான் கூட்டிக்கிட்டு போறோம்! இனி ஜெயில்ல கெடந்து பூந்தி, லட்டெல்லாம் தின்னுப்புட்டு பதினஞ்சி நாள் கழிச்சி மாலையெல்லாம் போட்டு ஒங்க மாமன அனுப்பி வெப்போம்! அதுவரைக்கிம் மாமாவ தேடப்புடாது என்னா?"

அந்தச் சிறுவன் கேட்டான், "எங்க மாமாவுக்குத்தான் பொய், களவு, பித்தலாட்டமெல்லாம் புடிக்காதே? அவுரா மணலு களாண்டாரு?"

உண்ணிக்கு இளிப்பு பிய்த்துக் கொண்டு வந்தது, "கெக்கர கெக்கே!"

கோசான் ஒன்றுமே பேசவில்லை. பயல் மறுபடியும் கோசானிடம் கேட்டான்,

"மாமா! அப்போ இந்த கோட்டர யார்ட்ட குடுக்க?"

கோசான் கொந்தளித்து விட்டான், "கொம்மைக்கிட்ட குடுத்து இதுல கொஞ்சம் கில்பக்க ஊத்தி கொப்பனுக்கு குடுத்து கொல்லச் சொல்லு! புள்ளைய பெறச் சொன்னா, வெசப் பூச்சியப் பெத்து தெருவுல உட்டுருக்கு! செவங்கள்!"

ஆர்.டி.ஓவுக்கு சிரிப்பு மாளவில்லை. அப்போது கண்ணம்மாள் குளித்துமுடித்து விட்டு கரையேறி வந்தவள் ஆர்.டீ,ஓ குழுவிடம் வந்து நின்றவாறே, "ஓய்! நீங்க யாரும் இன்னும் போவல்லியா? காவடிப்பயல்கள்! நீங்க யாருமே பொம்பளையள பாத்ததே கெடையாதா! செந்தொட்டிப் பயக்களா! த்தூ!" என்று கடிந்துகொண்டாள்.

ஆர்.டி.ஓ அசந்துபோய்க் கேட்டார், "யம்மா நீயெல்லா ஒரு பொம்பளையாம்மா?"

ஜீப் பறந்தது.

கோசானின் இயற்பெயர் கோலப்பன் என்பதை யாரறிவார் ஆற்றுமணலே?

கருவாட்டுக் களவு காப்பியம்

வடசேரி சந்தைவெளியில் காயப்போட்டிருந்த கருவாடுகளைத் திருடித் தின்றுவிட்டதாகக் குற்றம் சாட்டப்பட்ட கருப்பும், செவலையுமான இரண்டு நாய்களைத் தாணாக்காரர்கள் பிடித்து வந்து நீதிபதி முன்பாக ஆஜர்படுத்தினார்கள். நீதிபதி குஞ்சச்சன் குழம்பிப் போய் அந்த நாய்களைக் கைது செய்து கொண்டு வந்திருந்த ஸ்காட்லாண்ட் யார்டு வீரர்களிடம் கேட்டார்,

“என்னய்யா! வேலயத்த கொசவன் மண்ணெடுத்து வெண்ண செஞ்ச கதையா இதுகள கூட்டிட்டு வந்துருக்கீங்க? ஊர்ல உள்ள கம்புகாலி, பாறநோண்டி, மோடுமுட்டி, களவாணிப் பயலுவள பூரா புடிச்சி ஜெயில்ல அடச்சி நக்கியாச்சி! இதுல நாயள வேற புடிச்சிக்கிட்டு வந்துருக்கீங்க! இதுகள் மேல என்ன பிராது?”

தாணாக்காரர் திருவாய் மலர்ந்து, “ஐயா! இந்த கருப்பன் இருக்காம்லா! சந்தைக்கி பக்கத்துல கெடந்து ஒரே சல்லியம்! மீனு வாங்க வாரவியள பூரா சுத்திச் சுத்தி கடி! மீனு திங்க ஆசப்பட்டு வந்தவம் பூரா தொப்புளு வீங்கி திரியானுவோ! அதும்போக இதுக ரெண்டுஞ் சேந்து அந்தப்பக்கத்துல ஒரு கருவாட காயப்போடுகதுக்கு கூட சம்மதிக்க மாட்டேங்கி! தின்னுருதுங்க! ஏற்கனவே தெருநாய புடிக்கப்புடாதுனு சட்டம் இருக்கு! அதான் சட்டப்படி இதுகளுக்கு ஒரு சின்ன தண்டன குடுத்தீயன்னா நாளைக்கி பின்ன ஆளுவள கடிக்காது... புத்தி வருமுங்க ஐயா!”

நீதிபதி கடுப்பானார், “என்னாது! நா நாயிக்கி புத்தி வரத்தணுமா? அதுக்கா நா இத்தன படிப்பு படிச்சிக்கிட்டு இங்க வந்து உக்காந்துருக்கேன்! நாய்கள இங்க தண்டிக்க முடியாது! போய் ‘வயலட் கிராஸ்’ ஆளுகள கூட்டியாங்க!”

தாணாக்காரர் பயந்து போய் சொன்னார், “ஐயா! இந்த செவலப் பயல் வாய வச்சது கொஞ்சம் பெரிய எடம் பாத்துக்கிடுங்க! இந்த ரம்பானியோட குலையன்ஸ் கம்பெனி இருக்குல்லா? அங்க போயி வம்பு பண்ணியிருக்கு! அந்த கம்பெனியோட வக்கீலுதான் இந்தா நிக்காரு!”

வக்கீல் கோலப்பன் முன்னால் வந்தார். நாய்கள் இரண்டும் ‘சிவனே’ என்று நின்று கொண்டிருந்தன. ஒரு தாணாக்காரர் வயலட் கிராஸ் ஆட்களைக் கூப்பிடக் கிளம்பிப் போனார்.

நீதிபதிக்கு மீண்டும் சலிப்பு, “தள்ளயோ, புள்ளையோ, தாரமோ? யாராயிருந்தாலும் தாணாக்காரங்கிட்ட சிக்குனா தாலியந்துரும்'னு சொன்னது பொய்யில்ல... மனுசனையே சும்மா வுட மாட்டேளே! நாய்கள் எம்மாத்திரம்? யூ ப்ரோசீட் கோலப்பன்! என்ன பஞ்சாயத்து?

வக்கீல் கோலப்பன் சொன்னார்,

“மை லார்ட்! எங்களுக்குச் சொந்தமான குலையன்ஸ் கம்பெனியின் ட்ரைஃபிஷ் செக்சனில் இருந்து ஃபுகு என்றொரு விலை உயர்ந்த மீனை காயப்போடும் காண்ட்ராக்டை சந்தையில் உள்ள குத்தகைதாரரிடம் கொடுத்திருந்தோம். அந்த மீனிலுள்ள நச்சுப் பகுதியை நீக்கவே பல்லாயிரக்கணக்கான ரூபாயை எங்கள் நிறுவனம் செலவழித்துள்ளது. அந்த எல்லாக் கருவாடுகளையும் இந்த செவலை நாய் களவாடித் தின்றுவிட்டதால் அந்த நஷ்டத் தொகையை இந்த நாயிடமிருந்து பெற்றுத் தருமாறு இந்த நீதிமன்றத்தைக் கோருகிறேன்!”

நீதிபதி நிலைகுலைந்தார், “என்னதுடே ஆளாளுக்கு கோம்பத் தனமா சலம்புதிய? செவத்த நா என்ன செய்யதுக்கு?”

கோலப்பன், “விஷயம் ரொம்ப சீரியஸ் யுவர் ஆனர்!”

நீதிபதி தாணாக்காரரிடம், “அப்போ அந்த கருப்பு நாய் என்னத்த தின்னுச்சி?”

தாணா : “அய்யா அது மொரல் கருவாடுங்கய்யா!”

நீதிபதி : “அது என்ன வெலையோ?”

தாணா : “பத்துருவாய்க்கி மூணண்ணம்!”

நீதிபதி : “செவல தின்ன மீனு என்ன வெலை?”

கோலப்பன் : "ஒரு பாக்கெட் பதினஞ்சாயிரம்!"

நீதிபதி வாயைப் பிளந்தார், "என்னாது? பாக்கெட் பதினஞ்சாயிரமா? ரொம்ப காஸ்ட்லியான கருவாடடா இருக்கே?"

கோலப்பன் : "இந்த மீன வெளிநாடுகள்'ல சாப்புடணும்னா உயில் எழுதி வச்சிக்கிட்டுத்தான் சாப்புடுவாங்க! அந்த மீன கண்டவனெல்லாங் கறி வச்சிர முடியாது! அதுல ஒரு பாகம் மிகக்கொடுமையான விஷமுள்ளதாயிருக்கும். அத கரெக்டா கண்டு புடிச்சி நீக்கணும்னா பதினஞ்சி வருஷம் அனுபவமுள்ள சமையல்காரர்தான் சமைப்பாப்ல! லட்சக்கணக்குல விலை வரும்! எங்க பிரதமர்தான் மனசு வச்சி பாக்கெட்டு பதினஞ்சாயிரத்துக்கு பேசி முடிச்சி தந்துருக்காரு!"

நீதிமன்றமே அமைதியாய் இருந்தது. நீதிபதிக்கு ஒரே மனசஞ்சலம்,

"ரெண்டும் நாயிதான்! ரெண்டுமே கருவாடுதான் தின்னுருக்கு! வெலதான் வித்தியாசம்! எத தண்டிக்கிறது? எத விடுவிக்கிறது? ஒரே கொழப்பமா இருக்கே முருகா!"

சற்றைக்கெல்லாம் வயலட் கிராஸ் ஆட்கள் வந்துவிட்டார்கள். ஒரு பெண்மணி கேட்டாள்,

"இங்கே உயிர்வதை நடக்குறதா செய்தி வந்திச்சே? என்ன நடக்குது? இது ஏன் ரெண்டு கன்றுக்குட்டிகள புடிச்சி கட்டிவச்சிருக்கீங்கோ?"

நீதிபதி அவளிடம் சொன்னார், "கண்ணாடிய கழத்திக்கிட்டு பாருங்கம்மா! அதுகள் கண்ணுக்குட்டியில்ல! நாயிக!"

"என்னாது நாயா? கோமாதாவோட கொயந்தைகன்னு சொல்லித்தானே கூட்டியாந்தீங்கோ? இதென்ன மோசடி?"

"ஏம்மா ஜீவகாருணியம்னா நாய்க்கும் சேத்துதானே?" என்றார் நீதிபதி.

அந்தப் பெண்மணி கொதித்தாள், "யார் சொன்னா? பொமரேனியன் நாயும், ராட் வீலரும் ஒண்ணா? பெட் டாகுக்கும், ஒயில்ட் அனிமல்சுக்கும் வித்தியாசமில்லியோன்னோ? அதுபோக பசு ஒரு அவதாரமாச்சே?"

நீதிபதி : "எம்மா நாயும்கூட பைரவ அவதாரந்தானே?"

பெண்மணி : "அது எங்களோட அஜந்தாவுல இல்லை... பசு மட்டும்தானிருக்கு! நாயி, பன்னியெல்லாம் லிஸ்டுல கெடையாது!"

நீதிபதி : "அப்போ பீஃப் ஏற்றுமதியில இந்தியா முதலிடத்துல இருக்கே?"

பெண்மணி : "நாட்டின் இறையாண்மைக்கு எதிரா பேசவேண்டாம்!"

நீதிபதி : "இப்போ இந்த ரெண்டு நாயிக பேர்லயும் எஃப.ஐ.ஆர் போடணும்! அதுக்கு ஆதார் கார்டு வேணும்! ரேசங்காடு வேணும்! நடக்குற காரியமா?"

தாணாக்காரர் குதித்தார், "ஐயா! செவலைக்க பேர்ல எஃப்.ஐ.ஆர் போட்டாச்சி!"

நீதிபதி மயங்கப்போனார், "என்னதுடே சொல்லுகிய? நாயிக்க பேர்ல எஃப்.ஐ.ஆரா?"

தாணாக்காரர் : "ஆமாங்கய்யா! குலையன்ஸ் கம்பெனிக்காரங்க போடச் சொல்லி போட்டாச்சி!"

நீதிபதி குழப்பத்திலாழ்ந்து இறுதியில் அவர்களின் பாணியிலேயே செல்ல முடிவெடுத்தார்.

"சரி! எஃப்.ஐ.ஆர் அளவுக்கு போயாச்சி! அந்த நாய்க்கி ஒரு ஆதார் அட்டை மட்டும் எடுத்துட்டு வாங்க! மேற்கொண்டு நடவடிக்கை எடுக்கலாம்! ஆனால் கூடவே வயலட் கிராஸ் ஆட்களும் இருக்கணும்! அவுங்க கண்காணிப்புலதான் எல்லாம் நடக்கணும்!" என்று கூறி அனுப்பி வைத்தார்.

வெளியே வந்ததும் தாணாக்காரர்களுக்குக் கோபம் வந்தது,

"ரெண்டு மொறல் கருவாட்டு மயிரத் தின்னதுக்கு ஒனக்கு ஒரு ஜீப்பு! காவலுக்கு ரெண்டு ஆளுவ! மூணு நேரத்துக்கு வாய்க்கி ருசியா பல்லுபடாம அமுக்குகதுக்கு பன்னு, பஜ்ஜி! செவலையப் பாத்து படிச்சிக்கா செவத்து நாய! தின்னாலும் தின்னான்! பைனஞ்சாயிரம் ரூவா சாதனத்த தின்னாம் பாத்தியாடே? இனிமேலா என்னிக்காவது சந்தைக்க பக்கத்துல நடமாடுகத கண்டேனாக்கும்... அன்னிக்கி தொலஞ்ச நீ!" என்றவாறே கருப்பனை அடி வெளுத்து ஒரு எத்து கொடுத்து அனுப்பி வைத்தார்கள்.

ஈ சேவை மையத்தின் வெப்கேமின் முன்னால் செவலை நிறுத்தப்பட்டு புகைப்படம் பிடிக்கப்பட்டது. ஆதாருக்குக் கைரேகை எடுப்பதில் சிக்கல் இருந்தது.

"கை பூரா நகமும் முடியுந்தானிருக்கு! எப்புடி ரேக எடுக்கதுக்கு?" என்று மையத்திலிருந்த பெண் சலித்துக் கொண்டாள்.

அவள் நாயின் கைகளைத் திருப்பவே கூச்சத்தில் செவலை நாயானது லேசான ராகம் இசைத்துப் பாடத் துவங்கியது. இந்தக் குரலைக் கேட்ட அந்த வயலட்கிராஸ் மெம்பர் கிறங்கிப் போனாள்.

"இது சாமானியமான நாயில்லை! இந்த நாய்க்கும் நமக்கும் ஏதோ ஒரு பூர்வ ஜென்ம தழுவல் இருக்கிறது" என்றொரு அசரீரி அவளது காதுகளுக்குள் ஒலித்தது. அப்போதுதான் அவள் அந்த நாயைப் பார்த்தாள். அதன் காதுகளே வித்தியாசமாய் இருந்ததைக் கண்ட அவள் உடனடியாக ஒரு உயிரியல் வல்லுனரை அழைத்து அந்த நாயின் பூர்வீகத்தைக் கண்டறிந்ததில் அந்த நாயின் மூதாதையர்கள் பைப்பார், கோலான் கணவாய்கள் வழியாக வந்த ஒரு அயற்குடியைச் சேர்ந்தவர் என்பது தெரிந்தது. மேற்படி நாயாருக்கு ஆதார் கார்டு எடுக்காமலேயே நீதிமன்றம் வந்து சேர்ந்தார்கள்.

நீதிபதி கேட்டார், "சட்டரீதியான ஆதாரங்களை இணைத்து தீர்ப்பெழுதி இந்த நாய்க்கு தண்டனை வழங்கலாம்!"

அந்தப் பெண்மணி மறுத்தாள், "இரண்டு நாய்களில் ஒன்று மோசமான கருவாட்டையும், இன்னொன்று விலையுயர்ந்த கருவாட்டையும் தின்றதிலிருந்தே நீங்கள் புரிந்து கொள்ள வேண்டாமா? அது உயர் ரக நாய் என்பதை...? கெட்டாலும் மேன்நாய்கள் மேன்நாய்களே! கருவாடு சுட்டாலும் கருமைதரும்! பதினஞ்சாயிரம் என்ன? பதினஞ்சி கோடியானாலும் பரவால்லை! கும்பானியிடம் நாங்கள் பேசிக் கொள்கிறோம்! நாயை எங்களோடு அனுப்பி வையுங்கள்!"

நீதிபதி குமார் என்ற குமாரசாமி மயங்கித் தலைகுப்புறக் கீழே பாய்ந்தார்.

சமையல்கட்டிலிருந்து புய்ப்பத்தின் சத்தம் கேட்டது.

"எலேய் கோலப்பா! கோட்டிக்காரா! இன்னைக்கும் சொப்பனங்கண்டு கட்டில்ல இருந்து கீழ வுழுந்துட்டியா? இந்த பாராளுமன்ற செய்தி எழவுகள எல்லாம் 'தொந்தி டீவி'ல பாக்காத'ன்னு சொன்னா கேப்பானா? செவத்துப் பயல்! எந்திச்சி குளிச்சிட்டு வேலைக்குக் கௌம்பு!" என்றாள்.

கோர்ட்டில் தவாலி வேலை பார்க்கும் கோலப்பன் மனதுக்குள் நினைத்துக் கொண்டான்,

"யம்மா! ஜட்ஜா இருக்குறது எவ்ளோ கஷ்டம்டா சாமி?"

நான்கு சுந்தரிகள்

மிஷன் ஆஸ்பத்திரியின் வெளியில் நின்று ஃபோனை நோண்டிக் கொண்டிருந்தேன். என்னோடு நின்றிருந்த கோலப்ப மன்மதன் திடீரென திருவாய் மலர்ந்தார்,

"எழில்மிகு எகிப்திய தேவதைகளே! உங்கள் நான்கு பேரில் யார் ஒருவராவது முகமூடி அணிந்திருக்கவில்லையென்றாலும் கூட நான் உங்களில் ஒருவர் மீது தீராக்காதலில் விழுந்திருக்கும் வாய்ப்புகள் அதிகம்!" என்றார்.

நான் ஏறிட்டுப் பார்க்க அங்கே நகராட்சி ஊழியர்களான நான்கு பெண்கள் நின்று கொண்டிருந்தார்கள். அவர்கள் நேராக என்னிடத்தில் வந்து, "அழைத்தீர்களா மன்மதனே?" என்றார்கள். அவர்களது கண்களுக்கு கோலப்ப மன்மதன் மந்தமாகத் தெரிந்தாரா? அல்லது தாங்கள்தான் ரதிகள் என்பதை அவர்கள் உணரவில்லையா? என்பது எனக்குப் புரியவில்லை. நான் மூக்குக் கண்ணாடி வழியாகப் பார்த்தேன்.

அவர்கள் என்னிடம், "உங்களை நாங்கள் அதிகம் முறை கண்டிருக்கிறோம்!" என்றார்கள். நான் அவர்களிடம் என் வீட்டின் அடையாளத்தைச் சொன்னேன். அவர்களுக்குப் பிடி கிட்டவில்லை. முகமூடியைக் கழற்றிக் காண்பித்தேன். ம்ஹூம்! தெரியவில்லை.

எனக்கு அசூகையாகயிருந்தது. கோலப்ப மன்மதன் அவர்களிடம் என் அப்பாவின் பல்பொருள் அங்காடி குறித்துச் சொன்னதும்தான் அவர்களது முகம் அந்த முகமூடிகளுக்குள்ளாக விரிந்ததைக் கண்டேன். ஒருத்தி கத்தினாள்...

"நீங்க பாப்பச்சனா மன்மதப் பெருமானே?"

நான் அமைதியாக இருந்தேன். மீண்டும் ஒருத்தி கேள்வி எழுப்பினாள்,

"உங்கப்பா பேரு சுகுணன்தானே?"

"ஆமாம்..."

என்னிடம் சன்னமான குரலில் பதில் வெளிப்பட்டது. நம்மைப் பற்றி அச்சன் அவர்களிடம் எதையாவது மேன்மையாக எடுத்துரைத்திருக்கக் கூடும். அதனால் மவுனமே இப்போதைக்கு பதிலாக இருக்கட்டுமே!

அவர்கள் மகிழ்ச்சியடைந்திருந்தார்கள். "உங்கப்பா நிறைய சொல்லிருக்கார்! நீங்க ஒரு பெரிய கையாமே? ஒரு கிழவிகளையும் விடாமல் வம்பிழுத்து சண்டைக்குச் செல்வதாகச் சொன்னார்!"

'அதானே... நம் புகழை நம்மையன்றி யார் பரப்புவார்?' நான் மீண்டும் அமைதி காத்தேன்.

அவர்களில் ஒரு பெண் துண்டுச் சீட்டில் எதையோ எழுதி என்னிடம் தந்து, "உங்கள் வீட்டில் கொசுக்கள் முட்டையிட்டால் எங்களிடம் முறையிடவும்! இதைத் தவிர எங்களால் உங்களுக்கு வேறு பிரதியுபகாரங்கள் எதையும் இப்போதைக்குச் செய்து விட முடியாது பிரபோ!" என்றார்கள். என் கண்கள் துக்கித்தன...

நான் அவர்களிடம் சண்டையிட முயன்றேன். "கொசு முட்டையிடுவதை நான் எப்படிக் கண்காணிப்பது பயபுள்ளைகளே?" 'ஆனாலும் என் அப்பாவின் வார்த்தைகளை நான் மெய்யாக்கி விடக்கூடாதே!' என்ற எண்ணத்திலும், 'கிழவிகளும்கூட காதலை வரத்துவதற்கான ஒரு முகாந்திரமாக ஏன் இருக்கக் கூடாது?' என்ற யோசனை பிறந்தது.

உடனடியாக என் காதலை அவர்களிடம் சொல்வதற்காக அவர்களைத் தேடினேன். அப்போது அவர்கள் அவ்வழியாக வந்த முகமூடியணியாத ஆசாமி ஒருவரது வாயில் பூச்சிக் கொல்லி மருந்தைத் தெளித்துக் கொண்டிருந்தார்கள்.

அந்த ஆசாமியைக் கூர்ந்து கவனித்தால், 'அட கோலப்பன்!!! முத்தத்திற்காக முகமூடியைக் கழற்றியிருக்கக் கூடும்!'

"காதல் ஒரு மருந்தில்லாத கிருமி! முத்தம் ஒரு திருந்தாத மூதேவி!"

கோலப்ப(ஜெ)ன் தத்துவக் கதை

கோலப்பன் மாடு மேய்த்துக் கொண்டிருந்தார். அப்போது அவர்கள் அங்கே வந்து கோலப்பனிடம்,

"நீ என்ன செய்து கொண்டிருக்கிறாய் கோலப்பா?"

அதற்கு கோலப்பன், "நான் இந்த மாடுகளின் திருப்பாதங்களால் அழுத்தி இந்த பூமியைத் தட்டையாக்கிக் கொண்டிருக்கிறேன்" என்றார்.

"நீ கோலப்பனல்ல! நீ ஒரு கோமாளி!" என்றார்கள்.

நான் கோலப்பனுமல்ல, கோமாளியுமல்ல! நான் இந்தக் கோமாதாக்களின் பாதுகாவலன்!" என்றார். அத்தனை பேரும் கோலப்பனை சாஷ்டாங்கமாய் விழுந்து வணங்கினார்கள். இப்போது கோலப்பன் அவர்களிடம்,

"கோமாளிப் பயல்களே! உங்கள் வாயில் மாட்டுச் சாணம் ஒட்டியிருக்கிறது.. எழுந்து அவரவர் குழிக்குள் போய்ப் படுங்கள்! போங்கள்! உங்களது இந்தப் போக்கைக் காணச் சகிக்கவில்லை!" என்றார்.

அந்தச் சாத்தான்கள் அப்பாலிக்கா போனார்கள்.

ரெபிடெக்ஸால் தாக்கப்பட்ட அலெக்ஸா

விலைகொடுத்து வாங்கிய சில வஸ்துகள் சிலநேரங்களில் மனிதர்களின் மத்தியில் வில்லங்கங்களைத் தோற்றுவிப்பதுண்டு, சிலநேரங்களில் இலவசமாகக் கிடைக்கும் காரியங்கள் இன்னல்களை வரவழைக்கும் தன்மை கொண்டவைகளாக இருப்பதில்தான் விந்தை நிகழும். அப்படியாக பெரியபுராணம் தோற்றுப் போன நிகழ்வு ஒன்றை இங்கே பதிவு செய்கிறேன்.

கோலப்பன் மாமனின் மகன் டெல்லசுக்கு அவனது நண்பன் ஒருவன் அமேசான் அலெக்ஸாவைப் பரிசளித்ததோடு நில்லாமல் இப்படி சொல்லியிருக்கிறான்,

"டெல்லசி லேய்! நீ என்ன கேட்டாலும் இது உத்தரஞ் சொல்லும்! எது கேட்டாலும் சடார்னு கண்டு புடிச்சி தரும்!"

"அப்புடியா?" என்று டெல்லஸ் ஆச்சர்யப்பட்டதோடு நில்லாமல் உடனடியாக அலெக்சாவின் அருகில் வாய் வைத்து "ஊறுகாய் வேணும்" என்று கேட்டிருக்கிறான். அதன்பின்புதான் பரிசளித்தவனுக்கு, 'தான் ஒரு ஆமைக்கு முயலைப் பரிசளித்திருக்கிறோம்!' என்பது விளங்கியிருக்கிறது. முருங்கைத் தடியில் தேக்கு ஊஞ்சல் எம்மாத்திரம்?

"உன் பிள்ளையிடம் இதைக் கொடு! பாட சம்பந்தமான கேள்விகளுக்கு விடையளிப்பதாய் இது அவளுக்கு உதவும்! என்றும், அதை எட்டு மணிநேரம் சார்ஜ் செய்து, வை-ஃபை கனெக்ட் செய்து, வாயை அதன்மீது வைக்காமல் தள்ளி நின்று கேட்டாலே விடையளிக்கும் என்றும், ஊறுகாயையோ இன்னபிற பொருட்களையோ அது வழங்காது" என்றும் அதன் தன்மையைச் சொல்லியிருக்கிறான். அதோடு நில்லாமல் அலெக்சாவை ஆன் செய்து தன்னுடைய ஃபோனில் கனெக்ட் செய்து டெமோ காட்டியிருக்கிறான்.

"ஹாய் அலெக்சா! ப்ளே இளையராஜா சாங்ஸ்!"

என்று சொல்ல, அலெக்ஸாவும், "பேச்சி பேச்சி நீ பெருமையுள்ள பேச்சி!" எனப்பாடி அசத்தியிருக்கிறது. டெல்லஸ் மயங்காத குறை. வீட்டில் போய் சார்ஜ் செய்து விட்டு அதனருகில் அமர்ந்து கொண்டே அதை ஒரு பிள்ளையைப் போல பாவித்தபடியே அதனிடம் சொல்லியிருக்கிறான்,

"ஏ அலைக்சியா பிள்ளே! இளையராஜா சாங்!"

அலெக்ஸா அமைதியாய் இருந்திருக்கிறது. மீண்டும் மீண்டும் கட்டளையிட்டு பார்த்திருக்கிறான். அலெக்சா அசரவில்லை. தலைகீழாய் நின்று தண்ணீர் குடித்திருக்கிறான். அலெக்சா அசையவேயில்லை. நண்பனுக்கு போன் செய்து கேட்டிருக்கிறான்.

"என்ன மயித்தலே வாங்கிட்டு வந்துருக்க? எழவு ஒண்ணையுஞ் செவிக்குடுத்து கேக்க மாட்டக்கி?"

அவனும் கிளம்பி ஒரு இன்டர்நெட் வயர்லெஸ் மோடத்தை வாங்கிக் கொண்டு வந்து மாட்டிக் கொடுத்து விட்டு சிலபல டெமோக்களையும் கொடுத்துவிட்டு, "மீண்டும் கூப்டியானால் வாயிலயே சவுட்டிருவேன்!" என்று சொல்லிவிட்டு போய் விட்டிருக்கிறான்.

அப்புறம் டெல்லஸ் மாப்பிள்ளைக்கி அலெக்சாதான் இரண்டாவது மனைவி. அதற்குக் கட்டளைகள் பிறப்பிப்பதும், அதன் பின்னர் பாடல்கள் கேட்பதுமாக ஒரே பந்தா பண்ணியிருக்கிறது செவம்.

அவன் மனைவிக்கு ஒரு சந்தேகம் எழுந்திருக்கிறது.

"அலெக்சான்னா யாரு? கதவ அடச்சிப் போட்டுகிட்டு எவகிட்ட பேசிட்டு கெடக்க?" என்று வீட்டில் சல்லியம் தலைதூக்கியிருக்கிறது.

இவன் அவளைக் கொண்டு போய் அலெக்சாவின் முன் நிப்பாட்டி, "இதுகூடத்தான் பேசிட்டிருந்தேன்!" என்று சொல்லி பட்டனை அமுத்தவே ஆறுமணிநேரம் மூச்சுத் திணற பாடிய அலெக்சா சார்ஜின்றி ஓய்வெடுக்க,

"என்னது இத்தன நேரமும் இந்த பிளாஸ்டிக் உருண்டைகிட்ட பேசுனீரா? இத நா நம்பணும்? என்னய என்ன ஒங்கொம்ம செல்லம்மய மாதிரி பீக்கீரி சிறுக்கீன்னு நெனச்சீரா?" என

சண்டை வலுத்து விறகுக்கட்டை வீச்சு வரைக்கும் போயிருக்கிறது. எனக்கும் போன் வந்தது,

"எண்ணே! இந்த கோம்பத் தாய்ளிக்கி மண்டைக்கி ஏதோ ஆயிட்டு! ஒரு பிளாஸ்டிக் செம்பு மாதிரி ஒண்ணுகிட்ட தனியா ஒக்காந்து பேசிட்டு கெடக்காம்ணே!"

நான் விஷயத்தைக் கேட்டுத் தெரிந்து கொண்டு அதை அவளிடம் விளக்கினேன்.

"அவஞ் சொன்னது உண்மைதான்! சார்ஜ் போட்டுட்டு அதுக்கிட்ட பேசிப்பாரு!" என்று சொல்லவே, அவளும் அதைச் சார்ஜ் போட்டு ஆன் செய்து அதனிடம், "பேன் சீப்பை எங்கயோ மறந்து வச்சிட்டேன்! கண்டு புடுச்சி தருவியா புள்ளே?" என்று கேட்க, அலெக்சாவின் மேல்பகுதியைச் சுற்றி லைட் எரிந்ததும் பயந்து போயிருக்கிறாள். வெளியே போயிருந்த டெல்லஸ் திரும்பி வந்து மீண்டும் சண்டை நடந்திருக்கிறது.

"நா இல்லாத சமயத்துல இத அமுத்துனியாட்டி கொள்ளி முடிவா? ரிப்பேர் ஆயிட்டுனா கொப்பனா நல்லாக்கித் தருவான்?"

டெல்லசின் மகள் பள்ளி முடிந்து வீட்டிற்கு வந்து அலெக்ஸாவைக் கண்டு சந்தோஷம் பிடிபடாமல், அதை மிகச் சரியாகக் கையாண்டு அதோடு தொடர்பு கொள்ளவே இருவருக்கும் ஆச்சரியம்.

"ஹாய் அலெக்சா! வாட் இஸ் த டைம் நவ்?"

"த டைம் இஸ் ஃபைவ் தர்ட்டி பிஎம்!"

"ஏயம்மா! இதுக்குத்தான் இத்தாம் பெரிய பாடா? மணி பாக்கணும்னா செவுத்துல கெடக்க டைம்பீசுல பாத்தா போறாது? இதையா வெளீ நாட்டுல இருந்து லாத்திட்டு கொண்டாந்தான் ஒம்ம ஒலகத்துல இல்லாத பிரெண்டு மயிராண்டி?"

மீண்டும் மனைவியோடு சண்டையிடும் சூழலில் மகள் அருகிலிருந்ததால் அமைதி காத்திருக்கிறார்கள். மகள் அலெக்சாவிடம் தொடர்ச்சியாகக் கேள்விகள் கேட்டு இருவரையும் விந்தையிலாழ்த்தியிருக்கிறாள்.

"வாட் இஸ் த நேம் ஆஃப் தி அமெரிக்கன் பிரசிடெண்ட்?"

"டானல்ட் டக் டிரம்ப்! த இன்டர்நேஷனல் இடியட்!"

"வாட் இஸ் த நேம் ஆஃப் இண்டியன் பிரைம் மினிஷ்டர்?"

“வடசட்டி கோயிந்தன்! த டைம் டிராவலர்!”

“யூ ஆர் கரெக்ட்.... வாட் இஸ் யுவர் நேம்?”

“மை நேம் இஸ் அலெக்சா?”

“கேட்டியாட்டி! அதுக்க பேர சொல்லிச்சே கேட்டியா? காதுல என்ன சொளவா மாட்டிருக்கு? என்னவோ கேட்டியே ஆசா’ன்னா எவ’ன்னு? இப்போ இதுக்கு என்ன பதில் சொல்லுக?”

என்றபடியே டெல்லஸ் பெருமிதத்தில் துள்ள, அவன் மனைவி பதிலுக்குத் துள்ளினாள்,

“ஆமாமா இல்லைன்னாலும் ஓம்ம யோக்கியம் எனக்குத் தெரியாதா?”

“போட்டீ அந்தால! ஒருநாளாவது பள்ளிக்கொடத்து பக்கத்துல குத்த வச்சிருந்தாத்தானே நாலு காரியம் வெளங்கும்! ஒண்ணுந் தெரியாத ஓம்பரத்த கெட்டிக்கிட்டு நாம்பாடுக பாடிருக்கே? த்தூ!”

“நா நாலு வார்த்த படிச்சிருந்தா கொக்கு மண்டையன் ஒன்னய யாங் கெட்டப்போறேன்?”

இருவருக்கும் சண்டை மூண்டது, இவர்களின் சம்பாஷணைகளுக்குப் பின்னால் அலெக்ஸாவிடம் தொடர்கேள்விகள் முன்வைக்கப்பட்ட வண்ணமிருந்ததால் கூச்சல்களைப் புரிந்து கொள்ளமுடியாத அலெக்சா கடும்கோபத்தில்,

“ஐ ஹியர்டு ஸோ மெனி நாய்ஸ் டிஸ்ட்ராக்ஷன்ஸ் ஹியர்!” என்று சொன்னதில் மகள் கோபித்துக்கொண்டு இருவரையும் விரட்டி விட்டாள்.

“பாத்தீராவோய் ஓம்ம பாத்துதான் அது நாயின்னு சொல்லுகு! இனிமேலாவது பதனமா இரியும்! ஒரு பிளாஸ்டிக் டப்பா கூட உம்ம மதிக்க மாட்டேங்கு!” என்றவாறே டெல்லசின் மனைவி அகன்று போனாள்.

டெல்லஸ் அப்போதுதான் ஒரு விஷயத்தைக் கண்டு பிடித்திருந்தான். அதுதான் ‘ரெபிடெக்ஸ் இங்க்லிஷ் ஸ்பீக்கிங் கோர்ஸ் புத்தகம்! ஆங்கிலம் தெரிந்தால் அலெக்சாவை ஈசியாக வளைத்துவிடலாம்!’

அன்று இரவில் ஒரு குவார்ட்டரை சாத்திவிட்டு, ரெபிடெக்ஸ் புத்தகத்தையும் வாங்கிக் கொண்டு வீட்டுக்குப் போயிருக்கிறான். அலெக்சா சார்ஜரில் இருந்தது கண்டு மனம் மகிழ்ந்து அதை

எடுத்து புத்தகத்தைப் புரட்டி சரமாரியாகக் கேள்விகள் கேட்டிருக்கிறான்.

"வாட் இஸ் த நேம் ஆஃப் இந்தியா?"

"ஹிந்துஸ்தான்!"

"தூ செவமே! இந்தியாதான்!"

"வாட் இஸ் த நேஷனல் லாங்குவெஜ் ஆஃப் இந்தியா?"

"ஹிந்தி!"

"செருப்பால அடிப்பேன் தொட்டிக் கூ...வுள்ளா! மரியாதைக்கி பதில் சொல்லணும் புரிஞ்சா?"

"ஹூ இஸ் தமிழ் நாடுஸ் சீப் மினிஷ்டர்?" எனவும் அலெக்ஸா குழப்படைந்து ஆஃப் ஆகிவிட்டது .

மீண்டும் சார்ஜரில் போட்டபடியே பேசியிருக்கிறது பயபுள்ளை. போதை மிகுதியாக இருந்ததால் அலெக்சாவின் அந்தப் பெண்குரல் டெல்லசுக்கு மிகுந்த மகிழ்ச்சியையும், அந்தக் குரல் தன்னுடைய பழைய காதலியை நினைவூட்டி ஒரு மிகப்பெரிய ஒப்பாரியையும் ஏறெடுக்க காரணமாயிருந்திருக்கிறது.

"எட்டீ கிருபா! என்னய இப்புடி ஒரு கிறுக்கி'கிட்ட உட்டுட்டு போயிட்டியே பாவி முடிவா!" என்று அழுது ஊரைக் கூட்டியிருக்கிறான்.

சம்பவம் கேட்டு வந்த பக்கத்து வீட்டு ஆட்கள் அவனது மனைவியை எழுப்பி, "எம்மோ! ஒங்கூட்டு மாடியில இருந்து ஊளைச் சத்தம் கேக்கு! என்ன விசியம்?" என்று துக்கம் விசாரிக்கவே இவளுக்கு சம்பவம் மனசிலாகி விட்டது,

'இண்டர்நெட்டுன்னாலே என்னத்த நொட்டுவன்னு கேக்குறவுங்ககிட்ட இந்த அலேசு நாயப் பத்தி சொன்னா புரியுமா?' என்று ஏதேதோ சொல்லி சமாளித்தாள்.

"அது வேறொண்ணுமில்லை! இவுகதா! தண்ணிய போட்டுகிட்டு வந்து அழுவாராயிருக்கும்! ஒண்ணுமில்ல நீங்க போங்க!" என்று அனுப்பி வைத்து விட்டு மாடிக்குப் போனவளை அங்கே உடைந்து போன அலெக்சாவும், கிழிந்து போன ரெபிடெக்ஸூம், நிலைகுலைந்து கிடந்த டெல்லசும் வரவேற்றிருக்கிறார்கள்.

அடுத்தநாள் செய்தி என்னிடம் வந்து சேர்ந்தது. நான் அவனை அழைத்துக் கேட்டேன்.

“என்னடே ராத்திரியில பயங்கரமா சளம்பிட்டியாமே?”

“ஒண்ணும் இல்ல மச்சா! கேட்ட கேள்வியளுக்கு ஒழுங்கா பதில் சொல்ல மாட்டேன்னுட்டு! செவத்த தூக்கி ஒத்த வீசு! வாயப் பொளந்துட்டு!”

“அப்புடி என்னடே கேட்ட அதுகிட்ட?”

“வெயர் இஸ் மை லவ்வர் கிருபா? ன்னு கேட்டேன்!“

“அது யாருடே கிருபா?”

“அந்த வடக்கூருகார வண்டிவேய்! அந்த கரண்டாபீசுல வேல செஞ்சாம்லா போஸ்டு கம்பங் கஸ்பாரு? அந்தப் ப்ராந்தனுக்க மொவ! என்னய ஏமாத்திட்டுப் போனாள்’லா? செவத்த! ஒமக்கு எல்லாத்தையும் ஓர்மப் படுத்தணும்!”

“சரிசரி சொல்லு!”

“கிருபாவ எங்கேன்னு கேட்டென்!”

“செரி! அதுக்கு அலெக்சா என்ன சொல்லிச்சி?”

“குட்டன கெட்டிட்டா! குட்டன கெட்டிட்டா’னு கெடந்து ஊள போட்டு! அதான் ஒடச்சென்! எனக்கிட்ட இல்லாதது அந்த குட்டன் கூ...வுள்ளைக்கிட்ட என்ன ஓய் இருக்கு?”

“அட செவத்துப் பெயல! அது உன்கிட்ட, நீ சொல்றது புரியலைன்னு சொல்லிருக்கு! அதாவது ‘குட் நாட் கெட் யூ’னு அர்த்தம்! அதுக்கா அதத் தூக்கிப் போட்டு ஒடச்ச செவமே!”

“தொலையட்டும் ஓய்! அது வந்ததுலர்ந்து ஒரே செற மயிரு..! இதுக்கு பதிலா ஒரு குப்பிய வாங்கிட்டு வந்துருந்தாம்னா கும்பியாவது குளுர்ந்துருக்கும்!”

நான் ஃபோனைக் கட் செய்துவிட்டு உறங்கி விட்டேன்.

இப்படியாக இலவசமாகக் கிடைத்த தெங்கம்பழங்கள் சிலநேரங்களில் நாய்களால் உடைக்கப்பட்டுவிடும்.

கோலப்பனின் முள்ளும் தலையும்

கிறீஸ்துவுக்கன்பான கிரீஸ் டப்பா கிறிஸ்தவர்களே! ஞாயிற்றுக் கிழமைகளில் ஆலயம் அடைக்கப்படுவதென்பது எத்தனை கொடுமையான காரியம்? அதிலும் திராட்சை ரசக் கடைகள் திறக்க அனுமதியில்லை என்பது இன்னும் கொடுமையல்லவா? பூட்டிக் கிடக்கும் புலால் கடைகளைக் கண்டபோது இன்றைக்கு மரிக்காத ஆடுகளின் மீது கடும் கோபம் எழுகிறது.

“ஏய் கருத்த குறும்பாடுகளே! இயேசுகிறிஸ்துவின் கைகளிலிருந்து கீழே இறங்குங்கள்! நான் மட்டன் சாப்பிட வேண்டும்!”

குடும்பம் என்பது ஒரு குதிரையப் பந்தயம்! தோத்தா சுட்டுக் கொன்னுப்புடுவானுவ! ஆலயம் என்பது அடுப்பாங்கரை! கொஞ்சம் அசந்தா அடுப்புல தூக்கிப் போட்டுருவானுவ!

கர்த்தருக்கன்பான கடவுளின் பிள்ளைகளும் ஏரோது மன்னனின் வம்சமுமாகிய இந்திய இஸ்ரவேலர்களே! இயேசுகிறிஸ்து சொன்ன எல்லாவற்றையும் பின்பற்றும் திறமையும் தைரியமும் உங்களுக்கு இருப்பது குறித்த விந்தை எனக்கு எழுந்து பின்பு இறங்கி விட்டிருக்கிறது. பத்துக்கட்டளைகளோடு இன்னும் பத்து கட்டளைகளைச் சேர்த்து மொத்தம் முப்பது கட்டளைகளைக் கைக் கொள்ளுகிறீர்களே! நன்றிகள் ராஜா!

குடும்பம் என்பது வெட்டுக்குத்தி! வெட்டு வாங்குகிறவருக்கு மட்டுமே கண்ணு தெரியும்! வெட்டுக்குத்திக்கு கண்ணு தெரியாது! ஆலயம் என்பது ஆசான்! ஆப்பக்கணை அடவுகள் அத்தனையும் தெரியும்!

பரிசுத்தவான்களே பரிசுத்தவாட்டிகளே! கர்த்தர் உங்கள் வீட்டைக் கட்டுவாராகில் கொத்தனாருக்கு நீங்கள் அளிக்கும் கூலி விருதா! டைனிங் மற்றும் ட்ரெஸ்ஸிங் டேபிள் வாங்கி

வீட்டை நிரப்பி விட்டு, பரிசுத்தத்தையும்! தள்ளையையும், தகப்பனையும் தூக்கி வெளியில் வீசுவது விவிலியத்தில் இல்லாத காரியங்கள்! ஆகையால் துணிகரமாக செயல் படுங்கள்! கர்த்தர் உங்களின் வருகைக்காக காத்திருக்கிறார்! தகப்பனையும், தாயையும் கனம் பண்ணுங்கள் என்று சொன்னதற்கு கனம் மிகுந்த கல்லை எடுத்து தன்னுடைய தகப்பனின் மண்டையில் எறிபவன் பாக்கியவான்!

குடும்பம் என்பது ஒரு கலங்கிய குட்டை! மீனும் உண்டு! பாம்பும் உண்டு! நண்டும் உண்டு! ஆலயம் என்பது துப்பு வாளை மீன்! பொறிக்கலாம்! கறி வைக்கலாம்! குழம்பு வைக்கலாம்! ஆனால் கியாஸ் டிரபுள் வரும் முள்ளுள்ள மீன்களே என்னிடத்தில் வாருங்கள்! உங்கள் முட்களை நீக்கி நான் பல்படாமல் உண்ணுகிறேன்!

“வானுயர்ந்த சோலையிலே! நீ நடா.....ந்த பாதையெல்லாம்!” மன்னிக்கவும்! “வான் புகழ்... தேன்மலர்... தேவா ஸ்தோத்ரம்! கர்தருக்கே ஸ்தோத்ரம் தயாபரா!” இந்தப் பாடலை கோலப்பனின் மனைவி செல்லம்மா அத்தை பாடும்போதெல்லாம் “ஓசோன் ஓட்டை இந்தா அடைந்து போகும்!” என்கிற அளவிலேயே அந்த சந்தம் அமைந்திருக்கும்.

ஒருமுறை கோலப்பன் லேசாகக் கள்ளைக் குடித்துவிட்டு இவ்வாறு பாடினார், “கர்த்தரின் பந்தியில் வா சகோதரா ! கர்த்தரின் பந்தீ......யில் வா.............. !” பாடி முடிக்கவும் பனைமட்டை ஒன்று கோலப்பனின் மண்டையில் வீழ்ந்தது. பனங்கள்ளைவிடவும் பனைமட்டையடி கொடுத்த போதை அசாத்தியமாக இருந்தது. கோலப்பன் அங்கேயே உறங்கிவிட்டு அதிகாலையில் வீடு திரும்பினார்.

குடும்பம் என்பது கள்ளுக்கடை! தொட்டுக்கொள்ள கருவாடும் கிடைக்கும்! பனைமட்டை வெளுப்பும் கிடைக்கும்! ஆலயம் என்பது அந்திகிறிஸ்து! உள்ளேயிருப்பவர் கிறிஸ்து! வாசலிலமர்ந்து வாயைப் பிளப்பவன் அந்திகிறிஸ்து!

மேலேயுள்ள பாராக்களை நீங்கள் ஒரு கீர்த்தனையாகவே கருத வேண்டும்! பல்லவி, அனுபல்லவி, சரணம் இப்படி வரிசையாகக் கைக்கொண்டீர்களானால் தாவீது ராஜாவின் வம்சாவழியில் வந்தவர்களாக உங்களை நீங்களே அறிவித்துக் கொள்வதில் தவறொன்றுமில்லை. எல்லா மதக் கடவுள்களும் உங்களுக்காகவே

காத்திருக்கிறார்கள். காணிக்கைகளை எடுத்து வையுங்கள் கோலப்பன்களே! கோலம்மைகளே!

கோலப்பன் ஒரு போதகராக இருந்த சமயத்தில் ஆவியின் கனிகளாக ஒரு கிலோ சப்போட்டாவும்! கால் கிலோ பாஞ்சியும், அரைக்கிலோ கொய்யாவும் வாங்கி வைத்திருந்தார். அதில் ஒரு சப்போட்டாவை பூனை ஒன்று நக்கி வைத்ததைக் கண்டு கடும் கோபத்தில் அந்தப் பூனையைக் கடிந்தார்,

"அற்பமான பெர்ஷியப் பூனையே! நீ நாசமாய்ப் போவாய் நீ! ஆவியின் கனியையா நக்குகிறாய் நாயே? உனக்கெல்லாம் நல்ல சாக்காலமே கிடையாது!"

தமிழ் அறியாத அந்த சமஸ்கிருத கிருதி பிடித்த பூனை கோலப்பன் பாஸ்டரின் பிருஷ்டபாகத்தை நக்கி வைத்தது. "கோலப்பன் நல்ல பிள்ளைதான்... ஆனா நடுப் பொச்சிதனிலே ஒரு ஓட்டை!" பூனைக்கடிக்கு பூமியில் மருந்து இல்லாததால் கோலப்பன் பரமண்டலங்களில் சிகிச்சை பெற்றுக் கொண்டு புவிக்குத் திரும்பினார். பிறகெல்லாம் கோலப்பனின் பிரசங்கம் இவ்வாறுதான் அமைந்திருந்தது,

"எனக்கன்பான சபையோரே! ஒரே ஒரு சப்போட்டா பழம்தானே? போனால் போகட்டும்! ஆனால் பூனையின் திசையில் திரும்பாதீர்கள்! நாமெல்லாம் பாம்புதான் என்று நினைத்துக் கொண்டிருந்தோம்! ஆனால் பூனைதான் நித்திய சாத்தான்! அப்பாலே போங்கள் திருமிகு பூனைகளே!"

குடும்பம் என்பது தோட்டம்! கத்திரிக்காயும் உண்டு! காசரளியும் உண்டு! வித்தியாசம் தெரியாமல் அள்ளி அமுக்கினால் பரலோக ராச்சியம் உங்களுக்குச் சமீபமாக இருக்கும்! ஆலயம் என்பது அடகுக்கடை! நீங்கள் ஈடு வைக்கலாம்! கடவுள்தான் மீட்பரும், மீட்டுபவரும்!

சாதிக் கிறுக்கர்களே! சாரி! சாதிக் கிறிஸ்தவர்களே! நீங்கள் இதுவரைக்கும் பூசின ஈயத்துக்கே கணக்கு வழக்கில்லை... கொஞ்ச நாட்கள் அமைதியாக இருங்கள்! இன்று ஓய்வு நாள்! ஓய்ந்திருங்கள்! நாளைக்கு மாலிக் பாய் மட்டன் கிடையைத் திறப்பார்! பழனி மாமா பச்சை போர்டு கடையைத் திறப்பார்! அப்புறம் வாயில் பூசலாம்!

கோலப்பன்களும் செல்லம்மைகளும் சாதி பார்த்ததில்லை. ஆனால் தங்கள் பிள்ளைகளுக்கு சொந்த சாதியிலேயே வரன் பார்ப்பார்கள். சாதி என்பது கிறிஸ்தவத்துக்கு வெளியில் இருக்கிறது! அதை ஒருபோதும் இந்தக் கிறிஸ்தவர்கள் அனுமதிப்பதில்லை அல்லேலூயா!

குடும்பம் என்பது ஒரு குத்துக்கல்! நட்டு வைத்தால் மைல்கல்! கிடப்பில் போட்டால் படித்துறை! ஆலயம் என்பது ஆப்பம்! கோழிக்கறியும் தொட்டுக்கொள்ளலாம்! தேங்காய்ச் சட்டினியும் தொட்டுக் கொள்ளலாம்!

"படிக்கும் எல்லாப் புத்தகங்களிலும் இருந்து நீங்கள் கொள்கைகளைக் கைக் கொள்ளலாம்! விவிலியம் படிப்பது விருதா! ஏனென்றால் எங்கள் எல்லா சந்தோஷங்களுக்கும் திருவிவிலியம் தடையாக இருக்கிறதே ஐயகோ!" என்றாள் செல்லம்மாள். கோலப்பன் தன்னுடைய பாஸ்டர் பதவியிலிருந்து ரிட்டையர்டாகி விட்டிருந்ததால் அவருக்கு செல்லம்மாளின் கருத்தில் பெரிதாக முரண்பாடு இல்லை.

"விதி வீட்டினிலே! விவிலியம் வீதியிலே!"

குடும்பம் என்பது முள்ளும் தலையும்! தின்றவுடன் சோப்பு போட்டு கழுவிவிட வேண்டும்! இல்லையென்றால் மணக்கும்! ஆலயம் என்பது அடைப்பு! அடங்கிக் கிடங்கள்! ஞாயிற்றுக் கிழமை கோழி தின்னாவிட்டால் சீவன் ஒண்ணும் போயிறாது! நீங்கள் ஜெபிக்கலாம்! குதிக்கலாம்! வீட்டில் கிடங்கள்!

குடும்பம் என்பது ஆமைக்....

"வீட்டுக்குப் போலே! ரோட்டுல சுத்தப் புடாதுன்னு தெரியாதா?"

இவண்,

நட்புமிக்க காவல் துறை

"இந்தா போயிர்ரென் ஐய்யா!"

கொலைகார கோலப்பன்கள்

கோலப்பன் மாமா அப்போது காவல்துறை உயரதிகாரியாகப் பணியாற்றினார். ஒருமுறை ஆனைக்கட்டி வனப்பகுதியில் சாராயம் வடிப்பவர்களைப் பற்றிய தகவல் கிட்டியதும் அங்கே விரைந்தார்கள். கைதி ஒருவனின் சட்டைப்பையில் இருந்து எடுத்த காசில் ஸ்டேஷனில் இருந்த அனைவருக்கும் தோசை வாங்கி வழங்கப்பட்டது.

கைதியின் காசு பார்த்த பார்வை அடர்ந்த வனப்பகுதியில் வைத்து கோலப்பனின் வயிறு கலங்கியது. ஜீப்பை சாலையில் நிறுத்திவிட்டு இருட்டுக்குள் ஓடிப்போய் பேண்டைக் கழற்றிவிட்டு குத்த வைத்திருக்கிறார். அண்ணாந்து மேலே பார்த்தவருக்கு அதிர்ச்சி காத்திருந்தது. வானத்தில் இருந்த நட்சத்திரத்தில் இரண்டண்ணம் மாத்திரம் கீழே இறங்கி வந்து அசைந்ததைக் கண்டார்.

காதலிகளின் கண்களை மாத்திரமல்ல; காட்டு யானைகளின் கண்களையும் நட்சத்திரத்தோடு ஒப்பிடலாம்! என்னும் காரியம் கோலப்பனுக்கு சற்று நேரத்தில் உரைத்தது. எதிரில் நின்றது ஒரு ஒற்றை யானை. அந்த யானை பெருங்குரலெடுத்து பிளிறவும், கோலப்பனின் பின்பக்கம் ஒருசேரப் பிளிறி யூனிஃபார்ம் காயாவனமாகி குடல் முழுவதும் காலியானது.

எதிரில் குத்த வைத்திருக்கும் கோலப்பன் ஒரு டி.எஸ். பி என்பதும் அவரது தோள்பட்டைகளில் இருக்கும் நட்சத்திரங்களுக்கு ஊருக்குள் ஒரு தனிமரியாதை உண்டென்பதும் அந்தக் காட்டு யானைக்குத் தெரியுமா? துதிக்கையால் ஒரு எத்து. தான் போட்ட சாணியின் மீதே உருளுவதென்பது ஒரு பாக்கியம். சத்தம் கேட்டு ஓடிவந்த போலீஸ்காரர்கள் மயங்கிக் கிடந்த கோலப்பனைக் கொண்டு போய் காட்டாற்றில் கழுவிக் கொண்டு வந்து

ஜீப்பில் கிடத்தவே அங்கே சாராயம் வடித்தவர்கள் மகிழ்ந்து போனார்கள்.

யானை ஒரு கசவாளி. அதற்கு கருங்குரங்கு விட்டையும் காக்கிச் சட்டையும் ஒன்றுதான்.

“போலீஸ்காரனையே எதுத்துப் பேசுகியாலே தா...ளி மவன?” என்று சாலையில் வைத்து ஒரு முதியவரைப் போட்டு பொளந்துவிட்டு வீட்டுக்கு வந்த கோலப்பன் கிணற்றுக்குள் விழுந்து விட்டார். அந்தக் கிணற்றுக்கு எப்படித் தெரியும்? தன்னுடைய மடி மீது வீழ்ந்தவர் ஒரு மகாகனம் பொருந்திய டி.எஸ்.பி என்பது? கிணறு ஒரு தெண்டி. அதற்கு தன் மீது விழும் தண்ணிவாளியும் ஒன்றுதான்... செத்தத் தா....ளியும் ஒன்றுதான்.

இரண்டு கால்களும் திருங்கிய நிலையில் மருத்துவமனைக்குக் கொண்டு செல்லப்பட்டு ஸ்ட்ரெக்சரில் ஏற்றினார்கள். அங்கே கோலப்பனுக்குப் பண்டுவம் பார்த்த செவிலிப்பெண் யாரென்றால் கோலப்பனால் ரோட்டில் வைத்து தாக்கப்பட்ட அந்த முதியவரின் பேத்தி.

காலம் ஒரு இருபுறமும் கருக்குள்ள பட்டயம்! பீதாம்பரத்தையும் வெட்டும்! பிருஷ்டத்தையும் வெட்டும்!

ஒருமுறை கோலப்பன் என்னிடம், யூனிஃபார்ம் மாட்டியவுடனே தனக்குள் வீரம் பாய்வதாகச் சொல்லிவிட்டு டியூட்டிக்குப் போனவர். வரும்போது டிப்பார்ட்மெண்ட் துப்பாக்கியைத் தொலைத்ததாக சஸ்பென்ஷன் ஆர்டர் வாங்கிவிட்டு வீட்டுக்கு வந்தார். அவர் மறந்து விட்டுப்போன துப்பாக்கியைத் தூக்கி வாழைமூட்டில் புதைத்து வைத்ததே நான்தான். ஆறுமாசம் வனவாசத்தில் தோட்ட வேலை பார்த்தார் கோலப்பன் டி.எஸ். சூப்பி.

ஒருநாள் கோலப்பன் தோட்டத்திற்கு நீர்ப் பாய்ச்சவேண்டி ஒரு வாழைமரத்து அடியில் தோண்டவே தன்னுடைய வேலையைத் தொலைத்த துப்பாக்கி துருப்பிடித்த நிலையில் கண்டெடுக்கப் பட்டது. அதை எடுத்துக் கொண்டு எஸ்.பி ஆபீசுக்கு ஓடினார் கோலப்பன். துப்பாக்கியை மண்ணுக்குள் புதைத்து வைத்த அலட்சியத்துக்கும், அரசாங்கப் பணத்தில் வாங்கிய துப்பாக்கியை அராஜகமான முறையில் நடத்திய குற்றத்துக்காகவும் வழக்குப் பதிவு செய்யப்பட்டு கோலப்பன் முன்னாள் டி.எஸ்.பி ஆனார்.

துப்பாக்கியென்பது ஒரு துக்கிரிப்பயல்.. துடிக்கவும் செய்யும்! காறி மூஞ்சியில் துப்பவும் செய்யும்!

நான் ஏன் துப்பாக்கியைப் புதைத்தேன்? அங்கேதான் காலம் பதில் சொல்ல வேண்டிய கட்டாயத்துக்கு ஆளாகிறது. அப்போது நான் ஏழாம் வகுப்பு படித்துக் கொண்டிருந்தேன். அதுவரையிலும் ரேஷன் கடையில் வேலை பார்த்துக் கொண்டிருந்தார் கோலப்பன் மாமா. அவர் ஒரு சாந்தசொரூபி. வேலை முடிந்து வரும்போதெல்லாம் எனக்கு தேன் மிட்டாயும், கடலை மிட்டாயும் வாங்கி வருவார்.

அப்போதுதான் அவருக்கு போலீஸ் வேலை கிடைத்தது. சொந்த ஊரில் போஸ்டிங் கிடைக்கப் பெற்றவர்கள் பாக்கியவான்கள். டிரைனிங் முடிந்து வந்த கோலப்பன் செய்த முதல் வேலை தன்னோடு ரேஷன் கடையில் சண்டை போட்டவர்கள் அனைவருக்கும் கஞ்சா கேஸ் போட்டு மகிழ்வித்தார்.

தன்னுடைய புஜபலத்தை என்னிடம் காட்டிய அவரை அவரது வீட்டுத் திண்ணை வரவேற்றது.

“மருமோன மாமாக்க ஆர்ம்ஸ பாத்தியா? இதுல மாத்திரம் ஒரு அடி வாங்கிப் பாக்கியா?” என்றவாறே என்னுடைய வயிற்றில் ஒரே குத்து! அபரிமிதமான வலியில் பொங்கி வழிந்து தேர்ந்தெடுக்கப் பட்ட வசீகரச் சொற்களால் ஒரு பாடலை நான் கோலப்பனை நோக்கிப் பாடினேன்.

“தள்ளைய...! கொப்பன...! கொம்மைய...! பூக்களின் மகனே! பூச்சிகளின் புதல்வனே...! சுடுதண்ணியில் பிறந்தோனே! கூக்குரலுக்குப் பிறந்த கூவையே! குருவிகளின் மன்னா!”

என்று எதையும் அச்சிலேற்ற முடியாதவண்ணம் அந்த ரீங்காரம் அமைந்து போனது. இந்தத் தேன் சொட்டும் வார்த்தைகளின் இனிமை கோலப்பனின் காதுகளில் தேனீக்கள் வந்து கூடு அமைக்கும் அளவுக்கு இருந்ததில் கோலப்பனுக்கு அதிர்ச்சி. தான் வளர்த்த கன்றுக்குட்டி தன்னையே ஏறி மேய்ந்தது குறித்த கவலை அவரை ஆட்கொண்டது. விஷயத்தைக் கேள்விப்பட்ட என் ஆச்சி அவளது பங்குக்கு ஒரு துதிக் கீர்த்தனையை பாடினாள்.

“எலே கோலப்பா! பிச்சிப்பூவின் மகனே! எம்புள்ளைய எதுக்குலே அடிச்ச! உண்டோ உண்டோன்னு கவர்மேண்டு வேலைக்கி நாயா அலஞ்சப்பம் இந்தக் கையிதான சோத்துக்கு வந்து எங்கூட்டு வாசல்ல வந்து கையேந்திச்சி?” இப்ப எனக்க பேரம்மாருக்க

மேலைய ஓங்குகா? வேலையத்துப் போயி ரேசங்கடைல சேத்து விடு பெரியப்பான்னு இங்க வந்து நக்கிட்டு நின்னது மறந்து போச்சால கொடத்தக் கெடந்தவன? இந்த வேல மட்டும் இல்லைன்னா நாயி கூட உம்மூஞ்சில மோளாது! ரிட்டையர்மெண்டுக்கப்புறம் ரோட்டுல கஞ்சிக்கி சிங்கியடிக்கம்போ தெரியும்! மரியாதைக்கி இல்லைன்னா தலையில இருக்க தொப்பி கழந்துரும் பாத்துக்கா! தொடுவட்டிக்கிப் பொறந்த எச்சக்கல கூதற நாய!"

கோலப்பன் தேனப்பன் ஆனார். வீட்டில் செல்லம்மை அத்தை தன்னுடைய பங்குக்கு யூனிஃபார்முக்குத் தீயை வைத்து பாயை எடுத்துத் திண்ணையில் போட்டு விட்டு கதவை உள்பக்கமாகத் தாழிட்டாள். அதுதான் திரிசங்கு நிலை என்பதை கோலப்பனுக்கு நான் எடுத்துரைக்கும் போது என்னுடைய வயது பதிமூன்றுகள்.

வீட்டில் நடையேற்றாத காரணத்தால் பெரும்பாலும் கோலப்பனுக்கு நைட் டியூட்டிதான் கிடைத்தது. அப்படி ஒருநாள் இரவு ரைடு போன இடத்தில் ஜீப் ஓட்டுனர் உறங்கி வழிந்து ஒரு மணல் லாரியின் பின்பக்கம் முத்தமிட்டார்.

அதிர்ஷ்டவசமாக போலீஸ் ஜீப்புகளில் சீட்பெல்ட்டும், ஏர் பலூனும் இல்லாததால் கோலப்பனின் தலை டேஷ்போர்டுக்குள் புகுந்து கொண்டது. தான் யார் என்பதே கோலப்பனுக்கு மறந்து போனது. ஆறு மாதமாக மதி மயங்கிய நிலையில் மெடிக்கல் லீவில் இருந்த கோலப்பன் ரேஷன் கடை வாசலில் படுத்துறங்கினார். காலம் ஒரு நட்டுவாக்காலி. இரண்டு பக்கமும் கடிக்கும்.

இதோ கோலப்பன் பணி ஓய்வு பெற்று ரேஷன் கடை வாசலில் வந்து சீனி வாங்க கியூவில் நிற்கிறார்.

வாழ்க்கை ஒரு அரைவட்டு. செத்தும் கிடக்கும்! செவுட்டிலும் அடிக்கும்!

காவல்துறையினர் ஒன்றும் கடவுள்களல்ல! பொதுமக்களின் வரிப்பணத்தில் ஜீவிக்கும் சாமானியப் பொதுப்பணி ஊழியர்கள்தாம் என்பதைக் கோலப்பன்கள் தங்களுடைய ஓய்வுக்காலத்தில் உணர்ந்து கொள்வதுதான் ஆகப்பெரிய வருத்தம்.

வாழும்வரைக்கும் பிறரைத் தொந்தரவு செய்யாமல் வாழ்வதுதான் மனித வாழ்வு. ஐம்பத்தியெட்டு வயது வரைக்கும் இருக்கும் அதிகாரத்தில் ஆடும் அரக்கத் தனத்துக்கு மரணமே மேல். உங்கள்

குடும்பத்தினராவது உங்களை மன்னிக்கட்டும் காட்டுமிராண்டிக் காவலர்களே!

செய்தது எத்தனைப் பெரிய தவறாய் இருந்திருந்தாலும் சித்திரவதைக்கு ஆளாகிச் சாதல் என்பது மிகப்பெரும் கொடூரமான மரணம். சாத்தான்குளத்தில் வம்படியாச் செத்துப்போன பெனிக்சுக்கும், அவரது தகப்பனுக்கும், காவல்துறைக்கும், இந்த அரசுக்கும், இது சார்ந்த அத்தனைத் துறைகளுக்கும் கண்ணீர் அஞ்சலி!

(நேர்மையான காவலர்கள் மற்றும் மனிதர்களுக்கு இது பொருந்தாது)

தங்கப்பனின் வெள்ளாவி

'தமையர்களின் கைகளினால் தகப்பன்கள் வெளுப்பு வாங்கும் தருணம்தான் எத்தனை உன்னதமானது?'

அந்திக்கருக்கலில் இரண்டு குப்பிகள் மாம்பட்டையினை அருந்திவிட்டு வீட்டிற்கு வந்துதும், வராததுமாக தன் மனைவி அன்ன பாக்கியத்தை அன்னக்கரண்டியால் விரசமுற்பட்டார் தங்கப்பன்.

கொத்தவேலைக்குப் போய்விட்டு வீட்டின் பின்பக்கம் குளித்துக் கொண்டிருந்த தன் மகன் லாசரைக் குறித்து விசாரிக்காமல் போனது ஒன்றும் தங்கப்பனது தப்பில்லை என்றால் அதை ஒத்துக் கொள்ளத்தான் வேண்டும்.

அன்னக் கரண்டியைத் தன் நெற்றியில் ஏந்திக் கொண்ட அன்னபாக்கியத்தின் குரல் புழக்கடையைத் தாண்டி குளத்தின் மறுகரை வரை எதிரொலித்தது. தன் தாயின் அலறல் சத்தம் கேட்டு ஓடிவந்த லாசர் கொடுத்த ஒற்றை மிதியில் வீட்டின் கூரையைப் பிய்த்துக் கொண்டு பறந்தே வெளியில் போனார் தங்கப்பன்.

போதாக்குறைக்கு வெளியில் பாய்ந்த லாசர், தங்கப்பனை வெள்ளாவியில் வைத்து வெளுத்தான். தங்கப்பன் ஆட்டு உரலில் இருந்து வைக்கோல் போருக்கு இடம்பெயர்ந்தார். மறுபடியும் வைக்கோல் போரிலிருந்து குளத்துக்குள் பறந்தார், மீண்டும் குளத்திலிருந்து தூக்கப்பட்டு முற்றத்தில் கிடத்தப்பட்டார்.

லாசர் தங்கப்பனை எச்சரித்தான். "இனிமேலால் சிக்கப் போட்டுகிட்டு வீட்டுல வந்து நாடவம் ஆடுனீருன்னு வச்சிக்காரும்.... தவப்பம்ன்னீ பாக்க மாட்டேம் பாத்துக்கிடும்! தெக்க தூக்கிட்டு போவேண்டியது வந்துரும்...!"

மயக்கத்தில் இருந்த தங்கப்பன் தெற்குப்பக்கம் சுடுகாடு இருப்பதை நினைவு கூர்ந்தார். ‘கண்விழித்தால் மீண்டும் தாக்குவானோ?’ என்ற நிஜம் உதறவே மயங்கியது போல நடித்துக் கொண்டே முற்றத்தில் படுத்திருந்தார். மட்டக் கட்டையும், செங்கலும் பிடித்து பழகிய லாசரின் கைகள் கொண்டு தடவப்பட்டதால் தங்கப்பனின் திருமேனி கதகத’வென ஆகிப்போயிருந்தது.

குளித்துமுடித்து சட்டையை மாட்டிக் கொண்டு வெளியே வந்த லாசர் தன் தந்தையின் உடல் அசைவற்றிருப்பதைப் பார்த்ததும் கண்டு பிடித்து விட்டான்,

“செவம் எப்புடி நடிக்கி? அடிபடாத மாடு தொழுவத்தச் சவுட்டுமா? புள்ள மாதிரி ஒழுங்கா இருந்தீர்’னா ஒம்ம தேகத்துக்கு நல்லது! இல்லைன்னா ஒடம்பு ஒலஞ்சிரும் பாத்துக்கிடும்!”

என்றவாறே ஊர்ச்சந்திக்கு நடையைக்கட்டினான். மகனின் தலைமறைந்ததும் தங்கப்பனின் உணர்வுகள் உயிர்த்தெழுந்தன....

“எட்டீ! மொவன கண்ண காட்டி வுட்டுகிட்டு, ஒண்ணுந்தெரியாத ஓம்பரம் மாறியா நிக்கியா! இருட்டி... இன்னா வந்துகிட்டு... நல்ல காட்டுப்பன ஏறுன தெங்குட்டி நா! எம்மேலயே ஒம்மொவன் வந்து ஏறிகிட்டு போறானா? வூட்டுக்கு வருவாம்லா! பெத்த புள்ளையாச்சேன்னி சீவனோட உட்டம்பாத்துக்கா! இல்லையின்னா இந்நேரம் அவனுக்க காத்துப்போன தேகந்தான் இங்கன கெடந்துருக்கும்...!”

அன்னபாக்கியம் உள்ளிருந்து குரல் கொடுத்தாள், “அவந்திரும்பி வாறதுக்க மின்னக்கூட்டி கஞ்சிய குடிச்சிக்கிட்டு பாயில கெடந்தீருன்னா ராத்திரிக்கி அடி தப்பும்... இல்லையின்னா வீங்குன குறுக்குல எண்ணைய தடவிக்கிட்டு கமுந்து படுக்காண்டி வந்துரும்... எப்புடி சவுரியம்?”

தங்கப்பன் திண்ணையில் அமர்ந்திருந்த தன் தாய் ஏசுவடியாளை ஏறெடுத்தார்,

“ஏ தள்ளே! இங்கன போட்டு அந்த வீசு வீசுனானே என்னிய! ஒரு வார்த்த வாயத் தொறந்து யாம்னு கேட்டியா நீசப்பாவி! எங்குறுக்குல சவுட்டும் போதாவது நீ சொல்லிருக்காண்டாமா? எலேய் லாசரு! ஒன்னயத் தூக்கிச் சொமந்த முதுவுன்னு? இத்தன வருசத்துல நீயோ, என்னப் பெத்த தவப்பனோ எம்மேல கைய

வச்சிருப்பீயளா? இல்ல அந்த மனுசன் உசுரோடயிருந்திருந்தா இந்த சின்னப் பெயக்கள்ளாம் என்னய கைய நீட்டுவானுவாளா?"

ஏசுவடியாள் வீட்டுக்குள் பார்த்து குரல் கொடுத்தாள், "எம்மாளு அன்னபாக்கியம்! மாடு தொழுவத்துக்கு வந்துட்டுன்னி நெனைக்கேன்.... செவத்துக்கு தண்ணிய வையி! பாழப்போன கண்ணு எழவுந் தெரியமாட்டங்கு... காதும் பூசுனாப் போலதான் கேக்கு....!"

"அது காதா? காக்கமூரு வாமடையா? இவ்வளோ நேரம் ஓங்கிட்ட வந்து அழுதனே பாவி மட்ட!" தங்கப்பன் அயர்ந்து போனார்.

வீட்டுக்குள் அமர்ந்து படித்துக் கொண்டிருந்த மூன்றாவது மகன் மிக்கேல் தங்கப்பனிடம் கேட்டான்."எப்பா! நீ எதுக்குப்பா அண்ணன போட்டு அந்த அடி அடிச்சா? பாவம்லா அவென்?"

தங்கப்பனுக்கு நாக்கு வற்றிப் போனது. "குஞ்சாமணி கணக்கா கெடந்துட்டு எவ்வள பரியாச மயிரு அடிக்கி செவம்?"

தங்கப்பன் வீட்டுக்குள் வந்து அமர்ந்தார். கும்பாவை எடுத்து வைத்து கஞ்சியை ஊற்றினாள் அன்னபாக்கியம். காணத் துவையலைக் கண்டதும் தங்கப்பனின் முகம் மாறியது.

"தேங்காத் தொவயல எங்கட்டி எழவு முடிவா? ஒன்னயெல்லாம் கெட்டிக்கிட்டு வந்து பாடாப் படுகனே இறைவா? எவம்ட்டி ஒனக்கு பேரு வச்சான்? அன்...........ன பாக்கியம் கு...ண பாக்கியம்னு? யோக்கியமான பேரு! த்தூ! நீ என்னக்கி இந்த நடைய சவுட்டுனியோ அன்னைக்கே இந்த வூடு நாசமாப் போச்சி!"

"எந்த வூடு? இது எங்க ஐயங்கெட்டித் தந்த வூடுல்லா! ஒம்ம வூட்டுல தவாலில்லா படுத்துருக்காம்!" என அன்னபாக்கியம் ஆரம்பித்தாள்.

"தவாலியோ... தா.....ளியோ! எனக்க வூடு அடமானம் போனதுக்கே ஓங்கப்பந்தானே காரணம்?"

"என்னவாம்? நீரு மட்டும் வாயி மயித்த வச்சிக்கிட்டு சூதானமா இருந்திருந்தீருன்னா அன்னிக்கி அந்த பெகளம் நடந்துருக்குமா?"

"ஒங்கப்பன் அன்னிக்கி எனக்க வூட்டுக்கு எதுக்குட்டீ வந்தான்....? இங்கன கெடந்துருக்க வேண்டியதானே? அங்க வராம இருந்துருந்தா அது நடந்துருக்குமா?"

“எங்கப்பன் வூட்டுக்குத்தானே வந்தாரு? அவர எதுக்குச் சாராயக்கடைக்கி கூட்டிட்டு போனீரு? போனதாலதானே கத்திக்குத்து வாங்குனீரு?”

“எனக்க மாமனார கத்திய எடுத்துக் குத்துனவன நாஞ்சும்மயா வுட முடியும்? அதான்.... அவனத் தூக்கித் தல கீழ நாட்டுனேன்!”

“அதாம்ணா? எங்கய்யன குத்துனவன நீரு குத்த வேண்டியதானே? நீரும்லா கத்திக்குத்து வாங்கிட்டு வந்து ஆஸ்பத்திரில கெடந்தீரு! ஆழமா நெஞ்சில குத்து வாங்குனதால எங்கய்யனும் வாயப் பொளந்தான்....? ரெண்டு பேருக்க பண்டுவமும், காடாத்தும், கல்லெடுப்பும் பாத்து வீட்ட நட்டாத்துல வுட்டதுதா மிச்சம்?”

“என்னம்மோ.... வுட்டா ரொம்ப எகத்தாளமா பேசிக்கிட்டு கெடக்க? வாயக் கிழிச்சிருவம்பாத்துக்கா?”

“ம்க்கும்... கிழிப்பீரு! கிழிப்பீரு! இத்தன நேரம் திண்ண முத்தத்துல மல்லாந்து கெடந்தது ஓர்மைல இருக்கா?”

வெளியே நாய் குரைக்கும் சத்தம் கேட்டவுடன் கிழவி சொன்னாள்,

“யம்மாளு தங்கப்பென் வந்துட்டாம்னு நெனைக்கேன்..!”

தங்கப்பன் சூடானார், “பாத்தியா கெழவிக்க ஏடாம்ப? வெளிய நின்னு அவ்வளவு நேரம் கழுதையா கூவிருக்கேன்... மாடு தொழுவத்துக்கு வந்துருக்குன்னு சொன்னா! இப்போ நாயி கொலைக்கி... என்னய சொல்லுதா! இன்னிக்கி இவள???” என்றவாறே எழுந்து வெளியே போனார். அப்போது வீட்டின் வெளியே வந்த முருகன் தங்கப்பனிடம்,

“என்ன தங்கப்பண்ணோ! கொளத்துல சாடிச்சாடி குளிச்ச மாதி இருந்தே.... என்ன விசேசம்? லாசரு ஒம்ம தலையில தூக்கிட்டு போனாம்... என்ன காரியம்? ஒண்ணும் வெளங்கல?”

தங்கப்பன் சொன்னார், “ஆமா! ஒங்கம்மைக்கி ஏழாங்கெழமல்லா... அதாங்குளிச்சேன்.... போல அந்தால! அரையள பட்டுட்டுப் போயிறப்புடாது....!”

“போண்ணே! நீ வயித்துக்குப் பட்டதத்தான் சாயந்திரம் நாம் பாத்தம்லா?”

தங்கப்பன் வீட்டை நோக்கிச் சொன்னார், “எட்டூ! இன்னிக்கி இருக்குட்டி அந்த காவக்கார நாய்க்கி.... பன மட்டையெடுத்து அவம் மண்டையில கோடு போடுகனா இல்லியான்னு இன்னிக்கி

பாரு... தெருவுல போற கூய்வுள்ளைய எல்லாம் யாங்கிட்ட வந்து எக்கண்டம் வக்கி! இன்னைக்கி ஒரு வெளாட்டு உண்டும்! தங்கப்பெம் மான் கொம்ப ஏந்திக் கொறைய காலம் ஆகுல்லா!"

என்றவாறே பனைமட்டையை எடுத்து உரிக்கத்துவங்கினார். தெருவில் போகிறவர்கள், வருகிறவர்களெல்லாம் தங்கப்பனையே பார்த்துக் கொண்டு சென்றார்கள். தன்னையே கண்கொட்டாமல் பார்த்த வடிவழகியிடம் தங்கப்பன் கேட்டார்.

"இங்க என்னத்தளா செறஞ்சி பாக்கிய? நா என்ன உரிஞ்சி போட்டுக்கிட்டு சீலையில்லாமையா நிக்கேன்?"

"இல்ல தங்கப்ப மச்சா! பன மட்டய உரிக்கிதியளே... சொக்கப்பன கொளுத்தப் போறேளோன்னு பாத்தேன்....!"

"யாம்டி ஒம்மாப்ளய மட்ட உரிக்கச் சொல்லி பாக்க வேண்டியதானே...? இங்க வந்து பாத்துட்டு கெடக்க.... போய்த் தொல அந்தால.... இங்க ஒருத்தன இன்னிக்கி.... தள்ளே....! அவனா நானான்னு இன்னைக்கி பாக்கட்டு....!"

என்று சொல்லிக் கொண்டே பின்பக்கம் திரும்ப எதிரில் லாசர் நின்று கொண்டிருந்தான்.

"எட்டீ பாக்கியம்.... மொவேன் வந்துட்டாம்ளா... சோத்த போட்டு வையி... புள்ளைக்கி பசிக்கும்லாடியேய்..?" என்று சொல்லிவிட்டு லாசாரின் முகத்தைப் பார்க்காமலேயே,

"நீ உள்ள போடே மக்கா.... அப்பா காலத்த அடுப்பு பத்த வைக்க பனமட்ட வெட்டிக்கிட்டு நின்னேன்.... வெளிய போட்டம்னா மழ பெஞ்சி ஈரமாயிரும்லா.... நா லேசா மேலுக்கு நனச்சிக்கிட்டு வந்துருகேன் ... நீ போயி கஞ்சியக் குடி!" என்று சொல்லியபடியே குளத்துக்குள் இறங்கினார் தங்கப்பன்.

தங்கப்பனும் கோலப்பனும் ஒண்ணு! அறியாதவன் வாயில மண்ணு!

அரணையப்ப கோ(லப்ப)ஸ்வாமி

"இதனால ஊரு சனங்களுக்கு அம்பலப் படுத்துகது என்னன்னா, நம்மூருல உள்ள எல்லா பெயலுவளும் அவங்கவங்களுக்க வூட்டு மேற்க்கூரையள ஊருக்கு அர்ப்பணிக்கணும்! நம்ம தலைவரு பக்கத்தூருகார தெய்வங்களுக்கு நம்ம எல்லாருக்க வூட்டுக் கூட்டுக் கூரையளயிம் தார வாக்குறம்னு வாக்குக் குடுத்துட்டாரு சாமியோ! டம் டம் டம்!"

இந்த முரசுச் சத்தத்தைக் கேட்ட ஊரிலுள்ள ஆறறிவு படைத்த மனிதர்கள் கோபமடைந்தனர்.

"இவேம் எவம்புல கோம்பத் தா...ளி? நம்மூட்டுக் கூரைய வெளியுரு காரனுக்குக் குடுக்கதுக்கு? இதுவரைக்கும் வித்து நக்குனதெல்லாம் போறாதா? கொப்பன...ளி!"

ஊரிலுள்ள இரண்டறிவு படைத்த கசவாளிகள் அனைவரும் கன்னத்தில் போட்டுக் கொண்டனர்.

"யேயப்பா! நம்மூட்டுக் கூரைய வெளியுருக்கு... அதுலயும் தெய்வங்களுக்குக் குடுக்கதுன்னா சாமானியமான காரியமா? நாம கூரைய குடுத்தம்னாக்கா சாமி கூறையப் பிச்சிக்கிட்டு கூடுதலா குடுக்குமுலேய்! எண்டே பகவதி மாதாவே!"

முரசறைந்தது வேறு யாருமல்ல! கோலப்பன்தான். கோலப்பனின் சிறுவயதில் காலில் ஒரு அரணைப் பல்லி நக்கியதால் கோலப்பன் செத்துவிடுவானோ என்று பயந்து அவனது தாய் புய்ப்பம் சாமிக்கு சாராயமும், சுருட்டும் வைப்பதாக வேண்டிக் கொண்டாள். 'அரணை தன்னுடைய நாக்கினால் யாரையாவது நக்கினால் நக்குண்டவர்கள் நட்டுக் கொள்வார்கள்' என்றொரு அரிதான கற்பனை ஊருக்குள் திரிந்தது.

'அரணை ஒரு மனிதனை... அதுவும் கோலப்பன் மாதிரி விஷப்பயல்களை நக்கினால் அரணைக்குதான் மரணம் நேரும்!' என்ற சின்ன அறிவு கூட இல்லாத ஊர் அது. அந்த அரணை கோலப்பனை நக்கிவிட்டு அவனது வீட்டின் பின்பக்கத்தில் வைத்து பரிதாபமாக மரித்த காரியம் யாருக்கும் தெரியாது.

"நாம் இன்னாரை நக்கியதாலேயே தான் மரித்தோம்!" என்ற காரியம் அந்த அரணைக்கும் தெரியாது என்பதுதான் பரிதாபமான காரியம். சாமியின் அருளாலேயே கோலப்பன் அரணையின் கொடும்விஷத்திலிருந்து தப்பினதால் கோலப்பனுக்கு 'அரணையப்ப கோலப்பஸ்வாமி' என்ற அரிதான பெயரை வைத்தாள் அறிவாளி புய்ப்பம்.

ஊருக்குள் சதாகலமும் கோள்மூட்டி சண்டை இழுத்து விட்டு ஒவ்வொரு குடும்பத்தைப் பிரித்தும், கொலைக்களங்களுக்கு ஆளாகியதாலும் கோலப்பன் ஒரு மனித உருவிலான அரணையாகவே பாவிக்கப் பட்டான். தரையில் ஊர்ந்து போகாததது ஒன்றுதான் குறை.

அப்படித்தான் ஒருமுறை வடக்குத் தெரு அழகுசுந்தரி தனது வீட்டு அடுப்பாங்கரைக்குள் வைத்து தனது பகல் காதலன் பசுங்கண்ணனோடு சேர்ந்து ரகசிய கஞ்சியும், கூட்டும், கறியும் சமைத்துக் கொண்டிருந்த சமயத்தில் வீட்டுக்குள்ளிருந்து கேட்ட அன்னக் கரண்டியால் சட்டியைச் சுரண்டும் சப்தமும், கசிந்த புகையும் உள்ளே நடந்த ச'மையலை' ஊருக்குள் அறிவிக்கவே, அதைக்கண்ட கோலப்பன் ஓடிப்போய் சுந்தரி வீட்டுக் கதவை வெளிப்புறமாய்த் தாளிட்டுவிட்டு வந்துவிட்டான்.

அதோடு நில்லாமல் சுந்தரியின் கணவன் கதிரேசனை விளித்துக் கொண்டு வந்து "உன் வீட்டுக்குள் பாம்பு ஒன்று புகுந்து விட்டது" என்று சொல்லி கருக்கரிவாளைக் கையில் கொடுத்து வீட்டுக்குள் அனுப்பி வைத்துவிட்டு மீண்டும் கதவை வெளிப்புறமாகத் தாளிட்டுவிட்டான்.

உள்ளே கிடந்த பசுங்கண்ணப் பாம்பினைக் கண்ட கதிரேசன் கடும்கோபத்தில் பாம்போடு மோத கதிரேசனின் கையிலிருந்த கருக்கரிவாளைப் பிடிங்கிய பசுங்கண்ணன் கதிரேசனை வெட்டிப் போட்டான். அப்படியாக அந்த நாளானது கருக்கரிவாளால் கழுத்தில் வீசல் வாங்கிய கதிரேசனின் கடைசி நாளாக அமைந்து போனதில் சுந்தரி வெள்ளாடை அணிந்தாள்.

சொந்தப் பாம்பு மண்ணுக்குள்ளும், அவ்வப்போது வந்துபோன பாம்பு ஜெயிலுக்குள்ளும் போனதால் சுந்தரியின் அடுக்களை வெறிச்சோடிப் போனது.

இப்படியாக ஊர்க்கொடியில் தனது கோவணத்தைக் காயப் போடுவதை கோலப்பன் வழக்கமாக வைத்திருந்தான். இந்த ஒரு தகுதியே அந்தப் பணிக்குப் போதுமான தகுதியாக இருந்ததால் முரசறையும் அதாவது கொட்டடிக்கும் பணியில் கோலப்பனை அமர்த்தினான் ஊர்த்தலைவர் 'கோணிச்சாக்கு மோணியாண்டி'.

மோணியின் இயற்பெயர் ஆண்ட்டியப்பன். பிறக்கும்போதே அந்த முகமானது ஊரிலுள்ள ஆண்ட்டிகளை நோக்கி மாணியைத் தொங்கப் போட்டுக் கொண்டு அலைந்து வளைக்கும் கோழியாக இருப்பானோ என்று தோன்றியதால் ஜாடைக்குத் தகுந்தாற்போல 'ஆண்ட்டி'யப்பன் என்ற பெயரை மோணியின் தாய்தகப்பன் வைத்துவிட்டார்கள். ஆனால் ஆண்ட்டிகளை வளைக்கும் அளவிற்கு ஆண்டியப்பனுக்கு கிளி வேலை செய்யவில்லை.

மோணி ஊருக்குள் சுக்குக் காப்பி கடை வைத்திருந்தான். சுக்காப்பி கடைநேரம் போக மீதமுள்ள ராத்திரி வேளைகளில் கைகளில் ஒரு கோணிச் சாக்கை எடுத்துக் கொண்டு, ஊரிலுள்ள வீடுகளின் மோடுகளைப் (கூரை) பிரித்து இறங்கி மோஷண காரியங்களில் ஈடுபட்டதால் ஆண்ட்டியப்பன் 'கோணிச்சாக்கு மோணியப்பனாக' உருவெடுத்தான். உள்ளூர்த் திருடன்களோடு வெளியூர்த் திருடன்களும் சேர்ந்து கொண்டதால் ஊர்மக்கள் கொடியில் காயப் போட்ட தங்களுடைய கோவணங்களையும் பறிகொடுத்தனர்.

ஆகையால் ஊர்கூடி 'திருடனின் கையிலேயே சாவியைக் கொடுக்க' முடிவெடுத்தது. அவ்வூரிலுள்ள மனிதர்களின் நாவுகளின் சுவையை நன்றாக அறிந்து வைத்திருந்த ஒரே நபர் மோணிதான் என்பதால் அந்தப் பதவியும் அவருக்கு எளிதாக வாய்த்தது. மோணியப்பன் ஊர்த்தலையாரியானான். இரண்டறிவு மாக்கள் கோணிச்சாக்கு மோணியப்பனை 'கோமோ' என்று சுருக்கமாகவும், ஆறறிவு உள்ள மக்கள் அவனை 'மோடுமுட்டி ஆண்டியப்பன்' என்றும் அழைத்தார்கள்.

அரணை கோலப்பன் தன்னுடைய சின்ன வயதில் வாயிலேயே மோளம் அடித்து வந்ததாலும், திருவிழாக் கச்சேரிகளில்

பல்படாமல் ஊத்து வாசித்ததாலும் மோணி அவனை அரவணைத்து அவனுக்கு சில பணிகள் கொடுத்தான்.

முரசு அடித்து ஊருக்குள் கிலி வரத்துவது, பொய்களைச் சொல்லி கிளிகளைப் பறக்கவிடுவது, மற்றும் ஊரின் எல்லைகள் குறித்து ஒற்று சொல்லுவது என அவனது பணிகள் முக்கியத்துவம் வாய்ந்ததாக அமைந்து போனது. கோலப்பனும் அதைச் சிறப்பாகச் செய்து வந்தான்.

மோணி பிறவீடுகளின் மதிலேறிக் குதிக்கும் நாட்களின் அந்திக் கருக்கலில் ஊர்ச்சந்தியில் முரசடித்து சமீபத்தில் செத்துப் போனவர்களின் பெயரைக் குறிப்பிட்டு அவர்களது ஆத்துமா ஊர்த்தெருக்களில் அலைவதாகப் பீதியைக் கிளப்பி ஆட்கள் யாரையும் இரவு வெளியில் வராமல் பார்த்துக் கொள்ளுவது போன்ற பணிகளைக் கையாள்வதில் கோலப்பனை அடித்துக் கொள்ள ஆளே கிடையாது.

கோமோவால் ஊருக்குள் மோஷ்டிக்கப் பட்ட வஸ்துக்களை வெளியூரில் விற்பனை செய்யக் கொண்டு போகும் இரவுகளில் கோலப்பன் ஈரச்சாக்கைத் தலையில் மூடி பேய் வேஷம் போட்டு, வாய்க்குள் டார்ச் லைட்டை பொருத்திக் கொள்ளிவாய்ப் பிசாசு வேஷம் போடுவது வழக்கம். இப்படியாகக் கொஞ்சம் நாட்கள் கடந்தது. கொள்ளிவாய்ப் பிசாசு யாரென்பதை ஓரளவு மக்கள் கணித்து ஈரச்சாக்கைக் காயவைக்கவிருந்த நேரத்தில் கோலப்பன் சுதாரித்து கொண்டான். ஆனாலும் பிழைப்பு ஓடவேண்டுமே? ஆகையால் ஒரு திட்டம் தீட்டினார்கள்.

“ஊர்த்தலைவர் எப்படி கடையைத் திறந்து சுக்குப்பால் ஆத்துவது? அது அவமானமல்லவா? அப்படியென்றால் வேறு ஏதாவது தொழில் செய்யவேண்டும் என்று கோலப்பன் அறிவுரை சொன்னதால் மோணி ஒரு வர்த்தகராக உருவெடுத்தான். ஊர்மக்களின் விளைபொருட்கள் மற்றும் தயாரிப்புகள் போன்றவை கோமோவின் வாயிலாக விற்கப்படும் என்று அறிவித்தான் கோலப்பன்.

முதலாம் வியாபாரமாக ஊர்த்தோட்டத்திலுள்ள விளைபொருட்கள் அனைத்தும் வெளியுருக்குக் கொண்டு போய் விற்கப்பட்டு ரப்பர் தைகள் (கன்றுகள்) வாங்கப் பட்டன. அதற்கு கோலப்பன் தரப்பில் இவ்வாறு முரசறையப் பட்டது,

“அதாகப் பட்டது முக்கியஸ்தர்களே! நீங்கள் முக்கி முக்கி வித்தாலும் கோமோ அளவுக்கு உங்கள் யாராலும் கூறுள்ள யாவாரியாய் ஆகிவிட முடியாது! இதோ இங்க கெடக்க ரப்பரு கண்ணுவள பூரா நம்ம தோட்டத்துல நட்டு வச்சா அது ஏழே வருசத்துல பால் சொரந்து நம்ம ஊருக்க லெச்சணத்தையே மாத்திரும்!”

ஒரு மனிதர் கேட்டார், “ரப்பர திங்க முடியுமா? ரெப்பரு மரம் மொளச்சா ஜீவ சுவாசத்தப் பூராத்தையும் மரமே நக்கிட்டு கெட்ட காத்த வெளியிடுமாமே? நிலத்தடி தண்ணியையும் குடிக்கும்னு சொன்னாவளே? உண்மையா?”

அதற்குக் கோபித்துக்கொண்ட கோலப்பன் இவ்வாறு பதிலளித்தான், “இத்தன வருசம் வாழ்ந்து என்னத்த பொளந்திரு ஓய் நீரு? ஜீவ சுவாசம் வேணுமாமே? பூமிக்குள்ள தண்ணி இருந்தா ஊருசனங்களுக்குத்தா கேடு! ஒரு பெருவெள்ளம் வந்துன்னு வையும்! அதப் பூராத்தையும் நெலமே உறிஞ்சிரும்லா? வெள்ளம் வடிய வரைக்கும் எதுக்குக் காத்துக் கெடக்கணும்?”

இந்த பதிலைக் கேட்ட மக்கள் கொதித்தனர், “இந்த மண்டையன் மோணிக்கெல்லாம் ஒரு சாக்காலம் வார மாட்டங்கே? செத்தும் தொலயானுவ இல்லியே?”

மாக்கள் கொட்டடித்துக் கொண்டாடினார். “தலைவன் கோமோ வாழியவே!”

பின்பொருநாள் ஊருக்குள் இருந்த தேக்கந்தடிகளை வெட்டிக் கொண்டு போய் வெளியூரில் விற்றுவிட்டு முருங்கைத் தடிகளைக் கொள்முதல் செய்து கொண்டுவந்தான் மோணி. அதற்கு கோலப்பன் இவ்வாறு முரசடித்தான்,

“அதாகப் பட்டது முக்கியஸ்தர்களே! இதோ கிடக்கும் மரத்தடிகள் அனைத்தும் உறுதியானவை! இவைமட்டும் காய்ந்துவிட்டால் உங்கள் வீட்டின் அடுப்பங்கரையில் விறகாய்ப் பயன்படுத்தலாம்! உங்கள் வீடுகளின் அடுப்பெரியக் காரணமான தலைவன் மோணியைப் போற்றுங்கள்!”

யாரும் எந்தக் கேள்விகளும் கேட்கவில்லை. மக்கள் மோணியின் உருவத்தை வைக்கோலில் செய்து கொளுத்தினார்கள், மாக்கள் எல்லாரும் ஒன்று கூடி தங்களுடைய தலைவன் கோமோவின் பெயரைச் சொல்லி தீபமேற்றி வழிபட்டார்கள்.

தோப்பு துறவுகளை விற்றான் மோணி! மக்கள் ரப்பர் கொட்டைகளைத் தின்றார்கள். மாக்கள் சாணியை வாரித் தின்றார்கள். குளம் குட்டைகளை விற்றான் கோமோ! மக்கள் கடலுக்குக் குளிக்கப் போனார்கள். மாக்கள் குளிப்பதை நிறுத்திவிட்டார்கள்.

மக்களின் கோவணங்களை விற்றான் கோமோ! மக்களில் இருந்த ஆண்பெண்களும் குழந்தைகளும், கிழடுகட்டைகளும் இலைகளை உடுத்தி ஆதிவாசியானார்கள். மாக்கள் பட்டியலில் இருந்த ஆண்கள் ஜானி சின்சாகவும், பெண்கள் மியா கலீஃபாவாகவும் மாறினார்கள்.

தெருவை விற்றான் கோமோ! மக்கள் புழக்கடையின் வழியாக நடமாடினார்கள். மாக்கள் தங்களுடைய பயணப்பாதை உயர்ந்து விட்டதாகக் கருதி வீட்டுக் கூரையின் வழியாக நடமாடினார்கள்.

ஊரை விற்றான் கோமோ! மக்கள் ஆகாயமார்க்கமாக நடமாடினார்கள். மாக்கள் வீடுகளுக்குள்ளேயே கிடந்தார்கள்.

இப்போது வீட்டுக் கூரைகளை வீற்றிருக்கிறான் கோமோ! மக்கள் யாவரும் தங்களது கூரைகளைத் தரப்போவதில்லை.

ஆனால் மாக்கள் தங்களுடைய கூரைகளை ஊருக்குத் தானம் கொடுத்துவிட்டு வெயில் உண்ணப் போகிறார்கள். வீடுகளுக்குள்ளேயே மழையில் நனைந்து மழைப்பாடல்களைப் பாடி ஆடலாம்! மொட்டை மாடிகளின் மீது ஏறாமலேயே நிலாச் சோறு உண்ணலாம்! என்று மாக்கள் மகிழ்ந்து போயிருந்தார்கள்.

கோமோவின் இந்த அதிரடியான வளர்ச்சித் திட்டங்கள் மீது மிகப்பெரிய ஆர்வத்தைக் கொண்ட முனியம்மாளுக்கு கோமோவின் மீது சொல்லவொண்ணாக் காதல் மலர்ந்தது. ஊர்த்திருவிழாவில் தன்னுடைய காதலை மோணியிடம் சொல்லி மறுநாள் இரவு தன்னுடைய வீட்டிற்கு ரகசியமாக வரச் சொன்னாள். இதுவரையிலும் எந்தக் கூண்டையும் கண்டிராத மோணியின் மொண்ணைக் கிளி மறுநாள் இரவைக் குறித்து இலவுகாக்கத் துவங்கியது.

கோலப்பனும், மோணியும் சேர்ந்து மறுநாள் இரவில் ஊருக்குள் பேய்நடமாட்டம் நடைபெறவிருப்பதாக முரசறைந்து அறிவித்தார்கள். அரணையப்ப கோலப்பசாமி பேய் வேடம் தரித்தான். மோணியும் கோலப்பனும் ஊரயர்ந்த நேரத்தில்

வெட்டுக்கிளி மாதிரி துள்ளித் துள்ளி முனியம்மாளின் வீட்டின் பின்பக்கச் சுவற்றின் பின்பக்கத்தில் போய் நின்று கொண்டார்கள்.

கோலப்பன் மோணியிடம், "எண்ணே! மொதத்தடவ.. கொஞ்சம் பாத்து பத்தரமா நடந்துக்கா! புள்ள பாவமாக்கும் சொல்லிப்புட்டேன் ஆமா!"

மோணியின் கருத்த கன்னங்கள் அந்த இருட்டிலும் பச்சை நிறத்தில் சிவந்துபோனது,

"சும்ம இரிடே கோலப்பா! எனக்கு படபடன்னி வருகு!"

"நீ இப்புடி நெளியத பாத்தா எனக்குப் படபடன்னு வருகு! களவெடுக்கப் போவும்போதே அசால்ட்டாப் போவ! ஒளவெடுக்கப் போறதுக்கு என்ன பயமோ?"

"அதென்ன பித்தளச் சொம்பா? ஓடிப்போயி பைக்குள்ளாற போட்டுகிட்டு வெடுக்குன்னி ஓடியாறதுக்கு? பண்டம்டே! பாத்துப் பதனமாப் போவாண்டாமா?

"ஆமா செம்புன்னா லெகுவாத் தொடச்சி எடுத்துரலாம்! பித்தள அண்டாவக் கொஞ்சம் பாத்துதான் தொடைக்கணும்! நா இங்ஙனக்குள்ளத்தானே நிக்கியேன்! நீ தைரியமாப் போண்ணே!"

கோலப்பன் கொடுத்த தைரியத்தில் மோணி மதிலேறிக் குதித்தான்.

சிலவினாடிகளிலேயே பேய்வேடத்தில் ஊளையிட்டுக் கொண்டே தெருவில் நடமாடிய கோலப்பனை பின்பக்கத்தில் இருந்து மோணியப்பன் அழைத்தான். முனியம்மாளின் வீட்டுக்குள் நுழைந்து முழுதாய் ஒருநிமிடம் கூட ஆகியிருக்கவில்லை. இதனால் அதிர்ச்சியும் ஆச்சரியமும் அடைந்த கோலப்பன் மோணியிடம் கேட்டான்,

"என்னண்ணே! அதுக்குள்ளயா முடிச்சிட்ட?"

"ஆமடே! எல்லாமே கொஞ்ச நேரத்துல முடிஞ்சி போச்சி பாத்துக்கா?" என்று மோணி சொல்ல அதற்குக் கோலப்பன்,

"ரொம்ப நாளு காஞ்சி கெடந்த பாதாளக் கரண்டில்லா! கெணத்தக் கண்டதும் பாஞ்சிட்டு இல்லியாண்ணே? கிகிக்கிகீ?"

கோலப்பனின் சிரிப்பாணியைக் கண்ட மோணி முகம் வெளிறிப் போய், "முனியம்மைக்கி அத்தாம்பெரிய கெணறு இருக்குன்னு எனக்குத் தெரியாது கோலப்பா?"

“அத்தாந்தண்டி கெணறாண்ணே? பாத்தா அப்புடித் தெரியலையே?”

“ஆமடே! செவம் இருட்டுக்குள்ள இருந்தத நாந்தாங் காணல்ல!”

“பகல்ல பாத்தாலே முனியம்மைக்க பல்லு தெரியாது! இதுல ராத்திரில போயி அவளுக்க கூந்தல தேடியிருக்க? வெளக்க போட்டுட்டு பாக்க வேண்டியதான?”

“பொழக்கடையில யாதுடே வெளக்கு?”

“ஒன்னய யாருணே பொழக்கடையில பொளங்கச் சொன்னது? வூட்டுக்குள்ளாற போய்த் தொலைய வேண்டியதான?”

“வூட்டுக்குள்ள போக வுட்டாத்தானே?”

“முனியம்மைக்கி அவ்ளோ காச்சலா? எம்மா பாக்கத்தான் ஆளு ஒடமரங் கணக்கா இருக்கா? கொப்ப ஒடச்சிப் புடுவா போலுக்கே?”

“தண்ணியுங் கொறச்சலா இருந்துல்லா? அதா பொறமண்டையில அடிச்சி ரத்தம் பாஞ்சிட்டு பாத்துக்கா?”

“ரத்தம் வர்ற அளவுக்கா பாஞ்ச நீ? என்னண்ணே? பாவம்லா அந்தப் புள்ளை?”

“அவள முழுசா பாக்கமலயே போறனே சாமீ?” என்று மோணி அழுதான்.

“இதுக்கெல்லாமா சடையிவாவ? நாந்தா இங்க நிக்கம்லா? இன்னொருமட்டம் போய்ட்டு வாண்ணே! நின்னு நிதானமா நீந்திட்டு வா! ஒருபெய வெளில லாந்த மாட்டான்! நாம் பாத்துக்கிடுகென்!”

கோமோ கோலப்பனை அழைத்தான், “நீயும் எங்கூட வாடே?”

“நானா? எதுக்கு? நமக்கு அந்தப் பழக்கம்லா கெடையாதுணே!”

“ஒடம்பையாவது பாத்துட்டுப் போலேய்!”

“சேச்சே ! அது நமக்கு சொகப்படாது?”

“தொவளத்து மேலயாச்சிம் நின்னுப் பாருடே!”

“ஆளுவ நின்னு பாக்கக் கூடிய அளவுக்கா முனியம்மைக்க தொவளம் பெருசு....? தொட்டி முடிவாளுக்கு?”

“கூட வாறியா இல்லியாடே?” மோணி கோபமடைந்தான்.

“அதெல்லாஞ்சரிதான்! போவும்போது வேற நெரத்துல உடுப்பு உடுத்திக்கிட்டுப் போயிருந்த? இப்ப வெள்ளையுஞ் சொள்ளையுமா வந்து நிக்கியே? திருட்டுச் சூடடிக்கிப் போன வூட்டுலயுமா சுருளும், கோடித் துணியுந் தாரானுவோ?”

என்று கோலப்பனுக்கு ஒரே ஆச்சர்யமாகிப் போனது. மெதுவாக நடந்து அருகில் போன கோலப்பனை வழிநடத்தினான் மோணி. அவனது பின்னாலயே போன கோலப்பனுக்கு மோணி போய் நின்ற இடம் வியப்பளித்தது. அது முனியம்மாளின் வீட்டுப் பின்பக்கச் சுற்றுச் சுவர்.

“என்னண்ணே இங்கக் கூட்டியாந்துருக்க?”

“நீ வாடே !” என்றவாறே அத்தனைப் பெரிய மதில்சுவரின் மேல் அசால்ட்டாகத் தாவி ஏறினான் மோணி.

‘இந்த வயிசுலயும் இந்தா ஒசரத்துல இப்புடி ஏறுகானே? அப்புறம் எப்புடி முனியம்ம தாக்குப் புடிசப்பா? ஒருவேள வாயப் பொளந்துட்டாளோ என்னமோ? ஒடம்பையாது பாத்துட்டுப் போன்னு கூப்டானே? அவளுக்க சவத்த பாக்கக் கூப்புடுகானோ?’

என்று எண்ணியவாறே கோலப்பன் தயங்கித் தயங்கி மோணியிடம்,

“மோணியண்ணே! நா எதுக்குணே அங்குட்டு தேவையில்லாம?”

“நீயும் வந்து ஏறுடே!” என்றார் கோமோ.

“அய்யே... எனக்கு முனியம்ம அக்கா மொறையில்லா வரும்ணே?” என்று தயங்கியவனைக் கண்ட மோணி,

“எலேய் ஒன்னிய செவுத்து மேலல்லா ஏறச்சொன்னேன்! செவத்து மூதி!” என்றவாறே கையைக் கொடுத்து கோலப்பனை மேலே தூக்கிவிட்டான்.

மேலே ஏறியவனின் கால்களுக்கு நேரே கீழே கிணறு இருந்ததைக் கண்டு திடுக்கிட்ட கோலப்பன் மோணியிடம், “என்னணே இது...? கெணறு கெடக்கு...?”

மோணி அழுதவாறே, “ஆமடே கோலப்பா! நா முனியம்மய கண்ணால காணும்பே இந்தக் கெணருதா என்னியக் கெடந்துட்டு!” என்று சோகம் பாய்ந்தான்.

“நீரு முனியம்மயல்லா கெடக்க வந்தீரு! கெணத்துல என்ன பரிபாடி?”

“ஆமலே கோலப்பா! கெணத்துக்குள்ளதான் பாடி கெடக்கு! உள்ள டார்ச் அடிச்சி பாரு!”

‘பாடிய கழத்தி எதுக்கு கெணத்துக்குள்ள வீசிச்சி செவம்?’ என்ற குழப்பத்தில் கோலப்பன் கிணற்றுக்குள் டார்ச் அடித்துப் பார்க்க அங்கே மோணியைப் போலவே உருவம் கொண்ட ஒரு ஆள் படுத்து கிடந்தான்.

“என்னண்ணே! உன்னிய மாதிரியே ஒருத்தங் கெடக்கான்! கெணத்துத் தண்ணி வேற செங்கப்பொடி கலந்து செக்கச் செவெல்ன்னி இருக்கே?”

“அது நாந்தாங் கோலப்பா! அது செங்கப்பொடியில்ல! எனக்க ரெத்தமுடே!” என்று பெருங்குரலெடுத்து அழுதபடியே அந்தரத்தில் எழுந்து பறந்தான் மோணி. அதிர்ந்து போய்க் கிணற்றுக்குள் உற்றுப் பார்த்த கோலப்பன் அலறினான்.

“அப்போ நீ பேயா வந்தா எங்கிட்ட இவ்ளோ நேரம் பேசிக்கிட்டிருந்த? பாவிமுடிவான!” என்று பதறியவாறே கால்கள் நடுங்கித் தடுமாறியதில் கிணற்றின் ஆழத்தை நோக்கிப் பாய்ந்தான் கோலப்பன். சற்றுநேரத்தில் கோலப்பனும் வெள்ளுடை தரித்து கிணற்றின் மேல்பரப்பில் உலாவியபடியே காற்றில் கலந்து மறைந்தான்.

கோலப்பனுக்கு விடைகொடுத்த மோணி காதல் மயக்கத்தில் ஏறி மறுபக்கம் குதித்தான். முனியம்மாளின் வீட்டின் பின்பக்க மதிலின் மறுபக்கத்தில் ஒரு பாழுங்கிணறு இருப்பதை மோணியின் துடித்துத் தடித்த கிளி மண்டையை மறக்கடித்திருந்தது.

மதிலிருந்து தலைகீழாகப் பாய்ந்த மோணியின் நடுமண்டை கிணற்றின் துவளத்தில் இடித்துத் துவண்டது. இப்படி எதிர்பாராமல் செத்துப்போன மோணியின் ஆவி வந்து கோலப்பனைக் கூட்டிப் போய் கிணற்றில் தள்ளி தன்னுடைய துணைக்கு அழைத்துக் கொண்டு ஆகாய மார்க்கமாய் பறந்து நரகத்தை நோக்கிப் போய்க் கொண்டிருந்தார்கள்.

தன்னுடைய காதலன் வந்து பூக்களில் தேனூற்றுவான் என்று காவல்கிடந்த முனியம்மாளுக்கு தன்னுடைய காதலன் தங்கள் வீட்டுக் கிணற்றில் மண்டையில் தேன்வழிய நித்திய யாத்திரையை மேற்கொண்டான் என்பது தெரியாமல் கண்விழித்தவாறே பசலை பூத்தாள்.

தன்னுடைய வாழ்நாளில் தன்னுடைய பெயர்க்காரணியான ஆண்ட்டிகளைக் கண்கொண்டு கூடக் காணாத 'கோணிச்சாக்கு மோணியப்பன்' என்ற ஆண்ட்டியப்பனும், அரணை நக்கியும் சாவாத அரணையப்ப கோலப்ப சாமியும் கிணற்றில் விழுந்து செத்துப் போனதை அடுத்த நாள் முரசறைந்து இவ்வாறு அறிவித்தான் கோலப்பனின் ஒன்றுவிட்ட தம்பி வேலப்பன்,

"நள்ளிரவில் கிணற்றில் தடுமாறி விழப்போன முனியம்மாளின் வீட்டு தண்ணீர் வாளியைக் காப்பாற்றும் நோக்கில் குதித்த ஊர்த்தலைவர் மோணியப்பனும், ஊடகத்தலைவர் அரணையப்ப கோலப்பஸ்வாமியும் நித்தியப் பாதையை எய்தினார்கள்!"

அரணை நக்கினால் யாரும் சாகப் போவதில்லை என்பது அரணைகளுக்குத் தெரிவதில்லை. அவைகள் வேண்டுமென மனிதர்களை நக்குவதில்லை. நக்கினால் நாம் செத்துப் போவோம் என்பது மாத்திரம் அரணைகளுக்குத் தெரிந்தால் அவை கோலப்பன்களின் திசைப்பக்கமே தலைவைத்துப் படுக்காது.

முரசுகளின் பின்பக்கம் இருக்கும் பொய்க் குரல்களை மாக்கள் அறிவதில்லை. அவைகள் பொய் எனத் தெரிந்தாலும் கூட அவர்கள் மோணியையும், கோலப்பன்களையும் நம்பிக் கொண்டேயிருக்கும் வரை முரசுகளின் முழக்கம் தொடர்ந்து கொண்டேயிருக்கும். இதில் மாக்களோடு சேர்ந்து மக்களும் தங்களது கூரைகளை இழப்பார்கள்.

பேய்க்கதையின் முதல் பாராவிலிருந்தே பேய்கள் வரவேண்டிய அவசியம் இல்லை. கதைகளின் இறுதியில் கூட பேய்கள் வந்து கதையில் யாரையும் பயமுறுத்தாமல் அமைதியாகவே போய்விடலாம். ஆனாலும் இரண்டு பேர் செத்துப் போய் பேயானார்கள் என்பதற்காக ஒரு காதல் கதையானது எப்போதும் ஒருபேய்க்கதையாக மாறிவிடாது என்பதையும் இந்த வாசகப் பேய்கள் உணரும் வரையில் பேய்க்கதைகள் மரிக்கவே போவதில்லை. கோலப்பனும், கோமோவும் கூட... ஏனென்றால் பொய்யர்களுக்கு மரணமேயில்லை!

கோலப்ப காப்பியங்கள் முற்றிற்று!